కలల వెలుగు

. . . .

మాలతీ చందూర్

AA000381

B00HWWCXF4

ఫోన్ : 2433261

క్వాలిటీ పబ్లిషర్స్

రామమందిరం వీధి, విజయవాడ - 520 002

క్వాలిటీ ప్రచురణ
ముద్రణ :
జనవరి 2015

కలల వెలుగు
రచన :
మాలతీ చందూర్

వెల : **60-00**

ప్రచురణ కర్త :
కె. వి. యస్. ఆర్. పతంజలి

టైప్ సెట్టింగ్
శ్రీ పరమేశ్వరి ప్రెస్
విజయవాడ - 2.
ఫోన్ : 2434817.

ముద్రణ:
విజయసాయి ఆఫ్‌సెట్ ప్రింటర్స్
విజయవాడ-2

మాలతీచందూర్ రచనలు

కలల వెలుగు

"మీరు చెప్పండి - మీరు చెపితే డాక్టరుగారు రానిస్తారు. ఒక్కసారంటే ఒక్కసారి చూసి వెళ్ళిపోతాను." ఇది మూడోసారి. ఆ ఉదయంనుంచీ నోరు నొప్పి లేకుండా కనిపించిన వాళ్ళనందరినీ వేడుకుంటున్నది పద్మలత. పాతికాముప్ఫైకి మధ్యనుంటుంది ఆమె వయసు. మనిషి స్థూలంగా - తెల్లగా వుంది. ముఖంలో సినిమా తారకి కావలసిన నాజూకుగాని అందం గాని లేదు. కాని ఆమె శరీరపు వంపుల్లో మొగవారిని ఆకర్షించి, కవ్వించే ఒక అందం వుంది. పొట్టిగా నొక్కులు తిరిగిన జుట్టు, పొట్టమీద-నడుముకి రెండువైపులా మూడేసి టైర్లు. లూజుగా వేళ్ళాడుతున్న శరీరపు మడతలు. ఆమె కట్టుకున్న ఫారెన్ నైలాన్ శారీ లోంచి-పొట్టా, బలంగా వున్న పిరుదుల ఆకారం స్పష్టంగా కనిపిస్తున్నాయి. నీలం పువ్వులకి-మాచ్ అయిన నీలం రంగు జాకెట్ వేసుకుంది. బాగా లోనెక్, వెనకాల వీపు భాగం అరచేతి వెడల్పు మాత్రమే వుంది. బిగుతుగా లోనెక్‌తో వున్న ఆమె జాకెట్‌లో రామచంద్రాన్ని ఆకర్షించిన వుబుకులు కనిపిస్తున్నాయి.

'ఈ శరీరాకృతిని చూచే కాబోలు, యీ బజారు మనిషి వలలో పడ్డాడు' అనుకున్నాడు రామచంద్రానికి స్నేహితుడు మహేశ్వరరావు.

పడుచు మనసుల పరవశాన్ని, యువ జీవితాల ఉత్సాహాన్ని అందరిలో స్పందింపజేసే నవల

మహేశ్వరరావు ఆ ఉదయమే విజయవాడనుంచి వచ్చాడు అతనూ, రామచంద్రం చిన్నప్పుడు చదువుకున్నారు. పెద్దవారయ్యాక కూడా వారి స్నేహం చెక్కుచెదరలేదు. రామచంద్రం యీ పద్మలతతో ఆరేళ్ళుగా సంసారం చేస్తున్నాడని మహేశ్వరరావుకి తెలుసు. మహేశ్వరరావుకే కాదు, సినిమా ఫీల్డులో, ముఖ్యంగా తెలుగు సినిమా ఫీల్డులో చాలామందికి తెలుసు. “బజారుముండతో నా మొగుడు పబ్లిక్‌గా కాపురం పెట్టాడో” అని రామచంద్రం పెళ్ళాం కోడంబాకంలో యింటింటికి వెళ్ళి చెప్పింది. మొదట్లో సానుభూతిగా విన్నారు, కాలక్షేపానికి విన్నారు. కాని రామచంద్రానికి బుద్ధిచెప్పగల దమ్ములు ఎవరికీ లేవు. అతను పేరుమోసిన కెమేరామాన్. సినిమారంగంలో యిలాంటివి, అందులోనూ మొగవారు యిటువంటి చాపల్యాల్లో పడితే, ఎవరూ అంతగా పట్టించుకోరు. అందుకనే రామచంద్రం భార్య రవణమ్మ కంఠశోష వచ్చేదాకా అందరితో యాగీ చేసి చేసి, ప్రాణం విసిగి హైదరాబాద్ వెళ్ళిపోయింది పిల్లల్ని తీసుకుని. అప్పటినుంచీ రామచంద్రం పద్మలతతోనే వుంటున్నాడు మద్రాసులో.

“నన్ను ఒక్కసారి చూడనివ్వరూ? మీరెవరైనా చెపితే లోపలికి రానిస్తారు” అడుగుతున్నది పద్మలత. ఆమె కళ్ళు వుబ్బి వున్నాయి. మొఖమంతా వాచినట్లుంది ఏడ్చి ఏడ్చి. మహేశ్వర్రావు వినిపించుకోనట్లు వెళ్ళిపోయాడు. పద్మలత మేడమెట్ల కింది మెట్టుపై కూచుండిపోయింది.

“సిస్టర్ నన్ను వొక్కసారి చూడనివ్వరూ? మీరు చెప్పండి. మీరు చెపితే వాళ్ళు రానిస్తారు” బ్రతిమాలుతోంది పద్మలత నర్సుని.

“ఉండవమ్మా, నీదో గొడవ. డాక్టరుగారు ఎవ్వరినీ రానివ్వడం లేదు” విసుక్కుంది నర్సు.

“వాళ్ళంతా వున్నారు గదండీ. నేను లోపలికి రాను, ఒక్కసారి గుమ్మంలోంచి చూసి వెళ్తాను. సిస్టర్, నీ కాళ్ళు పట్టుకుంటాను, నన్ను ఒక్కసారి చూడనివ్వరూ” కన్నీటి కాల్వలని తుడుచుకుంటూ అడుగుతోంది పద్మలత.

“డాక్టరుగారు- పరాయివాళ్ళని రానివ్వటం లేదు. అసలే ఖంగారుగా వుంటే - నీదో గొడవ. నాకు తెలియదు - పెద్ద డాక్టరునడుగు” చికాకు పడతూ వెళ్ళిపోయింది నర్స్.

పద్మలత అక్కడే చతికిలబడిపోయింది. “పెద్ద డాక్టరుముందు తను

ఎన్నోసార్లు మొరబెట్టుకుంది. కాని ఆయన వొప్పుకోవడం లేదు. అంతమంది చుట్టూ వున్నప్పుడు, వాళ్ళ వాళ్ళందరూ ఆ గదిలో వున్నప్పుడు తనెందుకు వెళ్ళకూడదు? తననెందుకు చూడనివ్వరు?"

'సినిమారంగంనుంచి, ముఖ పరిచయం ఉన్న యిద్దరు వ్యక్తులు, మేడమెట్లు ఎక్కుతున్నారు. వాళ్ళిద్దరూ అనేకసార్లు తమ ఇంటికొచ్చారు. తను ఎన్నిసార్లు వాళ్ళకి కాఫీలు యిచ్చింది, నిన్న మొన్నటిదాకా తనతో మాట్లాడిన వాళ్ళు ఈ రెండురోజుల్లో ఎరగనట్లు తలతిప్పుకు వెళ్ళిపోతున్నారు.

"డైరెక్టరుగారూ! మీరు చెప్పరూ, మీ వెంట నన్ను తీసుకెళ్ళరూ? ఆయనకి చాలా ఎక్కువగా వుందిట. ఒక్కసారంటే ఒక్కసారి చూస్తాను. పొద్దుటనుంచీ అడుగుతున్నాను. నన్ను వెళ్ళనివ్వడం లేదు. మీరు చెపితే రానిస్తారు. చెప్పరూ?" అడుగుతోంది పద్మలత మేడమెట్లని ఆనుకు నిల్చుని ఇంచుమించు వాళ్ళదారికి అడ్డుగా నిల్చుని.

"కనుక్కుంటాలే; డాక్టరుగారు పర్మిషన్ యిస్తే చూద్దువు గాని" అన్నాడు డైరెక్టరు. కాని ఆయనకి తెలుసు. డాక్టరు పర్మిషన్ యిచ్చినా, రవణమ్మ పర్మిషన్ యివ్వదని.

ఈ పద్మలతని చూస్తుంటే ఒకవైపు జాలిగాను, మరోవైపు చికాగ్గాను వుంది. "ఎందుకు నర్సింగ్‌హోమ్‌ని పట్టుకు వేళ్ళాడుతుంది? ఇంటికి పోరాదూ? పెద్ద మహాకట్టుకున్న పెళ్ళానికంటే ఎక్కువగా ప్రేమ వొలకపోస్తున్నది; వొచ్చేపోయే వాళ్ళకి న్యూసెన్స్‌గా యీ గొడవేమిటని?" విసుక్కుంటూ అన్నాడు, తన పక్కన వున్న ప్రొడక్షను మేనేజరుతో.

"పాపం ఒక్కసారి చూడనిస్తే ఏంపోయింది? నిజానికి యీ మనిషే కదండి మొన్న ఆయన్ని తీసుకొచ్చి ఆస్పత్రిలో చేర్పించింది" అన్నాడు ప్రొడక్షను మేనేజరు.

"అవుననుకో-అది చేర్చకపోతే మనం చేరుద్దుం. అత్తకోసం అమావాస్య ఆగదుగా! చేర్చింది, తనదారిన తను పోగూడదా-అని" అడిగాడు డైరెక్టరు. ఆయన తీసిన 'స్త్రీ హృదయం' శతదినోత్సవం చేసుకుంది ఈ మధ్యనే. స్త్రీ ఔన్నత్యాన్ని, మహోదాత్తమైన ఆమె త్యాగనిరతని చాలా గొప్పగా తీశాడు. అందులోను ఒక పతితగాథని తెరకెక్కించి ఆంధ్రాలోని ఆబాలగోపాలాన్ని ఏడ్పించి బాగా డబ్బు చేసుకున్నాడు.

"ఆరేళ్ళనుంచీ రామచంద్రంగార్ని కనిపెట్టుకుంది. ఆయన చిర్రున చీదితే గిలగిల్లాడిపోయేది. ఇంతటి అనుబంధాన్ని ఒక్కరోజులో ఎలా తెంచుకుపోతుంది? మీరు చెప్పి, ఒక్కసారి చూడటానికి పర్మిషన్ యివ్వమనండి" పద్మలత తరపున వకాల్తా పుచ్చుకున్నట్లు అడుగుతున్నాడు ప్రొడక్షన్ మేనేజరు.

"ఏమయ్యా; అప్పుడే వల వేస్తున్నావా? ఏమిటీ అకాల సానుభూతి? మంచి దిట్టంగా వుంటుందని ఆశపడుతున్నావేమిటి కొంపతీసి? మనిషిని నిలువునా ఆర్పేస్తుంది జాగ్రత్త! చిన్నవాడివి, పైకి రావలసినవాడివి."

"ఛీ! ఛీ! నా కల్లాంటి అభిప్రాయం లేదు. కాని ఆవిడ పొద్దుటనుంచీ అలా, మనిషి మనిషిని ప్రాధేయపడుతుంటే జాలిగా వుంది. ఇంతమందిమి చూస్తున్నాం, ఆవిడ ఒక్కదానివల్ల రామచంద్రంగారి గుండె ఆగిపోతుందా? ఎలానూ ప్రమాదంగానే వుందంటున్నారు. ఇంతమంది తొంగిచూడగా లేనిది, యీవిడ ఒక్కతెనే రానివ్వకపోవడం అన్యాయం కాదా అని?" అడిగాడు ప్రొడక్షను మేనేజరు.

"మనకెందుకయ్యా యీ గొడవలు? ఈయనగారు బతికి బయటపడితే మన బొమ్మ సజావుగా బయటపడుతుంది. లేకపోతే కొత్త కెమెరామాన్‌ని వెతుక్కోవాలి. రంగంలోంచి ఒకడు తప్పుకొంటున్నాడుగదా అని మిగతా వాళ్ళు రేటు పెంచి-కొండెక్కి కూర్చున్నారు. ఈ రామచంద్రం గాడేమో పిక్చరు మొదలుపెట్టకుండానే డబ్బంతా గుంజేసుకున్నాడు బాబూ! ఎవరి బాధలు వాళ్లవి."

"అది నిజమే అనుకోండి-ఆడకూతురు. అలా దేవులాడుతుంటే...."

"ఏవిటయ్యా-దేవుల్లాడేది! రామచంద్రం ఆ ముండమెడలో పుస్తెకట్టాడా? ఏదో డబ్బు పారేశాడు, పోషించాడు. అయిపోయింది. దానిదారిన అదిపోక, ఈ రభస దేనికంట?"

"అట్లా పోయుంటే మన మధ్య యిన్నిమాటలూ, యీ వాద ప్రతి వాదాలూ వచ్చేవి కావు. మనం యింత మందిమి ఉన్నామే! పొద్దుటినుంచీ ఆ ఆడమనిషి మేడమెట్లు కూడా ఎక్కడానికి వీలులేదన్నారట. అట్లా పడి దేవులాడుతోంది.

"ఏవిటయ్యా, దేవులాడేది. కల్లబొల్లి ఏడుపులు ఏడ్చి దిండుకింద పర్సు లాక్కుందామని చూస్తున్నదేమో!"

"గురువుగారూ, మీరు బొత్తిగా సినిమాభాష మాట్లాడుతున్నారు. అంతమంది కళ్ళలో కారం కొట్టి తలకింద పర్సు పట్టుకువెళుతుందా? అది మీరు నమ్మరు, ఏదో మాటవరసకి అంటున్నారు."

"అవుననుకో, మర్యాదకి వచ్చాం, చూసిపోదాం. మన కంపెనీకి పనిచేశాడు కాబట్టి అభిమానం కొద్దీ వచ్చాను. ఆ రావుగాడు లేడూ; వాడుట ఈ రామచంద్రం యిటూ అటూ అయితే సినిమా తీస్తాడుట. డాక్యుమెంటరీకి రీల్సు రెడీ చేసుకుంటున్నాడు. నీ దగ్గర ఈ రామచంద్రం వివరాలేమైనా వున్నాయా?"

"దేనికి?"

"ఎందుకైనా మంచిది-సేకరించి పెట్టుకుంటే అందరికీ మంచిది ఇటూ అటూ అయితే రేడియో వాళ్ళు ప్రోగ్రామే పెట్టవచ్చు-పత్రికల వాళ్ళు అడగవచ్చు. అప్పుడు వెతుక్కోవడం కష్టం."

ప్రొడక్షన్ మేనేజరు వేస్తున్న అడుగులు తడబడ్డాయి. ఒక్కసారి నిల్చుండిపోయాడు. అతని కళ్ళలో కింద నిల్చుని అందర్నీ బ్రతిమాలుతున్న పద్మలత మెదిలింది.

ఈ పద్మలతని రామచంద్రం ఇంట్లో మొదటిసారి చూసినప్పుడు అతనికి నవ్వొచ్చింది. ఆమె పద్మమూ కాదు - లతా కాదు. బరంపురం కంచుగిన్నెలాగా ముఖం గుండ్రంగా వుంది-ఎక్కడా నేవళం లేదు. పేరులో వున్న ఆఖరి రెండు అక్షరాలూ అయిన యీ లతకు నడుం వుందిగాని అది లతలా లేదు-మానులా వుంది. గున్న ఏనుగులా వుంది - అనుకున్నాడు మొదటిసారి చూసినప్పుడు. అది మందగమన కాదు, మదించిన గజం- అంటూ వుండేవారు చాలామంది.

ఆఖరిక్షణాల్లో వున్న రామచంద్రాన్ని ఒక్కసారి చూస్తాను-ఒకే ఒక్కసారి చూస్తాను, అని పొద్దుటినుంచీ బ్రతిమాలుతోంది ఆమె! పొద్దుటనుండీ తిండీ తిప్పలూ లేకుండా అలా పడివున్నట్లుంది-ఆ మనిషిని చూస్తే! ఆఖరి క్షణాల్లో యీ దీనురాలిని దూరంనుంచి చూడనిస్తే వీళ్ళ కొంప ఏం మునిగిపోయింది?" ప్రొడక్షన్ మేనేజరు - ఆ ప్రక్కగా వెళ్తున్న లేడీడాక్టరు వెనుకగా రెండడుగులు వేసాడు.

"ఎట్లా వుంది?" అని అడిగాడు.

"డాక్టర్సమి కాబట్టి చివరిదాకా పోరాడుతూనే ఉంటాం. ఫ్లూయిడ్ తియ్యాలంటున్నారు. చాలా అనీజీగా వున్నారు." అంది లేడీ డాక్టరు,

"బాగా తెలివిగా ఉన్నట్లు వున్నారు"

"మాట్లడలేకుండా వున్నాడు. ఇంకా తెలివిపోలేదు. ఏ క్షణాన్నయినా ఆ మాట పడిపోవచ్చు.

"డాక్టర్ ఆ కిందామెను ఒకసారి చూడనివ్వకూడదా? మీరు 'ఎలవ్' చేస్తే...?" ఆగిపోయాడు ప్రొడక్షన్ మేనేజరు.

"మాదేం లేదు, వాళ్ళెవరికీ ఇష్టంలేదు. ఆయన 'మిసెస్' బాస్‌తో చెప్పారుట. అక్కడ గొడవచేస్తే అసహ్యంగా వుంటుంది, వద్దంటున్నారు. పైగా ఆ మనషి చాలా ఫస్సీగా, ఛీప్‌గా బిహేవ్ చేస్తుంది." అంది లేడీ డాక్టరు.

ప్రొడక్షను మేనేజర్‌కి మరి మాట్లాడే ధైర్యం లేకపోయింది. అతను వెనక్కి వచ్చాడు. రామచంద్రాన్ని స్పెషల్‌రూమ్‌లో పడుకోబెట్టారు. ఎ.సి. గదిలో విశాలంగా శుభ్రంగా వుంది. అవసరమైతే ఆక్సిజన్ పెట్టడానికి సిలిండర్ వగైరా పరికరాలు వున్నాయి. ఒక పక్క పొట్టలో నీరుందని మరో పక్క గ్లూకోజ్ ఎక్కిస్తున్నారు నరాల్లోకి. కాళ్ళవైపుగా భార్యా, బావమరిదీ నిల్చుని ఉన్నారు. గోడ వారగా అతని అన్నగారూ, చెల్లెలూ కళ్ళనీళ్ళు కుక్కుకుంటూ ఆదుర్దాగా చూస్తున్నారు. మరోవైపుగా మధ్య వయస్కురాలొకామె-కుర్చీకి అనుకుని నిల్చుని ఉంది. రామచంద్రం కళ్ళు తెరచి చుట్టూ చూశాడు. అతని దృష్టి కాళ్ళవైపున క్షణం సేపు నిల్చి గోడవైపుకి తిరిగింది. అన్నగార్నీ, చెల్లెల్నీ గుర్తించినట్లు-కళ్ళలో నీళ్ళు చెపుతూ ఉన్నాయి. రెండో వైపుకి దృష్టి తిరిగింది. అక్కడ అతనికి చిరపరిచితమైన ముఖం ఆ కళ్ళలో గుర్తించిన భావం కనిపించింది. అయితే అతని కళ్ళు దేనికోసమో మళ్ళీ ఒక్కసారి గది చుట్టూ ప్రదక్షిణం చేశాయి.

"అన్నయ్య పిల్లలకోసం చూస్తున్నాడు-వొదినా! పిల్లల్ని పిల్చుకు రమ్మను" అంది రామచంద్రం చెల్లెలు. ఆమె ఆ ఉదయమే విశాఖపట్నం నుంచి వచ్చింది. ఆమె భర్త విశాఖపట్నంలో బాంక్ మేనేజర్‌గా ఉద్యోగం చేస్తున్నాడు.

వరండాలో ఉన్న ముగ్గురుపిల్లలూ తండ్రి పక్క దగ్గరగా వచ్చి, మంచం ఆనుకుని నిల్చోబోతే, సిస్టర్ మంచం కదపవద్దని వారించింది. రామచంద్రం పిల్లల వంక చూసి-కళ్ళు మూసుకున్నాడు ఆసక్తి లేనట్లు. పది

నిముషాలకి బలవంతాన కళ్ళుతెరచి, దేనికోసమో గది అంతా వెతుకుతున్నాడు.

కుర్చీకి అనుకుని నిల్చున్న యశోద మంచానికి దగ్గరగా వచ్చి, వంగి చెవులోకి వినపడేటట్లు, "నేను యశోదని-నన్ను గుర్తించలేదా?" అని అడిగింది. బొంగురు కంఠంతో. అతను గుర్తించినట్లు-తల కొద్దిగా కదిల్చాడు కానీ ఆ కళ్ళు వెతకటం మానలేదు. దేనికోసమో, ఎవరికోసమో, వెతుకుతూనే వున్నాయి.

"రవణా! దగ్గరకెళ్ళు, ఏదన్నా చెపుతాడేమో?" అన్నాడు రామచంద్రం అన్నగారు.

రవణమ్మ! దగ్గరగా వెళ్ళి "ఏవండీ-నేనండీ! మీ రవణనండి. నన్నూ, పిల్లల్నీ అన్యాయం చెయ్యకండి. మమ్మల్ని నట్టేట్లో ముంచకండి" కన్నీళ్ళు కారుతుంటే అతనికి దగ్గరగా వచ్చింది, ఏదన్నా చెపుతాడన్న ఆశతో.

రామచంద్రం కళ్ళు మూసుకున్నాడు. "మళ్ళీ మగతలో పడిపోతున్నారు సిస్టర్! డాక్టరుగారిని పిలవండి. కళ్ళుమూతలు పడుతున్నాయి" అంటూ ఖంగారుపడుతోంది చెల్లెలు. రామచంద్రం అన్నగారు డాక్టరు కోసం పరిగెత్తాడు. రామచంద్రం మళ్ళీ కళ్లు తెరిచాడు. అతనికి చెల్లెలు మాటలు వినిపిస్తున్నాయి, అందరినీ గుర్తించగలుగుతున్నాడు. కాని, అతనికి కావలసిన వ్యక్తి పేరు చెప్పలేకుండా ఉన్నాడు. ఎంత ప్రయత్నించినా నోట్లోంచి శబ్దం రావడం లేదు.

చుట్టూ వాళ్ళంతా అనుకున్నట్లు అతనికి తెలివి తప్పటం లేదు. కళ్ళు బరువుగా మూతలు పడుతున్నాయి. హాయిగా నిద్రపోవాలని వుంది. మళ్ళీ కళ్ళు తెరచి గది చుట్టూ పరకాయించి చూశాడు. యశోద తనవంక ఆదుర్దాగా చూస్తున్నది. భార్య రవణమ్మ కన్నీళ్లు కారుస్తూ నిల్చోనుంది. పిల్లలు బిక్కగా నిల్చుని ఉన్నారు. అన్నగారూ, పిల్లలు రెప్పవేయకుండా చూస్తున్నారు. రామచంద్రం దృష్టి తలుపువైపే నిలిచింది. గాజుతలుపు వెనుకనుంచి ఏవో మొఖాలు అలుక్కుపోయినట్లు కనిపిస్తున్నాయి. ఆ మోఖాల్లోకి ఆశగా చూశాడు. బలవంతాన కళ్ళు తెరిపికి తెచ్చుకుని; కాని, అక్కడ అతను వెతుకుతున్న ముఖంలేదు.

"ఏరా-తమ్ముడూ, ఎవరినైనా చూడాలనుకుంటున్నావా? ఎవరితోనన్నా ఏదన్నా చెప్పాలా?" అడుగుతున్నాడు అన్నగారు, రామచంద్రం చెవికి దగ్గరగా తన నోరుపెట్టి. రామచంద్రానికి ఏదో చెప్పాలని వుంది-ఏదో అడగాలని వుంది. అతని పెదిమలు కదుల్తున్నాయి. శబ్దం రావడం లేదు.

"రవణా, పిల్లలు గురించి బెంగపడుతున్నావా? నువ్వు నిశ్చింతగా వుండు వాళ్ళ మంచిచెడ్డలు నేను చూసుకుంటాను" అన్నాడు అన్నగారు. కానీ, రామచంద్రం తృప్తిపడినట్లు లేదు. ఏదో చెప్పాలనే ఆరాటం-చెప్పలేని నిస్సహాయత. అతని కళ్ళవెంట కన్నీళ్ళు ధారలాగా కారుతున్నాయి.

దుప్పటికింద నుంచి చెయ్యి లేచింది అన్నగార్ని రమ్మన్నట్లు పిలిచాడు. అతను మంచం పక్కగా వచ్చి నిల్చున్నాడు. ఈ లోపల డాక్టరుగారు రావడంతో అంతా పక్కకి తప్పుకున్నారు.

"మీరంతా యిలా గుంపుగా చేరి పేషెంటుని ఖంగారు పెట్టకండి. పూర్తిగా విశ్రాంతి యిస్తేగాని లాభంలేదు."

"ఏదో చెప్పాలని ఆదుర్దాపడుతున్నాడండీ! చెప్పలేకుండా ఉన్నాడు." అన్నాడు రామచంద్రం బావమరిది.

"ఏమీ ఉండదు మీరంతా కాస్త దూరంగా ఉండండి. ఆయన మిసెస్‌ని మటుకు ఉంచి, మీరంతా రూమ్ ఖాళీ చెయ్యండి. సిస్టర్! పేషెంటుని డిస్టర్బ్ చెయ్యనివ్వద్దు." అంటున్నాడు డాక్టర్ పల్స్ చూస్తూ.

రామచంద్రానికి డాక్టరుమాటలు వినిపిస్తున్నాయి. అందర్నీ పంపించేసి భార్యనొక్కదాన్నే ఉండమంటున్నాడు డాక్టరు. అతనికి ఏదో చెప్పాలనివుంది, కళ్ళు తెరచి డాక్టరువంక చూశాడు.

"ఎల్లావుంది? హౌడుయుఫీల్:" మెకానికల్‌గా అడుగుతున్నాడు డాక్టర్.

ఎలావుంది? ఎల్లావుంటుంది? ఈ ఆఖరి ప్రయాణంలో ఎవరికిమటుకు ఎలావుంటుంది. ఏదో భయం? తనకి తెలియని చీకటి ముసురుకువస్తున్న భయం. తను యీ మృత్యుముఖంనుంచి బయటపడితే ఎన్నో చెయ్యాలని వుంది. ఎంతో అర్థవంతంగా బ్రతకాలనివుంది. అతనికి కన్నీళ్ళు వస్తున్నాయి.

"మీకేం ఫర్వాలేదు. యు విల్ బి ఆల్ రైట్." ధైర్యం చెపుతున్నాడు డాక్టరు.

రామచంద్రం పెదవులు కదుల్తున్నాయి. శబ్దం రావడంలేదు. చుట్టూ చూసాడు. కాని అతను వెతుకుతున్న ముఖం కనపడలేదు. నిరాశగా కన్ను మూశాడు. రామచంద్రం కళ్ళుమూసుకుని భగవంతుని ప్రార్థిస్తున్నాడు. తాను బతికివుంటే-పద్మలతని కొట్టడు. పద్మలతని మాటల్తో హింసించడు. ఆ

పిచ్చిదాన్ని దయగా, ప్రేమగా చూసుకుంటాడు. ఆ పద్మలత కోసమన్నా తాను బ్రతకాలి. అందరికీ అందరూ వున్నారు-వీళ్ళందరూ తను లేకపోయినా బ్రతకగలరు. తన పద్మ పిచ్చిదయిపోతుంది. ఆ పిచ్చి మొద్దుకోసమైనా బ్రతకాలి.

రామచంద్రం కళ్ళు తెరచి-డాక్టరుగారివంక చూసాడు. అతనిచెయ్యి నీరసంగా గాలిలోకి లేచింది. చల్లగా, మంచుముద్దలా ఉన్న ఆ చేతిని-తన చేతిలోకి తీసుకున్నాడు డాక్టరు. “డోంట్ బి వర్రీడ్ - యు విల్ బి ఆల్ రైట్” అంటున్నాడు. కాని ఆ మాటలు ఆయనకే అబద్ధంగా వినిపిస్తున్నాయి. అతని కనురెప్పలు మూసుకుంటున్నాయి.

“డాక్టరుగారూ, ఆయన ఏదో చెప్పాలనుకుంటున్నారు. చెప్పలేకుండా ఉన్నారు. ఏదైనా యింజక్షను యిస్తే చెప్పగలుగుతారేమో!” అడుగుతున్నది రవణమ్మ.

రామచంద్రానికి అంత బాధలోను నవ్వుగావుంది అతని కడుపులోని అగ్ని నాల్కలుజాచుకు మండుతున్నట్లుంది. మంటలు-వొళ్ళంతా మంటలు-నాలిక బండబారి ఎండి పోతున్నట్లుంది, రవణమ్మ మాటలు అతని చెవుల్లో ప్రతిధ్వనిస్తున్నాయి

తను ఏం చెప్పగలుగుతాడు? చెప్పేందుకు ఏమీలేదు. ఎవరివద్ద తను శలవు తీసుకోనక్కరలేదు. ఈ ఆఖరి క్షణాలలో ఎవరినీ అనునయించక్కరలేదు-ఒక్క ఆ నిర్భాగ్యురాలిని తప్ప! ఎవరి దగ్గరనుంచి అయితే తనకి చివరిసారి శలవు తీసుకోవాలనివుందో, ఎవరి ముఖాన్నయితే ఈ ఆఖరి క్షణాల్లో చూడాలని అనిపిస్తున్నదో, ఆ నిర్భాగ్యురాలు యిక్కడలేదు. ఆమె మొఖం యీ చుట్టుపక్కల కనిపించడంలేదు. అసలు రాలేదా! ఇంటికెళ్ళి మొద్దు నిద్ర పోతున్నదా! ఆ గొడ్డు వొచ్చివుండదు. దున్నపోతులా పడుకుని నిద్రపోతూ వుంటుంది.

అవును-దున్నపోతు, ఎలుగుబంటి-అని ఎన్నిసార్లు తను తిట్టేవాడు! ఎన్నిసార్లు కొట్టేవాడు! ఆనాడు లేని జాలీ, బాధా-యీనాడు తనకెందుకు కలుగుతోంది.

వారం రోజుల క్రితం-సరిగ్గా యీనాడే!- రామచంద్రం కళ్ళుతెరచి చూశాడు-ఎదురుగా వున్న కేలండరువైపు; అవును పోయిన లక్ష్మీవారం నాడే-తను ఆ గొడ్డుని చావబాదింది. అంత నీరసంలోనూ తనకి అంతటి శక్తి ఎలా వచ్చిందో!

తనకి కామెర్లు అని తెలిశాక-యించుమించు కఠిన పత్యం చేయించేది. ఏదో తినాలని కోర్కె, కడుపులో మంటా, కోపం, ఆ రోజు కారెట్లు వుడికించి ఉప్పుకూడా వెయ్యకుండా తీసుకొచ్చి పెట్టింది. గిన్నెలో గుజ్జులా వుడికించిన ఎర్రని కారెట్లు. అది చూస్తే తనకి మటన్‌చాప్స్ తినాలనిపించింది.

"నాకు వొద్దు-నీ మొహాన వేసి కొట్టుకో" విసురుగా అన్నాడు ఆ వైపుకి తిరిగి.

"ఒక్క రెండురోజులు తినండి. నా బాబు కదూ. ఇలా రెండునాళ్లు తింటే-ఆపైన కాస్త ఉప్పెయ్యవచ్చుట"

"నీ మొహం-నీకూ ఆ డాక్టరుకి యిద్దరికీ బుద్ధిలేదు. నాకు చికెన్ బిరియానీ కావాలి. తెప్పించు"

"ఊహూ-తినకూడదు" అంది మొద్దు.

"తినచ్చు. శుభ్రంగా తింటే అన్ని రోగాలూ పోతాయి. నాకు ఆకలిగా వుంది పెడ్తావా! పెట్టవా!

"పెట్టను. అసలు యింట్లో ఎవరూలేరు."

"నువ్వెళ్ళి పట్రా."

"నేను వెళ్లను."

"వొళ్ళు పొగరు పట్టిందా? వెళ్లమంటుంటే నీక్కాదూ! వెళ్లు, టాక్సీ కట్టించుకెళ్లు, బుహారీలోంచి చికెన్ పట్రా."

మొద్దు కదలలేదు. అలా మంచంపక్క కూర్చునివుంది చేత్తో గిన్నె పట్టుకుని. తను కోపంతో ఆ చేతిలో గిన్నె వుల్లాక్కుని-విసురుగా గోడకేసి కొట్టాడు. కారెట్ గుజ్జంతా గోడమీద పడింది.

"వెళ్తావా? వెళ్లవా?" అడిగాడు.

"ఊహూ-వెళ్లను."

"నీక్కాదూ చెప్పేది? నాకు 'బిరియాని' కావాలి."

"మీరు తినకూడదు. కామెర్ల వాళ్ళు నూనెవి తినకూడదు. యిప్పటికే అశ్రద్ధ చేశానని డాక్టరుగారు కేకలు వేశాడు."

"ఎవడే ఆ డాక్టరు - నా కంటే తెలిసినవాడా? టాక్సీ తీసుకొచ్చి నువ్వు తీసుకురాకపోతే-నేను వెళ్ళి అక్కడే తింటాను."

"మిమ్మల్ని వెళ్లనివ్వను."

"నువ్వెవరివి, ఫో-యిక్కడినుంచి ఫో-పోతావా, పోవా?" పక్కనే వున్న కర్ర తీసుకుని గబగబ బాదుతున్నాడు. తనకి అంత బలం ఎలా వచ్చిందో! మొద్దు కిక్కురుమనలేదు. దెబ్బలు తింటూ కూడా నోరు మెదపలేదు. వద్దు అని చెయ్యి అడ్డు పెట్టలేదు.

"దిక్కుమాలినదానా! నా ఎదుటనుంచి పోతావా, పోవా- ఫో" కాలితో యిాడ్చి ఒక్క తన్ను తన్నాడు కూచునే. అది పోలేదు. ఏడుస్తూ అలాగే కూచుంది. తనకి కళ్ళు తిరిగినట్లయి, మంచంమీదకి వరిగిపోయాడు. తల మంచం కోడుకి కొట్టుకుంది.

"అయ్యో-అయ్యో-పాపిష్టిదాన్ని దెబ్బ తగిలిందా?" అంటూ తన తలని గభాలున గుండెలకి హత్తుకుంది, ఆ స్పర్శకి పూర్వం అయితే తనలో నెత్తురు పరుగులు పెట్టేది. వొళ్ళు తిమ్మిర్లెక్కేది. ఇప్పుడు అసహ్యంగా ఉంది. ఒక పక్క తను జబ్బులో వుంటే యీ టక్కుముండ తన వొంటితో ఆకర్షిస్తున్నది.

"నన్ను ముట్టుకోకు-ఫో-అవతలకి ఫో, నా కళ్ళకి కనిపించావంటే నెత్తురు తాగుతాను" అరుస్తున్నాడు ఆయాసంగా. అతని కళ్ళలో అసహ్యం, క్రోధం, ఆకలి, కడుపులో బాధ, నిస్సహాయత-యివన్నీ అతన్ని పిచ్చివాడిని చేస్తున్నాయి. దిట్టంగా, లావుగా-ఆరోగ్యంతో వున్న ఆ ఆడదాన్ని చూస్తే కసిగా వుంది. ఆ ఆరోగ్యాన్ని చిన్నాభిన్నం చెయ్యాలి. దాన్ని చితకపొడిచి బలహీనురాలిని చెయ్యాలి.

గుమ్మంలో నిల్చుంది తలవంచుకుని. చేతిలో కొబ్బరికాయ నీళ్ల గ్లాసు, ఎవరో చెప్పారట-కొబ్బరినీళ్ళు మంచివని, విస్కీకి బదులు కొబ్బరినీళ్ళు తాగమని ప్రాణం తోడుతోంది.

దిళ్ళకి ఆనుకుని కూచుని వున్నాడు. చాలా బాధగా వుంది. ఒళ్ళంతా తేలిగ్గా గాలిలో తేలిపోతున్నట్లు వుంది. గొంతులో మంట - కడుపులో భగ భగ. గొంతునుంచి పొట్టదాకా అన్నవాహికంతా నిప్పులో ముంచినట్లు మండిపోతున్నది.

"ఇట్రా!" దగ్గరకు పిలిచాడు.

భయం భయంగా, నెమ్మదిగా, ఆశగా దగ్గరకొచ్చింది. చేతిలో గ్లాసు అందుకుని-ఆ నీళ్ళు విసురుగా పోశాడు మొద్దు మొహంమీద. గ్లాసు విసురుగా గోడకేసి కొట్టాడు. అది శిలా విగ్రహంలా నిల్చుంది.

"పోయి మొహం కడుక్కో - వెధవ మొహం నువ్వూనూ." అది

తిరగబడితే బాగుండును. అది తిరగబడితే తను తట్టుకోగలడా! దాని బలం ముందు ఒక్క నిముషంలో చిత్తయిపోతాడు. లోపలికి వెళ్ళింది. గబాగబా కర్ర ఆసరాతో పక్కమీంచి లేచాడు. అది వెళ్ళిన వేపు తలుపు లోపల గడియ పెట్టేశాడు. రెండోవేపు తలుపు కూడా లోపల మూసుకున్నాడు.

అది ఏడ్చింది, బతిమాలింది, రాగాలు పెట్టింది. 'బిర్యాని' తెచ్చి పెడతానని మాట యిచ్చింది. తలకాయ తలుపుకేసి కొట్టుకుంది. ఆ మొద్దు ఏడుస్తుంటే, తనకి తృప్తిగా వుంది, సంతోషంగా వుంది. వెర్రి ఆవేశంతో గ్లాసు అల్మరా తలుపు పగల కొట్టేశాడు. లోపలనుంచి విస్కీ సీసా తీసుకుని, గబాగబా కలుపుకు తాగేశాడు. పుండుమీద కారం చల్లినట్లు మంటగా నిలువెల్లా మండిపోతున్నది. ఆ మొద్దుమీద కసి చల్లారినట్లయింది. ఏదో గాబరాగా, భయంగా వుంది. అప్పుడే పొద్దుకుంకినట్లు చీకటిగా వుంది. కళ్ళు బయర్లు కమ్మినాయి. మొద్దు ఏడుపు క్రమంగా దూరం అయిపోతోంది. నూతిలోంచిలాగా దాని కేకలు, తలుపు బాదిన శబ్దం.

తను కళ్ళు తెరిచేటప్పటికి-ఎదురుగుండా డాక్టరు, పక్కన అది. మొద్దు కళ్ళలో భయం, దిగులు. మొఖం వాచి వుంది. దాన్ని చూస్తే జాలిగా వుంది.

"ఎందుకీ పని చేశారు? మీలాంటి అన్నీ తెలిసిన వాళ్ళు కూడా యిలా చేస్తే ఎట్లా?" కేకలేస్తున్నాడు డాక్టరు.

తను జవాబు చెప్పలేదు. దాని మొఖంలోకి చూస్తున్నాడు. దాని కళ్ళలో బాధ, భయం, ఆరాధన. అటువంటి భావసంచలనం ఏ కళ్ళలోనూ తనకి కనపడలేదు. దగ్గరకు పిల్చాడు చేత్తో. అది కుక్కపిల్లలా-ఆరాధనతో, భక్తితో దగ్గరకొచ్చింది.

"కొట్టానా? నెప్పిగా వుందా?" అడిగాడు, డాక్టరుగారు చేతులు కడుక్కుంటుంటే నెమ్మదిగా.

"లేదు, నాకు దెబ్బలు తగలలేదు. మీ వంట్లో?.... మీరు, మీరు ఎందుకు తాగారు? ఎందుకాపని చేశారు? అది కాలకూట విషం" ఏడుస్తున్నది.

"పిచ్చిదానా! ఇంకెప్పుడూ అట్లాంటిపని చెయ్యను. మంట భరించలేకపోయాను. అన్నం తిన్నావా?" అడిగాడు చేతిమీద పొంగిన దద్దుర్లు చూస్తూ.

"తిన్నాను!" అంది మొద్దు.

కానీ తనకు తెలుసు-అది తిని వుండదని. తనని నూనె పదార్థాలు

తినవద్దన్నారని అది కూరలు మానేసింది. ఉప్పు, కారాలు మానేసి చప్పిడి తింటున్నది. ఈ రోజు అదీ తిని వుండదు.

"మిమ్మల్ని యింట్లో వుంచితే లాభం లేదు. నర్సింగ్‌హోమ్‌లో అయితే-మీరు యిలాంటి పిచ్చి పనులు చెయ్యకుండా చూసుకోవచ్చు. పద్మలతగారితో చెప్పాను. మా నర్సింగ్‌హోమ్‌లో జాయిన్ అవండి. అంబులెన్స్ వస్తుంది" అంటున్నాడు డాక్టరు చికాగ్గా.

"నర్సింగ్‌హోమా?"

"అవును. మీరు బొత్తిగా ఆవిడ మాట వినటంలేదు. మరోసారి యివ్వాళ చేసినట్లు చేస్తే మా మందులు ఎందుకూ పనికిరావు. నర్సు పక్కనుండి అన్నీ చూసుకుంటుంది. నేను ఉదయం, సాయంత్రం చూస్తాను. 'ప్రెమిసిస్'లో వుంటాను కాబట్టి అర్ధరాత్రయినా ఇబ్బంది వుండదు."

"నువ్వు రావుటే!" అడిగాడు నెమ్మదిగా.

"నన్ను రానివ్వకపోతే వూరుకుంటానా? నర్సు వూరికే పైపైన వుంటుంది. మీ పనులన్నీ నేనే చూసుకుంటాను. మీ పక్క వదలి వెళ్ళను" అంది, అతని మంచం పక్క కూచుంటూ.

అతను కళ్ళు మూసుకున్నాడు. కడుపులో నిప్పులు రాజుకుంటున్నాయి. గట్టిగా మూలగాలని, కేకలు వెయ్యాలని వుంది. కాని పెదిమలు నొక్కుకుంటున్నాడు. అది కాళ్ళవైపు కూచుని అరికాళ్ళు రాస్తున్నది. అలా అరికాళ్లు రాస్తుంటే తను ఎన్నో రాత్రులు నిద్రలోకి జారుకునేవాడు. అది అలా రాస్తూ కూచునే వుండేది. ఈ రోజూ రాస్తూనే వుంది. కాని తన అరికాళ్ళ మంట తగ్గటం లేదు ఇంకా భగభగమంటున్నాయి.

"వొద్దు! బట్టలు అవీ సర్దు-వెళ్ళు!" అన్నాడు కాళ్లు లాక్కుంటూ. మంచంమీద కాళ్లు నిలవటం లేదు. పక్కబట్టలన్నీ వేడిగా పొగలు గక్కుతున్నాయి.

"డాక్టర్!" అన్నాడు నీరసంగా.

"యస్!" అన్నాడాయన సిరంజిలోకి మందెక్కిస్తూ

"నేను బ్రతుకుతానంటారా? యీసారి..... యీసారి ఎందుకో భయంగా వుంది."

"నాన్‌సెన్స్! మా నర్సింగ్‌హోమ్ మీకు సెకండ్‌హోమ్ అని మీరే చెపుతూ వుండేవారుగా. రామచంద్రంగారూ! మీరు బొత్తిగా చెడిపోయారు. ఆవిడగార్ని వెర్రిదాన్ని చేసి బాగా వొళ్లు పాడుచేసుకున్నారు. జాండీస్

వచ్చింది-బాగా ముదిరిందని ముందే చెప్పాను గదా! బిరియానీ తింటానని పేచీయా? యు ఆర్ ఎ గ్రోనప్ మాన్ ! అట్లా 'బిహేవ్' చేస్తే ఎట్లా!"

"తినాలనిపించింది."

"చాలా అనిపిస్తాయి వొంట్లో బాగాలేనప్పుడు - అనిపించినవన్నీ చెయ్యలేం. పైగా 'విస్కీ' తాగుతారా! ఆవిడ తలుపులు పగలగొట్టి లోపలి కొచ్చింది కాబట్టి సరిపోయింది. లేకపోతే మీరు మళ్ళీ లేవకుండా నిద్రపోయి వుండేవారు."

"అయామ్ సారీ!"

"మిమ్మల్ని చాలా 'స్ట్రిక్ట్'గా చూడదలుచుకున్నాను ఒక్క పదిహేను రోజులపాటు జాగ్రత్తగా వుంటే - జాండీస్ కంట్రోలు చెయ్యచ్చు"

రామచంద్రానికి మత్తుగా-నిద్ర వచ్చినట్లుగా వుంది. అతనికి మెళుకువ వచ్చేటప్పటికి బాగా చీకటి పడింది. ఇంచుమించు అర్ధరాత్రి అయింది. నర్స్ పక్క కుర్చీలో నిద్రపోతున్నది. పద్మలత మటుకు కాళ్ళవైపు కూచునుంది. కళ్లు తెరిచేటప్పటికి-అతనికి కనిపించింది పద్మలత ముఖం.

నిస్త్రాణగా వుంది-మళ్ళీ మంట ప్రారంభమయింది. అవుటికి వస్తున్నట్లు సంజ్ఞచేశాడు. పద్మలత లేచి బెడ్‌పాన్ పెట్టింది. నర్స్ ఇంకా నిద్రపోతూనే వుంది. ఆమె అతని అరికాళ్లు మెల్లిగా రాస్తున్నది. చేతులకి కొబ్బరినూనె రాసుకుని అరికాళ్లు మర్దన చేస్తున్నది. అతనికి కడుపులో క్షణక్షణానికి మంట పెరుగుతున్నట్లుగా వుంది. నర్స్ లేచి డాక్టరుని తీసుకొచ్చింది. మరో ఇంజక్షనిచ్చాడు-మళ్ళీ మగత. అలా గడిచినాయి యీ వారం రోజులు. ఆ వారం రోజులలో ఎప్పుడు కళ్ళు తెరిచినా, మొద్దు తన కాళ్లదగ్గర కనపడుతూండేది. క్రితం రోజునుంచీ-అది కనపడటం లేదు. నిన్న ఒకటికి రెండుసార్లు నర్సుని అడగటానికి ప్రయత్నించాడు. మాట పెగిలిరాలేదు. ఈ రోజు అతని కంటికి మొద్దు రూపం అసలు కనిపించలేదు. మిగతా అందరూ చుట్టూ వున్నారు. వీళ్ళంతా ఎప్పుడొచ్చారో తెలియదు. కళ్ళు తెరిచేటప్పటికి క్రితం రోజునుంచీ అన్ని మొఖాలూ గుంపులు గుంపులుగా కనిపిస్తున్నాయి. మంచంచుట్టూ మొఖాలు ఆదుర్దాగా తన వంక చూస్తున్నాయి. కాని తను వెతుకుతున్న రూపం కనిపించటం లేదు.

ఏమయింది? ఈ వారం రోజులు శ్రమా భరించలేక మొద్దు నిద్రగానీ పోయిందా! అది అట్లా నిద్రపోయే మనిషి కాదే! ఒకసారి తనకి టైఫాయిడ్ వస్తే

మూడు వారాలు కంటిమీద కునుకు లేకుండా పగలూ రాత్రీ కూచుని సేవ చేసింది. పత్యం తిన్నాక - తను పగటి పూట నిద్రపోతానేమోనని అలా దెయ్యంలా చూస్తూ కూచునేది. అది నిద్రపోదు, అది భూతం-దానికి నిద్రరాదు. దానికి అకలిదప్పులు వుండవు. హొంటెలాగా దాని హొంట్లో వున్న కండబలం ఎన్నాళ్ళు తిండి తినకపోయినా సరిపోతుంది. అట్లాంటి మనిషి ఎక్కడకు పోయింది? వీళ్ళంతా వచ్చారని తనని వదిలేసి వెళ్లిపోయిందా?

మధ్యాహ్నంనుంచి అతనికి కాస్త తేలిగ్గా వున్నట్లుంది. మంటలు కాస్త తగ్గుముఖం పట్టాయి. కాని దేహంమటుకు భారరహితంగా అనిపిస్తున్నది. చుట్టూ వున్న యీ మనుషులమీద కంటే కనపడని ఆ మొద్దు మొహం చుట్టూ మనసు పరిభ్రమిస్తున్నది.

"రామచంద్రం!" అంటున్నారు ఎవరో దూరాన్నించి. ఆ పిలుపు ఎక్కడో విన్నట్లుంది. ఎవరు పిలుస్తున్నారు! ఆ పిలుపు తనని బాల్యంలోకి తీసుకెళ్ళి పోతున్నది. నలభై ఏళ్లు వెనక్కి చెరువుగట్టుకు తీసుకెళుతున్నది. "ఒరే రామం" మళ్ళీ పిలుపు. వాలిపోతున్న కనురెప్పలు బలవంతాన తెరిచి చూస్తున్నాడు, మహేశ్వరరావు. తన బాల్యమిత్రుడు, వాడెప్పుడొచ్చాడు!

అతని పెదిమలు కదులుతున్నాయి. కళ్ళు తెరచి ప్రశ్నార్థకంగా చూస్తున్నాడు.

"పొద్దున్నొచ్చానురా నీకు నయమయేదాకా వుండి, మన ఊరు తీసుకెళ్ళిపోతాను. రెండు మూడు రోజుల్లో వెళ్ళొచ్చున్నారు." అన్నాడు మహేశ్వరరావు.

తనకి నవ్వుగా వుంది

"ఎందుకురా నవ్వుతున్నావ్- వెధవనవ్వూ నువ్వూనూ చిన్నప్పటినుంచీ అంతే- చిదానందం స్వామిలాగా! అన్నిటికీ నవ్వుతావు" మహేశ్వరరావు కంఠం బొంగురుగా వుంది. బలవంతాన కన్నీళ్ళు ఆపుకుంటున్నాడు.

తను నవ్వాడా! తనకి నవ్వగలిగే శక్తి వుందా? యింకా నవ్వగలుగుతున్నాడా!

కళ్ళు తెరచి చుట్టూ చూశాడు గది యించుమించు ఖాళీగా వుంది. అతని కళ్ళు యిటూ అటూ తిరుగుతున్నాయి ఆశగా!

"ఎవరు కావాలి! రవణమ్మని పిలవనా! అడిగాడు మహేశ్వరరావు

వద్దు అన్నట్లు కళ్లు మూసుకున్నాడు.

"పిల్లల్ని పిలవనా!"

వద్దని చెయ్యివూపాడు.

"బాధగా వుందా? డాక్టరు గారిని పిలవనా!" కళ్ళు మూసుకున్నాడు జవాబుగా.

"సిస్టర్, బెడ్ పాన్ పెట్టాలేమో!" అడిగాడు నర్సుని.

ఆమె దుప్పటి కిందనున్న ట్యూబ్ చూపించింది నిశ్శబ్దంగా.

"ఎవరినన్నా చూస్తావా?" అడిగాడు మహేశ్వరరావు.

అతను చెప్పలేకుండా వున్నాడు. పెదిమలు కదులుతున్నాయి. ఎవరు అని చెప్పలేకుండా వున్నాడు.

"సిస్టర్ ఎవర్నో చూడాలనుకుంటున్నాడు. చెప్పలేకుండా వున్నాడు. మీరేమన్నా పోల్చుకోగలరా!" అడిగాడు మహేశ్వరరావు.

"ఉదయంనుంచీ అలా చూస్తూనే వున్నారు వాళ్ల తల్లిగారి కోసమేమోనని అనుకుంటున్నారు ఆవిడకోసం మనిషి వెళ్ళాడు . పండు ముగ్గుట. అట్లాగే తీసుకొస్తున్నారు." అంది నర్స్.

మహేశ్వరరావు మళ్ళీ రామచంద్రం వైపు చూశాడు. అతను కళ్ళు మూసుకున్నాడు, సన్నగా గుర్ మని శబ్దం వస్తుంది.

"నర్స్" అన్నాడు ఆదుర్దాగా.

అయిదు నిముషాల్లో డాక్టరొచ్చాడు. రామచంద్రానికి మళ్ళీ తెలివి రాలేదు. మరునాడు సాయంత్రం ఆరున్నరకి పోయాడు.

2

సినిమా రంగంలో పేరు ప్రతిష్టలు గడించుకున్న రామచంద్రం పోయాడంటే; అతని అభిమానులు, సినిమా ప్రపంచంలోని ప్రముఖులు అంతా వచ్చారు. అతని మరణ వార్త గుప్పున గాలిలోకి పొగలాగా పాకింది.

ఆ రాత్రికి రాత్రి అతని భౌతికకాయాన్ని అడయారులో వున్న అతని యింటికి తీసుకొచ్చారు ఆ యింట్లో హాలులో ఎత్తయిన బల్లమీద దీర్ఘనిద్రపోతున్నాడు రామచంద్రం. చుట్టూ పూలమాలలు, వందలాది గులాబీ దండలు, అగరువత్తుల గుభాళింపులు, మంచుగడ్డలమీద పడుకుని వున్నాడు.

ఆఖరి వారం రోజులలోను అతను దేహంలోపలా పైనా మంటల్తో బాధపడ్డాడు. నిలువెల్లా మంటలు మంటలు అని యమబాధ పడ్డాడు. ఆ మంటలు చల్లార్చేందుకా అన్నట్లు యీనాడు మంచుగడ్డల మీద పవళించి ఉన్నాడు. మెత్తని గులాబీ రేకలు అతని బాధాతప్త హృదయాన్ని సేదతీరుస్తున్నాయి! అయితే అతను వీటన్నిటికీ అతీతంగా ఏ బాధలూ లేని దూరతీరాలకి వెళ్లిపోయాడు. అతను ఆఖరిక్షణందాకా ఎవరికోసం మూగబాధతో వెతికాడో ఆ వ్యక్తి-మహాలింగపురంలో ఒక స్నేహితురాలి యింట్లో తలదాచుకుంటున్నది. కట్టుబట్టల్తో వచ్చి తలదాచుకుంది.

దెబ్బతిన్న పక్షిలా, నేలగూలిన గజరాజంలా పడివుంది-మొద్దు అని ముద్దుగా పిలవబడే పద్మలత. పద్మలత ముప్ఫైఆరు గంటలసేపు అలా నర్శింగ్‌హోమ్ ఆవరణలో కూచుని వుంది. ఆమెని మేడమీదకి ఎవరూ వెళ్ళనివ్వలేదు. ఆఖరికి ఆమె ఎవరినీ ఏమీ అడక్కుండా నిస్త్రాణగా అలా బెంచిమీద కూచుని వుంది, నర్శింగ్‌హోమ్ కింది భాగంలో అక్కడున్న ఆయాల్లో ఒక ఆయా దయతలచి కాఫీ తెచ్చి యిచ్చి బలవంతాన తాగించింది. సాయంత్రం వేళ హడావుడిగా, ఎక్కువమంది పైకివెళ్ళడం చూసి-తనూ వెళ్లడానికి లేచింది. ఆమె వొళ్ళు తూలుతోంది నిస్త్రాణవల్ల. బయట వరండాలో -రవణమ్మా-అతని వాళ్ళూ అంతా నిల్చుని వున్నారు. డాక్టరుగారు ఎ.సి. రూము బయట నిల్చుని ఏదో చెబుతున్నారు. అక్కడి జనం వాళ్లమాటలు వినేవేళకి పద్మలతకి ఏదో భయంగా వుంది. అంతా అయిపోయినట్లూ, సర్వం మునిగిపోయినట్లుగా అయింది. మేడమెట్లు గోడ అంచుపట్టుకొని నెమ్మదిగా కిందికి దిగివచ్చింది పద్మలత.

అటువైపు వెళ్తున్న నర్సు పద్మలతని చూసి, "ఇంకా ఎందుకమ్మా యిక్కడ కూచుంటావ్, వెళ్లు-వెళ్లు.. అంతా అయిపోయింది" అంది.

పద్మలతకి అంతా భయంకరంగా చీకటిగా వుంది. అక్కడున్న గేటు వాడిని బ్రతిమలాడితే-వాడు ఆటోరిక్షా తెచ్చిపెట్టాడు. రిక్షా ఎక్కి అడయార్‌లో తమ యింటికెళ్ళింది. గేటు మూసేసి-లోపల తాళం పెట్టి వుంది. గట్టిగా యిటూ అటూ వూపి - మునియమ్మని పేరు పెట్టి పిలిచింది పద్మలత. మునియమ్మ రాలేదు. ఎవరో కొత్త పనివాళ్లు- కొత్త ముఖాలు.

"తలుపు తియ్యి." అంది పద్మలత.

"ఎవరు మీరు - అమ్మగారు ఎవరొచ్చినా తలుపు తియ్యవద్దన్నారు." అన్నాడు వాడు మోటుగా.

"మునియమ్మ లేదా!"

"ఎవత్తది! మునియమ్మా లేదు గినియమ్మా లేదు, ఎవరూ లేరు-వెళ్ళు వెళ్ళు" అన్నాడు వాడు దూకుడుగా.

"లోపల నా బట్టలున్నాయి-నా సామానుంది-తలుపుతియ్యి"

"ఊహూ, వల్లకాదు. అమ్మగారు యింటికి తాళం పెట్టేశారు. ఎవరొచ్చినా తియ్యద్దు అన్నారు."

"ఏ అమ్మగారు!"

"మా అమ్మగారు. ఇంకే అమ్మగారు ! అయ్యగారి భార్యగారు. వెళ్ళు వెళ్ళు" అంటూ వాడు వెనక్కి వెళ్లిపోయాడు దిలాసాగా.

పద్మలతకి ప్రపంచమంతా గిర్రున తిరిగిపోతున్నట్లయింది. నిన్న మొన్నటిదాకా యిది తన యిల్లు, తన సామాను, తన మనిషి, తను యజమానురాలు! ఒక్క మూఫ్పై ఆరు గంటల్లో తన జీవితం తల్లక్రిందులయిపోయింది. తను ఎక్కడికి పోతుంది! కట్టుబట్టల్తో ఎవరిని ఆశ్రయిస్తుంది! తన మనిషే పోయినప్పుడు తనకివన్నీ ఎందుకు! ఎక్కడో అక్కడ ఎలాగో బ్రతుకుతుంది. ఆ మనిషే లేనప్పుడు, అంతటి ప్రేమాస్పదుడే పోయినప్పుడు తను బ్రతికితే ఏం ఛస్తే ఏం, ఎక్కడన్నా పడి చచ్చిపోవాలి! సముద్రంలో దూకి చచ్చిపోవాలి-తను చచ్చిపోతుంది. ఆయనతో పాటు తను చచ్చిపోతుంది. కాని ఒక్కసారి ఆ కాళ్ళు పట్టుకోవాలి. కొన్ని వేలసార్లు తన అరిచేతుల్తో రాసిన ఆ పాదాలని పట్టుకు-ఒక్కసారి పూలమాలవేసి, దణ్ణం పెట్టి చచ్చిపోతుంది. తను బ్రతకదు, బ్రతకలేదు.

ఆటోరిక్షా ఎక్కి పద్మలత సుజాత యింటికెళ్ళింది. సుజాత మహాలింగపురంలో వుంది. ఈ మధ్యనే సుజాతకి కాస్త మంచివేషాలు దొరుకుతున్నాయి. సుజాత మద్రాసుకి వేషాలకని వొచ్చిన కొత్తలో మూడు నెలల పాటు తమ యింట్లో వుంది. సుజాత పైకివచ్చినా-తమని మర్చిపోలేదు. రెండు మూడుసార్లు నర్సింగ్‌హోమ్‌కి కూడా వచ్చి చూసింది. పద్మలత వెళ్లేసరికి సుజాత ఇంట్లో లేదు. పనివాళ్ళు తెలిసిన వాళ్లే కాబట్టి యింట్లోకి రానిచ్చారు.

"అదేమిటమ్మా - మీరు నర్సింగ్‌హోమ్‌లో వున్నారని - అమ్మగారు అక్కడికెళ్ళారు." అడిగింది పనిమనిషి.

పద్మలతకి ఏం చెప్పాలో ఏమిటో కూడా తెలియటంలేదు. "రావులమ్మా-నాక్కాస్త కాఫీ యివ్వమ్మా! పొద్దుటినుంచి పళ్ళుకూడా తోముకోలేదు." అంటూ అలా నేలమీదనే వరిగి పడిపోయింది. రావులమ్మ కాఫీ తెచ్చి యిస్తే పద్మలత తాగలేకపోయింది. తాగిందంతా వాంతి చేసుకుని అలా దెబ్బతిన్న పక్షిలా పడివుంది. ఆమెని ఎవరూ కదపలేదు అలా చాపమీద పడి నిద్రపోయింది తెల్లవార్లూ.

తెల్లవారగట్ల మెళుకువ వచ్చింది. కొత్త గది, కొత్త వాతావరణం. కళ్ళు నులుముకోగానే-ఆమెకి మొదట రామచంద్రం జ్ఞాపకం వచ్చాడు. తను మొద్దు నిద్రపోయింది. అతనికేం కావాలో కనుక్కోలేకపోయింది. రాత్రి నిద్రలో పిల్చాడేమో! దాహం వేసిందేమో! బాత్‌రూమ్‌కి వెళ్లాల్సొచ్చిందేమో! అరికాళ్లు మంటలు పుట్టాయేమో! వెంటనే మళ్లీ గుర్తుకొచ్చింది. రాత్రి సంఘటన. అయిపోయింది-అంతా అయిపోయింది. ఆయన్ని అందరూ కలసి తననుంచి లాక్కుపోయారు. తనని చూడనివ్వలేదు, దగ్గరకు రానివ్వలేదు. ఆఖరికి తనని యింట్లోకి కూడా రానివ్వలేదు. అలా చాపమీద చలనరహితంగా మొద్దులా కూచుని వుంది.

రావులమ్మ తొంగిచూసింది గదిలోకి. పద్మ లేచి ఉండటం చూసి, "మొహం కుదుక్కోండి, కాఫీ తాగుదురు గాని." అంది.

"నాకేం వద్దు. మా యింటికెళ్ళిపోతాను. అక్కడ ఆయన ఒక్కరూ వుంటారు." అంటూ పిచ్చిదానిలా దిక్కులు చూస్తున్నది.

ఈలోగా సుజాత మేడమీంచి దిగివచ్చింది.

"అక్కా! మొహం కడుక్కో." అంది సుజాత కాస్త గద్దించినట్లు.

"వొద్దు. మా ఇంటికెళ్ళి కడుక్కుంటా-యిక్కడొద్దు." అంది పద్మలత.

"రాత్రి నువ్వు నర్సింగ్‌హోమ్‌లో వుంటావనుకున్నాను, నువ్వు తప్ప అంతా వున్నారు. ఎవరినడిగినా నీ గురించి చెప్పలేదు. ప్రొడక్షను మేనేజరు రామభద్రంగారు నిన్నేదో వాళ్ళు రానివ్వలేదని చెప్పారు."

ఆయన దగ్గరకు నన్ను వెళ్లనివ్వలేదు. మూడు రోజులయింది. ఆ గది ఛాయలకి రానివ్వలేదు, ఆఖరికి మేడమీదక్కూడా రానివ్వలేదు."

"ఎవరూ!"

"నర్సులూ - డాక్టర్లూ"

"పోనీ ఆ రవణమ్మగారితో చెప్పలేకపోయావా!" అడిగింది సుజాత.

"ఆవిడ వొచ్చాకనే-అంతకు ముందు నేనొక్కదాన్నే అన్ని సేవలూ చేశాను, ఆవిడా, వాళ్ళ వాళ్ళూ వచ్చారు. వాళ్ళొచ్చారు గదా అని కాసేపు వరండాలో దూరంగా నిల్చున్నాను. అంతే! మళ్ళీ రానివ్వలేదు" పెద్దపెట్టున ఏడ్చింది పద్మలత.

"డాక్టరుగారితో చెప్పలేకపోయావా!"

"చెప్పాను-అందరితో మొరపెట్టుకున్నాను. నేను చూస్తే జబ్బు ఎక్కువవుతుందట. అందరూ కలసి నన్ను ఆయనికి దూరం చేసారు. ఆఖరికి బయటనుంచి ఒక్కసారి చూస్తానని వేడుకున్నాను. అలా పిచ్చిదానిలా కింద కూచుని వున్నాను తప్ప - నన్నెవరూ పైకి వెళ్లనివ్వలేదు." అంది పద్మలత శూన్యంలోకి చూస్తూ

"ఇప్పుడేం చేస్తావ్!"

"ఇంటికెళ్ళి - ఆయన రావడానికి ఏర్పాట్లు చేస్తాను ముందు హాల్లో" .... ఏడుస్తున్నది పద్మలత.

సుజాతకి బాధగా వుంది. రామచంద్రం పోయాడని కబురు తెలియగానే తనకి పద్మలత జ్ఞాపకం వచ్చింది. మూడు రోజులుగా అవుట్‌డోర్ పని వుండటం చేత తను ఊళ్ళో లేదు. వచ్చీ రాగానే ఆయన పోయాడని విని, వెంటనే నర్సింగ్‌హోమ్‌కు పరిగెత్తుకెళ్ళింది, పద్మలత వంటరిగా వుంటుంది, పట్టుకునే వాళ్ళు ఎవరూ వుండరని! తను వెళ్ళేసరికే అంతా కొత్త ముఖాలు కారిడార్స్ నిండా సినిమా జనం. అందరూ హడావుడిగా తిరుగుతున్నారు. లోపలికి తొంగిచూసింది. ఎక్కడా పద్మలత లేదు. 'పిచ్చిది ఏ మూలనో విరుచుకు పడిపోయి వుంటుంది" అనుకుంది. రామచంద్రం కాళ్ళ దగ్గర భార్య, పిల్లలు, అతని స్వంతవాళ్ళు కూర్చుని వున్నారు కళ్ళు తుడుచుకుంటూ.

సుజాతకి పద్మలతని గురించి ఎవరినడగాలో బోధపడలేదు. నర్సులని అడిగింది, "ఆవిడ ఎక్కడ!" అని. తెలియదన్నారు. ఆయాలని అడిగింది."ఆయమ్మ - రెండు రోజులుగా యిక్కడుండటం లేదన్నారు."

"పద్మలతని గురించి అడుగుతున్న ఒకే ఒక వ్యక్తి సుజాత. ఆమెని గుర్తించిన రామభద్రం పక్కగా వచ్చి, "నమస్కారమమ్మా-మీరు వూళ్ళో లేరా!" అని అడిగాడు.

"నేను అవుట్‌డోర్‌కి వెళ్ళాను. పద్మలత కనిపించడం లేదు...." ఆగిపోయింది సుజాత.

అతను పక్కకి రండి అన్నట్లు సౌంజ్ఞ చేసాడు కళ్ళతో. అతని వెనుకగా నడిచింది, చుట్టూ వున్న మనష్యులని తప్పించుకుని. వరండానిండా మగవాళ్ళు తప్ప, ఆడవాళ్ళు లేరు. ఆడవాళ్ళంతా మరునాడు వచ్చి చూస్తారు కాబోలు అనుకుంది.

"నిన్న సాయంత్రం మేము వచ్చాం" అన్నాడు రామభద్రం.

"అలాగా-అప్పటికే డేంజర్‌గా వుందా"

పోతారని డాక్టర్లకి ముందే తెలుసు. మేము వచ్చేటప్పటికి పద్మలతగార్ని వీళ్లు పైకి రానివ్వలేదుట - అట్లా కింద మెట్లదగ్గిర నిల్చుని అందర్నీ బ్రతిమాలుకుంటున్నారు. నాకు చాలా బాధ వేసింది. ఏ ఒక్కరూ ఆవిడని లక్ష్యపెట్టలేదు.

"ఎవరు! వీళ్ళెవరు రానివ్వడానికి! అక్క ఆరేళ్ళుగా ఆయనతో కాపురం చేస్తున్నది."

"అని మీరు అనుకోవచ్చు. ఆయన భార్యా, అన్నగారూ, చెల్లెలూ అంతా కలిసి పద్మలతగారిని బయటకి తరిమారు."

"డాక్టర్లు వూరుకున్నారా!"

"పెద్దడాక్టరుగారు ఎప్పుడోగానీ రారు. అసిస్టెంట్సుకి యివన్నీ ఎందుకు? ఏది ఏమైనా మూడు రోజులునుంచి ఒక ఆడది అలా తిండీ తిప్పలు లేకుండా పడివుంటే ఎవరికీ జాలి కలుగలేదు.అదీ సభ్యసమాజపు నడవడిక. పద్మలతగారి గురించి మీరొక్కరే అడిగారు యింతదాకా! మిగతా అందరూ తమకెందుకన్నట్లు వూరుకున్నారు. అందరికీ తెలుసు, ఈ రవణమ్మ గారు నిన్నగాక మొన్న వచ్చిందని, పద్మలతగారు ఆరేళ్ళుగా ఆయన జీవితం పంచుకున్నారని! కానీ ఆవిడ సంగతి కనుక్కునే దమ్ములు లేవు వాళ్లకి." అన్నాడతను.

"ఎక్కడికెళ్ళి వుంటుందంటారు?" అడిగింది సుజాత.

"ఇంటికెళ్ళిపోయారేమో!"

"వెళ్ళి చూస్తాను. నేను వెళ్ళి కనుక్కుంటాను. తిండీ తిప్పలు లేకుండా పడివుందో ఏవిటో- ఓదార్చేవాళ్ళు కూడా లేరు" అంటూ సుజాత బయలుదేరింది నర్సింగ్‌హోమ్ నుంచి.

సుజాత రామచంద్రం యింటికెళ్ళి గేటు తడితే, పనివాళ్ళు లోపలినుంచే బదులు చెప్పారు. గేటు తెరవలేదు. పద్మలత ఎవరో తమకి తెలియదన్నారు. ఆఖరికి మునియమ్మ కూడా తమకు తెలియదన్నారు. సుజాతకి ఆశ్చర్యమేసింది. ఒక్క మూడురోజుల్లో – ఒక మనిషి వునికినే పూర్తిగా విస్మరించడం సాధ్యమా? వీళ్ళందరికీ నిజంగా పద్మలత తెలియదా! పద్మలత ఎక్కడికెళ్ళివుంటుంది? తనకి తెలుసు పద్మలతకి ఎవరూ లేరని! ఉన్న ఆ వొక్క తల్లీ మూడేళ్ళక్రితం చచ్చిపోయింది. ఎక్కడికెళ్ళి వుంటుంది! సినిమా ప్రపంచంతో కూడా పద్మలతకి అట్టే పరిచయం లేదు. రామచంద్రంగారు పరిచయం అయాక పక్కా గృహిణి అయిపోయింది. అతను తప్ప ఆమెకి లోకంలేదు, అట్లాంటిది ఎక్కడికెళ్ళింది? ఏ సముద్రంలోనన్నా దూకలేదు కదా! సుజాతకి ఆ రాత్రి తొమ్మిదింటివేళ ఎటువంటి 'కోర్స్ ఆఫ్ యాక్షన్' తీసుకోవాలో బోధపడలేదు. ఎటూ తోచక యింటికొచ్చింది. ఇంటికొచ్చాక, అన్నీ కోల్పోయిన నిర్భాగ్యురాలు, సర్వం కోల్పోయిన దౌర్భాగ్యురాలు, అలా చాపమీద వొళ్ళెరక్కుండా పడివుంది.

"అక్కా–నిన్ను వాళ్ళు యింటికి రానిస్తారా!" అడిగింది సుజాత.

పద్మలత అర్థంకానట్లు చూసింది.

"రాత్రి యింటికెళ్ళావా!" అడిగింది సుజాత.

"వెళ్ళాను. గేట్లు తాళం పెట్టి వున్నాయి. లోపలికి రానివ్వలేదు" అంది పద్మలత అదేదో మామూలు విషయం అన్నట్లు.

"మరి ఏంచేస్తావ్!" అడిగింది సుజాత.

"ఇంటికెళ్ళి ఆయన రాకకోసం ఏర్పాట్లు చేస్తాను" అంది పిచ్చిదానిలా.

"ఆ ఏర్పాట్లన్నీ వాళ్లు చూసుకుంటున్నారు. నీకెందుకు? నీకూ ఆయనికి ఋణం తీరిపోయింది."

"లేదు ఒక్క ఋణం వుంది. ఆఖరిసారి కళ్ళారా చూడాలి. లేకపోతే, నేను వుండలేను. ఒక్కసారి కాళ్ళకి దణ్ణం పెట్టి దండవేస్తాను. నన్ను ఒక్కసారి ఆయన కాళ్ళు ముట్టుకోనిస్తే చాలు." ఏడుస్తున్నది పద్మలత.

"ప్రాణంలేని–ఆ పాదాలకి నీ స్పర్శ ఏం తెలుస్తుంది! ఆ కాళ్ళు నువ్వు ముట్టుకున్నా ఎవరు ముట్టుకున్నా వొకటే,"

"నీకు అర్థం కాదు సుజాతా! యీ చేతుల్తో ఆయన అరికాళ్ళు ఎన్ని వేలసార్లు రాశానో తెలుసా. 'మొద్దూ! నువ్వు పాదాలు రాయకపోతే నాకు నిద్ర రాదే' అనేవారు. కోపం వచ్చినా, తిట్టినా, కొట్టినా ఏం చేసినా అరికాళ్ళు రాయకపోతే వూరుకునేవారు కాదు. ఆయన రాయమని అడక్కపోయినా నాకు ఆ పాదాలు కొబ్బరినూనెతో మర్దిస్తేగాని నిద్రపట్టేదికాదు. ఈ అరిచేతులు చూడు! యివి ఆయన సేవలో మొద్దుబారిపోయాయి. నా అరిచేతులు మెత్తగా పూవుల్లా వుంటాయనేవారు. ఈ చేతులని కాల్చేసుకుంటాను! నరుక్కుంటాను. కాని ఒక్కసారి ఆ కాళ్ళు పట్టుకోవాలి. అప్పుడుగాని నాకు మనశ్శాంతి వుండదు." వెక్కి వెక్కి ఏడుస్తున్నది పద్మలత.

సుజాతకి ఎలానో వున్నది. 'ఈ దీనురాలి ప్రేమని, బాధని ఎవరు అర్థం చేసుకుంటారు! ఈమె హృదయవేదన ఎవరికి కావాలి! అందరూ గజ్జికుక్కని తరిమినట్లు, దూరంగా తరుముతున్నారే తప్ప, ఈ పర్వతాకారంలోని హృదయస్పందన ఎవరు అర్థం చేసుకుంటారు?'

"ఆ ఉదయం పదిగంటల వేళ సుజాత పద్మలతని వెంటపెట్టుకుని రామచంద్రం యింటికి వెళ్ళింది. ముందు హాల్లో అతని భౌతికకాయం పడుకోబెట్టి వుంది. ముఖం కనపడకుండా పూలదండలు, గులాబీదండలు గుట్టగా పడి వున్నాయి. ఒకవైపు వేసే దండలు వేస్తున్నారు-వడలిన దండలు తీసేసి గుట్టగా పడేస్తున్నారు. టాక్సీ దిగింది సుజాత-సుజాతతో పాటు పద్మలతను కూడా కిందకి దిగమంది. పద్మలత చెయ్యి పట్టుకుని తీసుకొస్తున్నది. ఆవరణనిండా కార్లు, జనం. సినిమాలోకంలోని పెద్ద తలకాయలంతా అక్కడేవున్నారు. రామచంద్రం దేహం పూలదండల మధ్యనుంచి కనిపిస్తున్నది. కాళ్ళ దగ్గిర రవణమ్మా, పిల్లలూ కూర్చున్నారు. తలవైపుగా తల్లి కూచునుంది. పద్మలత-సుజాత చెయ్యి ఆసరాగా రెండడుగులు వేసింది ముందుకు.

ఎవరో కొత్త ముఖం. మొగతను గబగబ హాల్లోంచి ముందుకొచ్చాడు.

"ఎవరమ్మా మీరు!" అడిగాడు.

"ఆయనమీద భక్తీ, గౌరవం కలవాళ్ళం, ఫిలిమ్ ఆర్టిస్టుని" అంది సుజాత.

ఆయన ప్రశ్నార్థకంగా పద్మలతవంక చూశాడు.

"ఆవిడ, ఆవిడ" తడుముకుంటున్నది ఎలా చెప్పాలో తెలీక.

"మా బావగారు నా చెల్లెల్ని అన్యాయం చేసిపోయారు. ఆఖరిరోజుల్లో ఆయన్ని ఎవరెవరు ఎలా పీడించుకుతిన్నారో మాకు తెలుసు ఇంట్లో వున్న సొత్తూ, సామాను అంతా వూడ్చుకుపోయి తగుదునమ్మా అని- ఈ బజారుముండ మళ్ళీ వచ్చిందా! ఈవిడగారు దండ వేస్తే మా బావ సరాసరి నరకానికి పోతాడు, స్వర్గానికి కాదు. అమ్మా, మీకు మానాభిమానాలు, లజ్జా లేకపోవచ్చు, మేము మర్యాదకలవాళ్ళం. దయచేసి ఆ మహాతల్లిని ఇక్కడినుంచి తీసుకెళ్ళిపోండి. దండలూ, గిండలూ వొద్దు." అన్నాడతను తీవ్రంగా.

సుజాతకి మొదట నోటమాట రాలేదు. తాము సినిమావాళ్ళం కాబట్టి మానాభిమానాలు లేవని అంటున్నాడు. ఇంత బట్టబయలుగా తమని ఎవరూ యిలా అవమానించలేదు. పత్రికల్లోనూ-వెనకమాటుగానూ తమ గురించి ఎన్నోరకాలుగా అనుకున్నా యింత పచ్చిగా ఒక ఆర్టిస్టుని మొహం మీద అవమానిస్తాడా! ఎంత ధైర్యం!

"ఇంతకీ మీరనేదేమిటి! ఇంతమంది ఎరగనివాళ్ళూ ఎరిగిన వాళ్లూ వస్తే వూరుకున్నారే! ఈవిడ ఒక్కర్తె వస్తే మీకొంప మునిగిందా!"

"మునిగింది, మునుగుతుంది. నా బావమరిదిని పిచ్చికుక్కని చేసి, వెంట తిప్పుకుంది యీ మనిషి జబ్బు మనిషికి తాగుడుపోసి చంపేసింది. ఇన్ని మాటలెందుకు! మీరు లోపలికి రావడానికి వీల్లేదు. కావాలంటే మీరు వెళ్ళి దండ వేయండి. మాకేం అభ్యంతరం లేదు. కాని ఆ బజారుముండ లోపలికి రావడానికి వీల్లేదు, ఇది నా చెల్లెలి యిల్లు. నా బావమరిది మావాడు."

"ఇప్పుడాయన ఎవరి వాడూ కాదండీ! ప్రాణంలేని కట్టె."

"ఆ కట్టె బూడిద అయ్యే దాకా మాదే, ఆ శవం మీద మాకు తప్ప ఎవరికీ హక్కు లేదు. దీనిచేత దండ వేయించి నలుగురిలో నవ్వులపాలు చేద్దామనుకుంటున్నారా!" అడుగుతున్నాడు చాలా తీవ్రంగా.

చుట్టూ చూసింది సుజాత. అందరూ పట్టనట్లు మరోవైపుకి చూస్తున్నారు. దూరాన-మూవీ కెమెరాతో ఎవరో ఫిలిమ్ తీస్తున్నారు. మరో పక్కగా 'రఘుపతి రాఘవ' భజన వినిపిస్తున్నది. రవణమ్మ మాటిమాటికి భర్త పాదాలు పట్టుకు ఏడుస్తున్నది. ఆమె విరుచుకుపడిపోయినప్పుడల్లా ఫోటోలు తీస్తున్నారు. సుజాత మరోసారి చుట్టూ చూసింది. దూరాన రామభద్రం ఆసక్తిగా చూస్తున్నాడు వీరివంక.

సుజాత చెయ్యి వూపింది. అతను టాక్సీ దగ్గరకొచ్చాడు. "అక్కా నువ్వు టాక్సీ ఎక్కు" అంది సుజాత. పద్మలత మరబొమ్మలా టాక్సీలో ఎక్కి కూర్చుంది.

"మీరోసారి మాతో వస్తారా! ఇక్కడేదైనా పనుందా!" అడిగింది సుజాత రామభద్రాన్ని.

"దేవుడి పెళ్ళికి అందరూ పెద్దలే! నాకేం పనిలేదు. మా ప్రొడ్యూసర్‌గారితో వచ్చాను" అన్నాడు రామభద్రం.

"ఇప్పుడిప్పుడే 'బాడీ'ని తియ్యరా!" అడిగింది సుజాత.

"నాలుగింటికి రెండో అన్నగారూ వాళ్ళూ వస్తారుట. నాలుగయితే చల్లబడుతుంది. అప్పుడు నడిచి షికారుగా 'బాడీ' వెంట వెళ్తారు మన పెద్దలు" అన్నాడు రామభద్రం తమాషాగా.

"టాక్సీ ఎక్కండి-మీతో కొన్ని సంగతులు చెప్పాలి" అంది సుజాత.

సుజాతకి పట్టరాని కోపంగా వుంది. 'ఎలాగయినా సరే రామచంద్రం భౌతికకాయం మీద పద్మలత చేత దండ వేయించితీరాలి. తోటి స్త్రీని-దిక్కులేనిదాన్ని చేసి వీళ్ళందరూ అమానుషంగా ప్రవర్తిస్తున్నారు. ఈ రోజు తను భయపడి వూరుకుంటే రేపు పద్మలతకి కట్టుబట్టలు కూడా వూళ్ళాక్కునేటట్లు వున్నారు. ఇంతమంది పురుషపుంగవులుండి-ఒక్క స్త్రీ కోరిన అతి చిన్న కోర్కె తీర్చలేకుండా వున్నారు. పద్మలత ధనం కోరడంలేదు, ఆస్తిలో వాటా కోరలేదు. కనీసం భార్యనని కూడా చెప్పుకోలేదు. ఆరేళ్ళపాటు రామచంద్రానికి సర్వస్వం అర్పించి భక్తివిశ్వాసాలతో అతనికి సేవ చేసింది. తన దేహాన్ని, హృదయాన్ని అర్పించింది. అహర్నిశలూ అతన్ని కనిపెట్టుకుని వుంది. అటువంటి ఆడది-అంతిమ యాత్రలో ఒక దండ వేస్తానంటే, ఒక్కసారి కడసారి చూస్తానని అంటే వీళ్ళందరూ ఎందుకు అడ్డుపెడుతున్నారు-పద్మలత దండ వేసినంత మాత్రాన వీళ్ళ సొమ్మేం పోయింది!"

"రామభద్రంగారూ, మీరు చూశారుగా! ఆ పెళ్ళాం వాళ్ళూ వచ్చాక-కనీసం ఒక్కసారి చూడనివ్వనుకూడా లేదుట. గేటుకి తాళం పెట్టించేశారు. రాత్రికి రాత్రీ యింట్లోకి కూడా రానివ్వలేదు. రాత్రంతా అక్క ఎక్కడుందో తెలుసా!"

"మీ యింట్లో" అన్నాడు రామభద్రం.

"మీకెలా తెలుసు!"

"ఆ మాత్రం ఊహించలేనా! ఇంతకీ ఆయన ఏమంటాడు ! బట్టలు యివ్వనంటాడా!

"బట్టలూ కాదు-నగలూ కాదు దండకూడా వెయ్యకూడదట. ఆఖరిసారి చూడకూడదట. మా సినిమావాళ్ళకి మానమర్యాదలు లేవట. నిన్నగాక మొన్న రైలుదిగి పెద్ద కబుర్లు చెపుతున్నాడు. నేను వూరుకోను"

"నలుగుర్నీ పిలిచి యాగీ చేస్తాను."

"ఏం చేస్తారు?"

"సుజాతగారూ! మీరు చిన్నవాళ్ళు. ఇప్పుడిప్పుడే పైకొస్తున్న ఆర్టిస్టు మీరు. కొంచెం తెలివిగా-మెళుకువగా ప్రవర్తించండి."

"అంటే అక్కని - మీ అందరిలాగానే ఆమె ఖర్మానికి వదిలెయ్యమంటారా? చచ్చినా ఆ పని చేయను. మన కళ్ళముందు ఒక నిరాదరురాలిని యిట్లా చేస్తుంటే నేను భరించలేను. ఇవ్వాళ అక్కకి జరిగింది. రేపు నాకు జరుగుతుంది. ఆడది అంటే అంత తేలికా! పాతచొక్కాకున్న విలువ కూడా లేదా అని!"

"నేను మీకో సలహా యిస్తాను! వింటారా!"

"వింటాను-సవ్యమైనది అయితే."

"మీరు చిన్నవారు-పైకి వస్తున్నవారు, మీరు చెప్పినా ఎవరూ వినరు మన యిండస్ట్రీలో కాస్త పెద్ద తారలని పట్టుకోండి. వాళ్ళకి యీ జరుగుతున్న అన్యాయం చెప్పండి."

"మొగవాళ్ళవల్ల లాభం లేదు. అక్కడ అంతమంది మగాళ్ళుండీ తలలు తిప్పుకున్నారు" అంది సుజాత దూకుడుగా.

"మొగవాళ్ళు కాదు. మీ లేడీ ఆర్టిస్టులు, యిద్దరు ముగ్గురు పెద్దవాళ్ళకి తిరేకెకించండి-సినిమా ఆడవాళ్ళకి మానాభిమానాలు లేవన్నాడని రామచంద్రం బావమరిది అన్న విషయం చెప్పండి. నేను, నా ఫ్రెండు శాస్త్రికికూడా చెపుతాను. అతను యీమెకి జరిగిన అన్యాయాన్ని పత్రికల్లో తూర్పార పట్టేస్తాడు."

"అతనెప్పుడో రాసి నలుగురి నోళ్ళలో పడి ఏం ప్రయోజనం! శవం వెళ్లటానికి ముందు, అక్క ఆ రామచంద్రంగారి మెడలో దండవెయ్యాలి. అది

జరుగుతేనే గాని నాకు నిద్రపట్టదు. ఎంత ధైర్యం-మాకు మానాభిమానాలు లేవా! సినిమావాళ్ళంటే అంత తేలికా? ఆ 'ఫీల్డులో' సంపాయించిన డబ్బు కావాలేం సిగ్గులేని రాస్కెల్స్" తిడుతోంది సుజాత కసిగా.

"ఈ మాటలే మీరు ఇద్దరు ముగ్గురు లేడీ ఆర్టిస్టుల్తో చెప్పండి. వాళ్ళ మద్దతుంటే పెద్ద ప్రొడ్యూసర్స్ కూడా చచ్చినట్లు వింటారు. విష్ యు గుడ్‌లక్" అన్నాడు రామభద్రం.

"ఇది గుడ్‌లక్కా!"

"సంఘటన విషాదాంతమైనా ఇక్కడ సమస్యల్లో మానవతావాదం యిమిడి వుంది. ఏ మనిషీ ఇంకో మనిషిని యింత నిర్దాక్షిణ్యంగా చూడకూడదు ఇంత హృదయంలేనట్లు ప్రవర్తించకూడదు. అందులోనూ నిరాశ్రయురాలైన ఒక స్త్రీ పట్ల! అదీ అసలు విషయం. ఇది ఒక రకంగా మీ స్త్రీజాతి కొరకు మీరు చేసే ధర్మయుద్ధం, అందులో మీకు గెలుపు రావాలని 'గుడ్‌లక్' చెప్పాను. ఈ టాక్సీలోనే సరాసరి వెళ్ళి మీ యుద్ధం ఆరంభించండి" అన్నాడు రామభద్రం దిగిపోతూ.

"ఆ మధ్యాహ్నం రెండున్నరవేళ పరిశ్రమలో ముగ్గురు పెద్ద తారలతోపాటు సుజాతా, పద్మలతాకూడా పెద్దకారులోంచి దిగేసరికి ఎవరికి అడ్డగించే దమ్ములు లేకపోయాయి. ప్రొడ్యూసర్స్ ఎదురువెళ్ళి ఘనస్వాగతం ఇచ్చారు. ఆ తారలతోపాటు పద్మలతా వెళ్ళింది రామచంద్రం భౌతికకాయం వద్దకు. అతని రెండు కాళ్ళూ పట్టుకొని విరుచుకు పడిపోయింది అక్కడే.

మూవీ కెమెరామాన్ అన్ని దృశ్యాలూ ఒక్కటికూడా బీరు పోకుండా చకచక సినిమా తీశాడు. అక్కడున్న ఎవరో పద్మలత ముఖం మీద నీళ్ళు చల్లారు. పద్మలత తెప్పరిల్లి లేచింది. వంచిన తల ఎత్తకుండా సుజాత చెయ్యి ఆసరాగా పట్టుకుని కారులోకి వెళ్ళి పడిపోయింది. చుట్టూ వున్న జనం గుసగుసలాడుతున్నారు. రామచంద్రం కుటుంబసభ్యులు సూజాతవంక నిప్పులు చెరుగుతూ చూశారు. రవణమ్మగారు మరోసారి గొల్లుమని, విరుచుకు పడిపోయింది. పక్కనున్న యశోద ఆవిడ తలని వొళ్ళో పెట్టుకుని, బలవంతాన హార్లిక్సు తాగించింది. సుజాతవంక రామభద్రం 'శభాష్' అన్నట్లు చూశాడు. ఎవరు ఎల్లా చూసినా సుజాతకి చాలా తృప్తిగా వుంది. పద్మలత కోర్కె తను తీర్చగలిగిందది. సినిమావాళ్ళంటే అంత చులకనగా చూసే రామచంద్రం బావమరిదికి చెప్పుతో కొట్టినట్లు బుద్ధి చెప్పింది.

"యశోదా! నువ్వు కూడా వెళ్ళిపోతే నాకు దిక్కెవరు!" గట్టిగా యశోదని పట్టుకుని ఏడుస్తున్న రవణమ్మని చూస్తే, మహేశ్వరరావుకి ఆశ్చర్యంగా వుంది. నిజంగా రవణమ్మ అంత భయపడుతోందా! లేక ఇదంతా పైకి నటనా! అనికూడా అతనికి అనుమానంగా వుంది.

యశోదకి, రవణమ్మకి మధ్య పచ్చగడ్డి వేస్తే భగ్గుమంటుంది. ఒకరితో ఒకరు మాట్లాడుకోరు. అల్లాంటిది ఈ యిద్దరు స్త్రీలు యింత దగ్గరగా ఎప్పుడొచ్చారబ్బా అని అతనికి అనుమానంగా వుంది.

"రవణమ్మా! నేనెక్కడకీ వెళ్ళను. నిన్ను వదలిపెట్టి వెళ్ళను." అంటూ ఆమె తలని తన వడిలో చేర్చుకు వోదారుస్తున్నది యశోద. రామచంద్రం తల్లి ఒక మూలగా పడివుంది. వేళకింత అన్నం పడేస్తున్నారు ఎవరో ఒకరు. ఆవిడ ఏడ్చినంతసేపు ఏడ్చి, తిండితిని నిద్రపోతున్నది.

"నేను వెళ్ళి పదోరోజుకి వస్తాను" అన్నాడు మహేశ్వరరావు.

"చూడు, నువ్వూ రామచంద్రం అన్నదమ్ములకంటే ప్రేమగా వుండేవారు. నిజానికి వాడు ఏ మాటా సరిగ్గా చెప్పేవాడు కాదు. వాడి వ్యవహారాలు నీకేమన్నా తెలుసా?" అడిగాడు పెద్దన్నగారు.

"నాకు తెలియదండీ! ఏదో మద్రాసొచ్చినపుడు కాసేపు చూసి పోవడం తప్ప" అన్నాడు మహేశ్వరరావు యిబ్బందిగా.

"బావా! చిన్నబావ ముప్పై సినిమాలకి కెమెరామాన్‌గా పనిచేశాడు. సినిమాకి పదివేలన్నా సంపాయిస్తారుట, మూడులక్షలదాకా దగ్గర దగ్గర ఆస్తి వుండాలంటున్నారు, ఏమండీ! మీకు తెలియదా!" అడుగుతున్నాడు రవణమ్మ తమ్ముడు.

"నాకు డబ్బు విషయాలు ఎప్పుడూ చెప్పేవాడు కాదు, నేను అడిగే వాడిని కాదు" అన్నాడు మహేశ్వరరావు".

"అది కాదండీ, బ్లాక్-గీకూ ఏమన్నా వుంటే దాచాడేమోనని" ఆ విషయం......"

నాకేం తెలియదు, నే నెప్పుడొచ్చినా ఉడ్‌లాండ్స్‌లో దిగేవాడిని వీలుంటే వాడొచ్చేవాడు, లేకపోతే ఇంటికొచ్చి చూసేవాడిని."

"ఈ మధ్య మీరు కలవలేదా!

మహేశ్వరరావు ఇబ్బందిగా కదిలాడు. అతనికి రామచంద్రం

గొడవలు తెలియక కాదు. రవణమ్మ పెళ్ళికొచ్చాడు. యశోదతో ప్రేమ వ్యవహారం సంగతి తెలుసు. కొత్తగా పట్టుకున్న గున్న ఏనుగూ తెలుసు. వీళ్లే కాదు-మదిరా, మానినీ విషయాల్లో రామచంద్రానికి సంఖ్యాబలం జాస్తి అని తెలుసు. చనిపోయిన ఒక స్నేహితుని, అందులోనూ అతని చితాభస్మం యింకా వేడి చల్లారక ముందు యిటువంటివి తవ్విలాగటం అతనికి యిష్టం లేదు.

"నన్ను నా పిల్లల్ని నడివీధిలో నిల్చోపెట్టిపోయాడు. వీళ్ళ పెళ్ళిళ్లు చదువులు యివి ఎలా జరుగుతాయి!" రవణమ్మ ఏడుస్తున్నది.

"ఊరుకో, రవణా! మేమంతా లేమా! నీపిల్లలు నా పిల్లలనుకుంటా, నువ్వు నా తోడబుట్టిన దానివనుకుంటా! ఓదారుస్తున్నది యశోద.

మహేశ్వరరావు చెవులప్పగించి వింటున్నాడు. సూర్యుడు పడమట ఉదయించబోతున్నాడా! అని కూడా అనుమానంగా వుంది, బయట చీకటి. కాని అది చీకటి అని నమ్మబుద్ధి పుట్టటం లేదు. అతని కళ్లని, చెవులని అతనే నమ్మలేకుండా వున్నాడు.

"మేస్టారూ!" పిలిచాడు రవణమ్మ తమ్ముడు.

"ఆ ముండ లేదూ! అదే, ఆ పిశాచం బావని నర్సింగ్‌హోమ్‌లో జేర్చి, యిల్లు చక్కబెట్టేసింది. ఉన్నదంతా ఊడ్చుకుపోయింది. ఇంట్లో దమ్మిడీ లేదు."

మహేశ్వరరావు మాట్లాడలేదు. అతనికి ఏం చెప్పాలో తోచడంలేదు

"అది ఉండగా మీరు మా బావ దగ్గరకు వచ్చారు గదా!"

"ఊ!" అన్నాడు.

"రేపు మనిద్దరం పెద్దబావని వెంటపెట్టుకెళ్ళి, నలుగురిచేతా గడ్డి పెట్టిద్దాం, అది పట్టుకుపోయిన డబ్బు కక్కించాలి" అంటున్నాడు రవణమ్మ తమ్ముడు రాజారావు.

"మీకెలా తెలుసు! అసలు యింట్లో డబ్బు ఉందో లేదో! చూడండి, మనం ఒకరిమీద నేరం మోపటానికి ముందు తగినంత ఆధారాలు ఉన్నాయో లేవో చూసుకోవాలి. తాడూ బొంగరం లేకుండా......"

"అయితే మా బావ సంపాయించిందంతా ఏమైందంటారు?" అడుగుతున్నాడు మహేశ్వర్రావేదో బాధ్యుడయినట్లు.

"నాకేం తెలుసు! స్నేహధర్మంగా మీ బావ దగ్గరకొచ్చేవాడిని

చాలాసార్లు అతనే నా రూముకి వచ్చేవాడు. ఇద్దరం బాగా త్రాగేవాళ్ళం యిందులో దాచాల్సింది ఏమీ లేదు. సరదాగా కబుర్లు చెప్పుకునేవాళ్ళం అతని దార్ని అతను పోయేవాడు."

"ఆదేనండీ! స్నేహితులంటే సరదాల్లోనూ, సుఖాల్లోనే కాదు కష్టాల్లో ఆదుకున్నవాడే నిజమైన ఫ్రెండు. మా బావ మాకు ఎలాగూ లేడు మీరన్నా మా బావ జ్ఞాపకార్థం యీ మంచిపని చెయ్యమంటున్నాను. మా అక్కకీ పిల్లలకీ అన్నం పెట్టలేమని కాదు, వాళ్ళు బరువని కాదు. తండ్రి అం సంపాయిస్తే, అదెవత్తో బజారుముండ కాజేస్తే, చేతులు కట్టుక కూచోమంటున్నారా!" అడిగాడు తీవ్రంగా.

ఈ వ్యవహారం చికాగ్గా వుంది మహేశ్వరరావుకి, వీళ్ళు ఆ పద్మలతని లోపలకి రానివ్వలేదు. రాత్రికి రాత్రి యిల్లంతా ఆక్రమించుకున్నారు. ఆఖరికి శవాన్ని కూడా చూడనివ్వలేదు. ఆడమనిషి ఎక్కడో తలదాచుకుంటే, అక్కడికెళ్ళి అల్లరి చెయ్యాలని చూస్తున్నారు. అతనికి యీ విషయంలో కల్పించుకోవాలనిలేదు.

"రాజారావుగారూ-మీరు కాస్త నిదానించి, మీ బావ పనిచేసిన కంపెనీల్లో కనుక్కుని ఆపైన పెద్ద మనుషులూ-బెదిరింపులూ అని వ్యవహారంలోకి రండి. అంతేగాని కళ్ళతో చూడకుండా మనం ఎవరినీ ఏమీ అనకూడదు" అన్నాడు-పడుకోవడానకి ఉపక్రమిస్తూ. అతనికి ఈ యింట్లోనుంచి ఎంత త్వరగా బయటపడితే అంత మంచిదనిపిస్తుంది.

మహేశ్వరరావు గట్టిగా కళ్ళు మూసుకున్నాడేగాని-అతనికి నిద్ర రావటం లేదు. అతనికి తన బాల్యం జ్ఞాపకం వస్తున్నది. తన బాల్యం అంటే అందులో రామచంద్రం బాల్యం కూడా యిమిడి వుంది. తామిద్దరూ చిన్నప్పుడు తోటలూ దొడ్లూ పట్టుకుని లల్లాయిపదాలు పాడుతుండేవారు.

రామచంద్రం వాళ్లు అంత కలిగిన వాళ్లు కాదు. తండ్రి పిటిషన్లూ, అర్జీలు రాసి యిల్లు పోషిస్తుండేవాడు. ఆ యింట్లో అందరికీ చదువు వంట బట్టింది గాని రామచంద్రానికి మటుకు చదువురాలేదు. స్కూల్ ఫైనల్ పరీక్ష అతనిమీద ప్రత్యక్ష యుద్ధం ప్రకటించి నాలుగుసార్లు ఓడించేసింది. చెల్లని నాణెంలాగా రామచంద్రం నాటకాలని-బుర్రకథలనీ కొన్నాళ్ళపాటు గమ్యం లేకుండా తిరిగి చివరికి మద్రాసు చేరుకున్నాడు. మద్రాసు చేరుకున్నాక కూడా

అయిదేళ్ళ పాటు అతను అనామకుడుగానే యీ నగర జనాభాలో తిరిగాడు. ఆఖరికి అతనిచ్చిన కెమెరా షాట్స్ బాగా ప్రజాదరణ పొందగా, మబ్బుల వెనుక చంద్రుడిలాగా మసకమసగ్గా అతని పేరు అక్కడా అక్కడా పత్రికల్లో సినిమా తెరమీదా కనిపించడం ప్రారంభించింది.

మద్రాసులో అనామకుడిగా వున్న అయిదేళ్ళలో రామచంద్రం అనేకసార్లు తను తిండికికూడా యిబ్బంది పడుతున్నట్లు జాబులు రాసిన సందర్భాలున్నాయి. అలాంటప్పుడు తను పదిహేనూ పాతికా పంపుతూ వచ్చాడు. ఒకసారి తను మద్రాసు వచ్చినప్పుడు రామచంద్రం హోటల్ కొచ్చి-తనని షూటింగ్‌కి తీసుకెళ్ళాడు. అది అతను కెమేరావర్క్ చేస్తున్న మొదటిసినిమా, ఆ మనుషులూ-ఆ షాట్సూ, యాంగిల్సూ యివన్నీ తనకి గందరగోళంగా అనిపించాయి. ఒక గంట కూచుని విసుగెత్తి హోటల్‌కి వచ్చేశాడు. ఆ రాత్రి రామచంద్రం తన రూమ్‌కొచ్చినప్పుడు కాయితంలో- ఒక సీసా చుట్టుకొని తీసుకొచ్చాడు.

"ఏమిటిది" అడిగాడు తను కాస్త ఆశ్చర్యపోతూ.

"ఈ ఫీల్డులో పైకి రావాలంటే - మందు కంటే దగ్గిర మార్గం మరొకటి లేదు. మనం మడిగట్టుకు కూచుందామంటే - ఎవరూ దగ్గిరకు జేరనివ్వరు. ఉత్తచేతగాని దద్దమ్మకింద జమకడతారు." అన్నాడు రామచంద్రం రెండు గ్లాసుల్లోనూ విస్కీ సోడా పోసి పంచుతూ.

"ఇదిగో కొద్ది కొద్దిగా చపరించు, షోడాలాగా గడగడ తాగెయ్యకు -టాపు లేచిపోతుంది. నెమ్మదిగా కాస్త కాస్త రుచిచూడు. ఆ పైన మజాకా నీకే తెలుస్తుంది." అంటూ తనని డ్రింక్‌కి పరిచయం చేశాడు. తనకి ఆ డ్రింక్ రుచిగా అనిపించలేదు. ఇంతమంది దీనికోసం ఎందుకు ఎగబడతారో అన్న సంశయంకూడా కలిగింది, కానీ రాత్రి గడిచిన కొద్దీ ఏదో హుషారుగావుంది. మధ్య మధ్య చిరుతిళ్ళు తింటూ రాత్రి పన్నెండింటిదాకా ఎన్నో కబుర్లు చెప్పుకున్నారు.

"ఏరా! - రామచంద్రం పెళ్ళి చేసుకోవా!" అడిగాడు తను.

"మనకెవడిస్తాడు పిల్లని? తిండికి డింకీలు కొడుతున్నాను-నాకే తిండిలేదు." అన్నాడు రామచంద్రం.

"ఎప్పుడూ యిల్లాగే వుంటుందా? నాలుగు డబ్బులు వెనకేసుకుని పెళ్ళి చేసుకో" తను సలహా యిచ్చాడు.

"నిజంగా చెప్పు - పెళ్ళి చేసుకున్న వాళ్ళంతా సుఖంగా వున్నారా!"

"అందరూ వుండకపోవచ్చు. కొందరైనా సుఖంగానే ఉన్నారు" అన్నాడు తను.

"నీ మాటో - నువ్వు సుఖంగా వున్నావా?"

"వున్నాను" అన్నాడు తను.

"ఒదినగారు - నీ మాట వింటారా! నువ్వు చెప్పినట్లు వింటారా!"

"వింటుంది సాధారణంగా నా మాటకు ఎదురు చెప్పదు. కోపం వచ్చి కేకలేస్తే భయపడి వూరుకుంటుంది. వేళకి అన్నీ అమర్చి పెడుతుంధి. ఇంతకంటే పెళ్ళాంతో యింకేం కావాలోయ్!" అడిగాడు తను.

"అయితే నేనూ చేసుకుంటాను. నా మాట వినేదాన్ని కట్టుకుంటాను. వొరేయ్, నీకు తెలుసుగా నేను పదేళ్ళనుంచి హోటల్ మెతుకులు తింటున్నాను. కమ్మగా వండిపెట్టే పెళ్ళాం కావాలిరా! హాయిగా నా అడుగులకి మడుగు లొత్తేది కావాలి."

"వస్తుంది - ఎందుకురాదూ ! సగటు ఆడపిల్లలంతా మొగుడికి తృప్తిగా అన్నం పెట్టుకోవాలనుకుంటారు. మొగుడికి సేవ చెయ్యాలనుకుంటారు. మన భారతదేశంలో, ఆడపిల్లలకి యింతకి మించి- ఆశలు వుండవు కదా."

"నాకు పెద్ద చదువులున్న పెళ్ళాం వద్దు. సంసారం దిద్దుకునే ఆడది చాలు. నీ ఎరుకలో అల్లాంటి పిల్లుంటే చెప్పు. తప్పకుండా చేసుకుంటాను." అన్నాడు రామచంద్రం.

ఆ తరువాత రెండేళ్ళకిగానీ రామచంద్రానికి పెళ్ళికాలేదు. పెళ్ళివేళకి అతను కాస్త బాగానే సంపాయిస్తున్నాడు. భార్యని పోషించుకునే స్థితికి వచ్చాడు. ఆ తరువాతనే రవణమ్మ సంబంధం వచ్చింది. రవణమ్మ యిద్దరన్నదమ్ముల తరువాత మూడోపిల్ల. ఆ తరువాత మరో మగపిల్లవాడు, నలుగురు ఆడపిల్లలూనూ. తండ్రికి పెద్ద ప్రాక్టీసులేదుగాని రోజూ నల్లకోటు వేసుకుని - కోర్టుకి మటుకు వెళ్తూ వుండేవాడు.

రవణమ్మ పెద్ద అందగత్తె కాకపోయినా - మంచి సంప్రదాయమైన కుటుంబం. ఫిఫ్త్ ఫారందాకా చదివింది. ఒక అయిదేళ్ళు యింట్లో కూచున్నాక ఆఖరికి రామచంద్రం సంబంధం నిశ్చయం చేసుకున్నారు. రామచంద్రానికి కట్నం కానుకలు యివ్వలేదు. కాళ్ళు కడిగి పిల్లనిచ్చారు. పెళ్ళికి

మహేశ్వరరావుకూడా వెళ్ళాడు. పెళ్ళిలోనే, రెండు కుటుంబాలూ లాంఛనాల దగ్గిర ఘర్షణపడ్డారు. కట్నం లేకుండా వరుడు దొరికినా కనీస మర్యాదలన్నా జరిపించలేదని మగపెళ్ళివారికి అసంతృప్తి. సినిమాల్లో తిరిగేవాడికి - పిల్లనివ్వడమే ఘనమైన కార్యమని ఆడపెళ్ళివారి ధీమాకి.

రామచంద్రం పెళ్లి అయ్యాక బాగానే సంపాయించడం మొదలు పెట్టాడు. అద్దెయిల్లు అయినా కాస్త పెద్దయిల్లు వసతిగా వుండేది కుదుర్చుకున్నాడు. చేతిలో బాగా డబ్బాడుతున్నది. అతను ఒకసారి తమ వూరికి ఏదో పనిమీద వచ్చినప్పుడు రెండురోజులు తమ యింట్లోనే వున్నాడు. మేడ గదిలో పడుకుని అర్ధరాత్రిదాకా యీ కబుర్లూ ఆ కబుర్లూ చెప్పుకునేవారు. ఒకరోజు బుడ్డిగూడా తెచ్చుకున్నాడు.

కాస్త డోసు ఎక్కువయ్యాక, రామచంద్రం అన్నాడు "ఒరేయ్, నీవన్నీ అబద్దాలురా, నాతో అన్నీ అబద్ధాలు చెప్పావ్!"

"నేనా! - నీతో అబద్ధం ఆడానా! ఎప్పుడు, ఏ విషయంలో."

"పెళ్ళి విషయంలో. అదే ఆ రోజు ఏం చెప్పావో జ్ఞాపకం వుందా! పెళ్ళి చేసుకుంటే సుఖంగా వుంటుందన్నావు. భార్య వస్తే సుఖపెడుతుందన్నావు నీవన్నీ పచ్చి అబద్ధాలు, నున్ను దగా చేశావు, మోసగించావ్."

"తను తెల్లబోయాడు."

రామచంద్రం ఇంచుమించు ఏడుపు స్వరంతో అన్నాడు. "మహేశూ! అది పెళ్లాం కాదురా! సైతాన్! పూర్వజన్మలో అది మార్వాడీ. దానికి డబ్బు తప్ప మొగుడక్కర్లేదు.

"ఏం జరిగింది?"

"మీ యింట్లో రోజూ కూరా పప్పు చేసుకుంటారా! లేక నేను వచ్చానని వండుతున్నారా!" అడిగాడు రామచంద్రం.

"నీకోసం ప్రత్యేకంగా వండటంలేదు. నువ్వేం పరాయివాడివికాదే, మామూలుగానే వండుతున్నారు" అన్నాడు తను.

"మీరు రెండోపూట కూడా వండుకుంటారా!" అడిగాడు రామచంద్రం.

తను ఆశ్చర్యంగా చూశాడు, అర్ధంగాక తెల్లబోయి చూశాడు.

"మా ఆవిడ ఫైనాన్స్ మినిష్టరయితే - మన దేశంలో జానాభా సమస్య వుండేదికాదు. తిండి పెట్టక అందర్నీ మాడ్చిచంపేది. మా యింట్లో కూర

వండుకోము, రెండోపూటా వండుకోము. రెండుసార్లకీ ఒకేసారి వండుతుందిరా"

అదేమిటి! "తినను అని ప్రొటెస్ట్ చెయ్యక పోయావా!"

"మరీ మంచిది - ఆ పూట బియ్యం మిగులు అనుకుంటుంది. అది డబ్బుని పెళ్ళిచేసుకుంది. మగాణ్ణికాదు. అది నాతో కాపురం చెయ్యటంలేదు డబ్బుతో కాపురం చేస్తోంది." అన్నాడు రామచంద్రం.

"ఏం చేస్తుంది డబ్బంతా కూడబెట్టి?"

"నగలు కొంటుంది. పదిరూపాయిలు మిగిలితే అది వందరూపాయలు అయ్యేదాకా దానికి నిద్రపట్టదు. అందుకని ఏ ఖర్చూ చెయ్యకుండా - కోడి పెట్టలాగా ఆ డబ్బుని బొడ్లో పెట్టుకు పొదుగుతుంది. డబ్బు కూడగానే రవీమని కాసు కొనేస్తుంది."

"పోనీ, సరుకులన్నీ - నువ్వు తెచ్చిపడెయ్యి, కూరలూ వగైరా."

"అదీ చేసాను. ఈనెల సరుకులు అక్కర్లేదు. ఆ సరుకుల ఖర్చు నాకివ్వండి అని నిలవేసి పుచ్చుకుంటుంది. ఏనాడూ పచ్చడి మెతుకులే తప్ప పప్పుభోజనం మర్చిపోయాన్రా, మీ యింటికి వచ్చానా - హాయిగా రెండు రోజులు పీకలదాకా తిన్నానా, రేపు నువ్వు మద్రాసొస్తే మా యింట్లో భోజనం పెట్టలేను."

"ఎందుకని?"

"మా ఆవిడ వండదు. అతిథివస్తే డబ్బు ఖర్చవుతుందని బెంగ. వండినా నీకు కడుపునిండా అన్నం వుండదు. అరవంకాయి కూరవేసి అన్నం పెడుతుంది. మారు అడగదు. ఒకవేళ సిగ్గులేక కూర మారు అడిగినా లేదు అని మొహం మీద చెపుతుంది. అది ఆడదికాదు సైతాన్!" అన్నాడు రామచంద్రం.

"పోనీ, బయట పెట్టించు."

"అదే చూస్తున్నాను. నువ్వు ప్రాణ స్నేహితుడివి కాబట్టి - సిగ్గు విడిచి చెపుతున్నాను. నామీద అభిమానం చేత అనేకమంది నన్ను భోజనాలకి పిలుస్తారు. వాళ్ళ యింటికి తీసుకెళతారు. నేను మటుకు అందరిళ్ళలో పీకలదాక మెక్కుతాను - వాళ్ళ ఆతిధ్యాన్ని - పొందటమే తప్ప - తిరిగి వాళ్ళని పిల్చి గుప్పెడు మెతుకులు పెట్టలేని స్థితిలో వున్నానురా!" అన్నాడు రామచంద్రం బొంగురుగా.

తనేం మాట్లాడలేకపోయాడు. రామచంద్రాన్ని చూస్తే జాలేసింది. సగటు గృహస్తుకున్న సుఖసంతోషాలు యితనికి లేకుండాపోయాయి.

"ఒకసారి ఎవరో అతిథులొస్తే బుద్ధి గడ్డితిని కాఫీ పెట్టమన్నాను. మా ఆవిడ ఏం చేసిందో తెలుసా!" అడిగాడు రామచంద్రం.

"పక్కనున్న టీ స్టాల్లోంచి రెండు గ్లాసుల టీ తెప్పించి – అలానే యిచ్చింది. ఆ 'టీ' స్టాల్ పిల్లాడే, గుత్తిలో పెట్టుకు టీ తీసుకొచ్చాడు. నా ప్రాణం చచ్చిపోయింది. తల తీసుకెళ్ళి ఎక్కడో పెట్టుకున్నాను." అన్నాడు రామచంద్రం.

"ఒక్క తిండి విషయంలోనేనా, మిగతా ....." ఆగిపోయాడు.

"ముందే చెప్పానుగా, అది ఆడదికాదు, బ్రహ్మరాక్షసి. పనివాళ్లు ఒక్కర్నీ బతకనివ్వదు. మా యింట్లో పనిమనిషి వారం రోజులపాటుకూడా పని చేయదు. ఎందుకంటే ఇది కాఫీకూడా యివ్వదు. దానిచేత ఇంటెడు చాకిరీ చేయించుకుని మర్చిపోయి అయినా అన్నం పెట్టదు. నాకే ఆ గతి లేనప్పుడు పనివాళ్ళ సంగతి చెప్పనక్కర్లేదు. అది ఎంత నీచంగా ప్రవర్తిస్తున్నదో తెలుసా! నాకోసం ఎవరన్నా వచ్చినప్పుడు డ్రాయింగ్ రూంలో సిగరెట్లు పెట్టె మర్చిపోయారా! అది వెంటనే తీసి దాచేస్తుంది."

"దేనికి? రహస్యంగా సిగిరెట్లు కాలుస్తుందా?"

"దానిబొంద, దానికంత తెగింపు ఎక్కడేడిసింది. అది పట్టుకు పోయి కిళ్ళీ కొట్టువాడికి అమ్ముతుంది."

"రామ రామ, నేను నమ్మను."

"నేనూ నమ్మలేదు. ఆ కిళ్ళీకొట్టువాడు డబ్బులు తెచ్చిస్తే అడిగాను, వాడే చెప్పాడు. నోరుమూసుకు వూరుకున్నాను. అది పొద్దుటే పనివాళ్లలాగా బన్ తెచ్చుకు తింటుంది. మా పిల్లలకి కూడా బన్ పెడుతుంది. ఏమన్నా అంటే బన్ వొంటికి మంచిదంటుంది."

"ఈ బుద్ధులన్నీ ఎక్కడినుంచి వచ్చాయంటావ్, మంచి సంప్రదాయమైన కుటుంబం అన్నారు." అడిగాడు తను.

"సంప్రదాయానికి– నీచత్వానికి సంబంధం లేదురా. వాళ్ళ నాన్న కోర్టుకెళ్ళి కేసులు రాకపోయినా వరండాల్లో పడ్డ కాయితాలు ఏరి తెచ్చుకుంటాడట. అవన్నీ దాచి పాత పేపర్లకింద అమ్ముకుంటాడట."

"పోరా నీవన్నీ కాకమ్మ కబుర్లు"

కాదు. మా ఆవిడే చెపుతుంది. ఇంటికి పేపరు వస్తుందా, అది నేను చదివానో లేదో దానికి అక్కర్లేదు. ఏరోజు ఎన్ని కాయితాలు వున్నాయని లెక్కతప్ప పొరబాటున ఒక కాయితం గనుక చింపానా నా పెళ్ళి అయిందన్న మాటే. హోరాహోరీ దెబ్బలాట వేసుకుంటుంది."

"దేనికి"

"నూరు పేపర్లయితే యింత తూకమంట. పేపర్ల వాళ్ళు తూకంలో మోసగిస్తారని, ఇది లెక్కపెట్టి పేపర్లు అమ్ముతుందిరా! దానికి నేను యింట్లో డ్రింక్ పార్టీ పెట్టుకుంటే పరమానందం."

"ఛీ - ఛీ - వెధవ మాటలూ నువ్వూనూ."

"కాదురా, ఆ రాత్రి అగ్గిపెట్టెలు, సగం వదలిన సిగిరెట్టు పాకెట్స్ కాళీ సీసాలు యివన్నీ దాని దృష్టిలో మెదుల్తూ వుంటాయి. కనీసం ఓ రెండు రూపాయలన్నా సంపాయించవచ్చునని ఆశ. అంతేగానీ మొగుడు తాగుతున్నాడు, తాగితే వాడి వొళ్ళు గుల్లయిపోతుందని బాధ లేదు." అన్నాడు విచారంగా.

"అయామ్ సారీ! ఇదేదో సైకాలజికల్ కేసులా వుంది." అన్నాడు తను ఏమీ అనలేక.

"సైకాలజీ లేదు - మన్నూలేదు. ప్రతి దానికీ పేరు పెట్టడం ఒక జాఢ్యమైపోయింది. నా పెళ్ళాం సింగరాజు లింగరాజు. అది చేసుకున్న మొగుడికి తిండి పెట్టదు, కడుపున పుట్టిన పిల్లల్ని మాడ్చి చంపుతుంది. నాకే గతి లేనప్పుడు నా వాళ్ల సంగతి వేరే చెప్పనక్కర్లేదు. మా అమ్మ వారం రోజులు కూడా నా దగ్గర వుండలేకపోయింది. నా పెళ్ళాం బాత్‌రూమ్ దగ్గరనుంచీ తాళాలు వేసుకుంటుంది. ఇది పెట్టే పచ్చడి మెతుకులు తినలేక వారం తిరిగేసరికి మా అన్నయ్య దగ్గరకెళ్లిపోయింది. ఇదంతా ఎవరికి చెప్పుకోను. మగవాడు వాడికేం, హాయిగా సంపాయిస్తున్నాడు- అనుకుంటారు. కానీ నా కష్టాలు ఎవరికి చెప్పుకోను? ఎవరికి అర్థమవుతాయి." మరో సీసా వోపెన్ చేస్తూ అడిగాడు రామచంద్రం.

తను ఏమీ చెప్పలేకపోయాడు. తనకు అప్పుడనిపించింది వాడిని పెళ్ళి పెళ్ళి అని పోరి గోతిలోకి దించానా అని.

"ఒరేయ్ కొన్నాళ్లు డబ్బులివ్వకు, ఇంటికి రాకు. ఏంచేస్తుందో చూద్దాం" అని సలహా యిచ్చాడు తను.

"అదీ చూసాను. అది నరాసరి ప్రొడక్షన్ ఆఫీసుకు వచ్చేస్తుంది. కాకపోతే, షూటింగ్ జరుగుతుంటే అక్కడికొచ్చేస్తుంది. మూడు లోకాల్లో ఎక్కడున్నా వెతికి పట్టుకుంటుంది... అందుకనే దానికి నెలనెలా యింతని యిచ్చేసి మళ్ళీ సత్రం భోజనం, మఠం నిద్ర కొచ్చాను.'

"యింటికి వెళ్ళడం లేదా! పిల్లలో?" అడిగాను.

"వెళ్తాను, ఏ రెండు మూడు రోజులకో ఒకసారి వెళ్తాను. పిల్లలంటావా, వాళ్లకి పదిపైసల బన్ మీద బతకటం అలవాటయింది. నాకు టైముంటే ఎప్పుడయినా ఏ హోటల్‌కో తీసుకెళ్ళి పెట్టిస్తూవుంటాను."

"వూరుకుంటుందా!"

"ఇంట్లో చెప్పముగా. వాళ్ళకీ తెలుసు. ఇంటికొచ్చి ఆకల్లేదు అంటారు. అమ్మయ్య అన్నం మిగిలింది అని సంబర పడిపోతుంది. అది జంతువు, మనిషి కాదు," అన్నాడు రామచంద్రం.

మహేశ్వరరావుకి నిద్ర పట్టడంలేదు. బలవంతాన కళ్ళు మూసుకున్నాడు. అయినా కంటిమీదకి కునుకు రావడం లేదు. రామచంద్రం చచ్చిపోయి సుఖపడ్డాడు. అతని జీవితం మొదటినుంచీ కష్టాలమయమే! ఎప్పుడూ ఏదో ఒక మనోవ్యధ.

పక్క గదిలోంచి ఏవో మాటలు వినిపిస్తున్నాయి. రవణమ్మ కాబోలు తమ్ముడితో మంతనాలు ఆడుతున్నది.

"ఒరేయ్ రాజూ! ఆ మహేశ్వరరావుని నమ్మకు. మీ బావ దగ్గర బాగా డబ్బుందని జేరుతుండేవాడు. ఆ ముండ బాగా పోగుచేసుకుపోయుంటుంది. ఆ డబ్బు మనం ఎలాగేనా కక్కించాలి." అంటున్నది. రామచంద్రాన్ని బూడిదచేసి యింకా పన్నెండు గంటలు కూడా కాలేదు. ఆఖరికి ఆ చితి చల్లారిందో లేదో కూడాను. అప్పుడే రవణమ్మ డబ్బు అజలు అడుగుతున్నది.

"గాడ్రెజ్ బీరువా తాళాలు, ఆ ముండ దగ్గర వుండివుంటాయి, ముందు అది పట్టుకురావాలి. రేపు నువ్వెళ్ళి తీసుకురా!"

"ఎక్కడుంధంటావ్? ఎక్కడ వెతకను?"

"ఇంటిలోంచి డబ్బూ - నగలూ తీసుకొని పారిపోయిందని పోలీస్ కంప్లయింట్ యివ్వు. పోలీసులకి అప్పగిస్తే అంతా కక్కుతుంది."

"ఇప్పుడే చేస్తే బాగోదు. నలుగురూ నవ్వుతారు. ఇండస్ట్రీలో బావకోసం చాలా చెయ్యాలనుకుంటున్నారు." రవణమ్మ లేచి కూచున్న శబ్ధం అవుతున్నది. పక్కన పెట్టె కాబోలు జరిపినట్లుంది.

"అంటే"

"కుటుంబానికి-ధనసహాయం చేస్తారుట. నిన్న అనుకుంటున్నారు."

"అయితే ఏం చేద్దాం!" అడిగింది రవణమ్మ.

"అ పద్మలత ఎక్కడుందో కనుక్కుని తాళాలు పట్టుకొద్దాం."

"ఇవ్వనంటుందేమో!" సందేహపడుతోంది రవణమ్మ. తనయితే ఛస్తే యివ్వదు. తనలాంటిదే అవతల వ్యక్తి అవవచ్చునన్న సందేహంతో చూస్తున్నది తమ్ముడివంక.

"ఎందుకివ్వదూ యిస్తుంది. నెమ్మదిగా చెప్పి బావ కాయితాలు ఏవో కావాలని తీసుకొస్తాను. లోపల లాకర్‌లో డబ్బుందేమోనని అనుమానంగా వుంది."

"ఇదంతా ఎందుకు? - హాయిగా మారుతాళం పెట్టి తియ్యచ్చుగా."

"గాడ్రెజ్ మారుతాళాలకు రాదు!"

"తాళాల గుత్తి పోయిందంటే, కంపెనీలో అడిగితే యిస్తారు. డూప్లికేటు చేయించి, కాని టైము పడుతుంది. నేనో పనిచెపుతా చేస్తావా?

"చెప్పు."

"మన వీధి చివర పాతతాళాలు బాగుచేసేవాడి కొట్టుంది. వాడికి మన యిల్లు బాగా తెలుసు. నా దగ్గర పాతకప్పులు చాలా కొనుక్కున్నాడు. రేపు పొద్దున్న వెళ్ళి వాడిని పిలుచుకురా! తాళాలగుత్తి తీసుకురమ్మను." ఆజ్ఞ జారీచేసింది రవణమ్మ.

మహేశ్వరరావు ఊపిరి బిగబట్టి వింటున్నాడు. "రవణమ్మకి ఎంత యుక్తి. మొగుడు పోయినా ఫరవాలేదు గాడ్రెజ్ పగలకొట్టడం ముఖ్యవిషయంగా పరిగణిస్తున్నది."

3

ఆ మరునాడు మధ్యాహ్నం వేళ తాళాలు తీసేవాడిని పిల్చుకొచ్చారు. ఒక పక్క పరామర్శలు చేసేవాళ్ళు వస్తున్నారు! రవణమ్మ ఎవరన్నా వచ్చినప్పుడు చాపమీద అటు తిరిగి ముఖాన చెంగు కప్పుకు పడుకుంటున్నది. ఎవరూ లేకపోతే యింటిలో అటూ యిటూ తిరుగుతున్నది. సామాన్లు ఏమి వున్నాయో చూసుకుంటూ ! రామచంద్రం తల్లీ చెల్లెలూ ఒక మూలగా వొదిగి, కూచొని వున్నారు, ఇంటిలో పెత్తనం అంతా రవణమ్మ అన్నదమ్ములు చేతిలోకి తీసుకున్నారన్నది స్పష్టంగా తెలుస్తున్నది. వీళ్ళతోపాటు యశోద కలవటం ఆశ్చర్యంగా వుంది మహేశ్వర్రావుకి.

పన్నెండు గంటల వేళ వెనకవైపు నుంచి తాళాలు తీసేవాడిని పడక గదిలోనికి తీసుకొచ్చారు. ఆ గదిలో రెండు గాడ్రెజ్ బీరువాలున్నాయి. ఒకటి రెండు తలుపులున్న పెద్దది, ఒక తలుపుకి నిలువెత్తు అద్దం వుంది. రెండోది ఎత్తు తక్కువున్న బీరువా.

ఒక గంటసేపు తిప్పలుబడి బీరువా తాళాలు తెరిచారు. మహేశ్వరరావు ఏదో సిగ్గుగా - చికాగ్గా వుంది, అతను అక్కడనుంచి వెళ్ళిపోబోతే రవణమ్మా వాళ్ళూ వొప్పుకోలేదు.

"అన్నయ్యగారూ - మీరుకూడ వెళ్ళిపోతే ఎట్లా? మీ కళ్ళతోనే చూడండి. అంతడబ్బూ, ఆ ముండ కోసం ఎలా తగలేసారో మీకే తెలుస్తుంది." అంది రవణమ్మ.

పెద్దబీరువాలో రామచంద్రానికొచ్చిన షీల్డులూ, ఫ్రేముకట్టించిన గౌరవ పత్రాలూ వున్నాయి. శతదినోత్సవం షీల్డులూ, ప్రెజంటేషన్స్ అన్నీ పొందిగ్గా అమర్చివున్నాయి. మిగతావి అతని బట్టలు, లాకరు కూడా తాళం తీయించి చూశారు. లోపల ఒక పదిరూపాయిల నోట్లకట్ట కొత్తవి వున్నాయి. మిగతావి చెక్కుపుస్తకాలు, కాగితాలూనూ. లాకరు యావత్తూ పూర్తిగా గాలించాడు. లోపలగా ప్లాస్టిక్ డబ్బా, దానిలో ఆడవాళ్ళ నగలూ ఒక గొలుసూ, రెండుజతల గాజులూ, దిద్దులూ వున్నాయ్, బహుశా అవి పద్మలత నగలయి వుంటాయి.

"తమ్ముడూ! అవి నా నగలేరా? వెళ్తూ మర్చిపోయాను, ఎన్నిసార్లు రాసినా మీ బావ పంపలేదు." రవణమ్మ ముందుకు దూకి డబ్బా అందుకుంది. డబ్బాతోపాటు నోట్లకట్టలుకూడా జాగ్రత్త చేసింది. రెండో బీరువాలో అన్నీ ఆడవాళ్ళ బట్టలు చీరెలు, జాకెట్లు, లంగాలూ, దుప్పట్లూ పెద్ద ఖరీదయినవి కావు. అన్నీ నైలాన్ చీరెలు. అందులో విలువైన వస్తువులు ఏమీ లేవు. రాజారావు చొక్కాలూ-పంచెలూ తీసి అర అరా దులిపి, అరలో బట్టల కింద కాయితాలుకూడా వెతికాడు. అలా వెతికినప్పుడు-కాయితాల క్రింద పొడుగాటి కవరు దొరికింది. ఆ కవరులో దస్తావేజులు కనిపించాయి. ఆత్రంగా, కుతూహలంగా చూశారు అందరూ. రవణమ్మ తమ్ముడు పైకి చదివాడు, ఆ దస్తావేజుని. మూడేళ్లక్రితం - ఈ ఇంటిని రామచంద్రం ఎనభైవేల రూపాయిలు పెట్టి కొన్నాడు. అది అతని పేర కొనుక్కున్నాడు.

రవణమ్మ మరోస్సారి రాగం తీసింది. "చూశారా, యీ దస్తావేజు దొరికింది కాబట్టి నాకూ, పిల్లలకీ నిలువనీడ! ఈ యిల్లు కొన్నట్లే నాకు తెలియదు. ఎందుకు తెలియబరుస్తాడు. ముండకోసం కొనివుంటాడు. నాకు తెలిస్తే ఎక్కడ వాటా అడుగుతానో అని దాచిపెట్టాడు. ఎవరి పాపం వాళ్లనే కట్టి కుడుపుతుంది. యిప్పుడేం చేస్తాడో - కాటిలోంచి లేచి వస్తాడా! తగుదునమ్మా అని ఆ ముండకోసం కొత్త యిల్లు కొన్నాడు." దుమ్మెత్తిపోస్తున్నది మొగుణ్ణి.

"వొరేయ్! ఆ డాక్యుమెంటుకూడా ఇయ్యి, అన్నీ జాగ్రత్త చేస్తాను. దీనికి మారుతాళం చెవి చేసి పెట్టమను. కాస్త బేరం చెయ్యరా"- రంగంలోకి దిగింది రవణమ్మ. మహేశ్వర్రావుకి గాంఢ్రించి ఉమ్మేయాలనిపిస్తున్నది. ఆ నగలు రవణమ్మవి కావనికూడా అనుమానంగా వుంది. ఆ పద్మలత నగలు తనవని వూళ్ళాక్కుంది. ఇటువంటి ఆడవాళ్లు ఎక్కడైనా ఉంటారా! అని వీళ్ళకి భర్త, పిల్లలు నుంచి ప్రేమలు ఉండవా! అనుబంధాలూ, అప్యాయతలూ వీళ్ళకి తెలియవా! డబ్బొక్కటే నిజమా! డబ్బుకిమించి దేనికీ విలువలేదా! అతని బుర్రలో అనేక ఆలోచనలు తిరుగుతున్నాయి.

అరగంటలో రవణమ్మ - గాడ్రెజ్ తాళాలు వేయించి బెడ్ రూంకి బయట తాళంపెట్టి తాళంచెవి చెంగున కట్టుకొని చాపమీద పడుకుంది, ఎవరన్నా వోదార్చేందుకువస్తే, ఏడ్వడానికి తయారుగా.

4

"రామచంద్రానికి ఇద్దరు ఆడపిల్లలు పుట్టారు. భార్య మూడోసారి గర్భంతో వుంది. ఈ భార్యా భర్తల మధ్య సామరస్యం లేదన్న విషయం లోకవిదితమయింది. అందులోనూ రవణమ్మ గయ్యాళితనం 'ఆమె నోరూ' సినిమా ఫీల్డులో బాగా ప్రఖ్యాతి పొందింది.

ఇంట్లో టెలిఫోన్ ఉన్నా దానికి తాళం పెట్టేది రవణమ్మ. ఫోన్‌కాల్సు రావడమేగాని చెయ్యడం అనే అలవాటు ఆ యింట్లో వాళ్ళకి లేకుండా చేసింది. చుట్టుపక్కల వాళ్ళు ఫోన్ చేసుకోవడానికి వస్తే, నిర్మొహమాటంగా డెబ్బై పైసలు పుచ్చుకునేది. ఫోన్ బిల్లు రామచంద్రం కట్టుకున్నా కాల్స్‌కి వచ్చే డబ్బుమటుకు రవణమ్మ జాగ్రత్తగా వసూలుచేసేది.

రామచంద్రం సన్నగా, తెల్లగా వుండేవాడు. అతను స్వతస్సిద్ధంగా కొంచెం పిరికి. రవణమ్మ, కానుపు కానుపుకీ కైవారంతో ఎదుగుతూ వచ్చింది. గుండ్రంగా, గుమ్మడి కాయలాగా ఉండేది. ఈ యిద్దరినీ చూస్తే తలిసెట్టి రామారావుగారి కార్టూన్ జ్ఞాపకం వచ్చేది.

రామచంద్రం సాధారణంగా యింటికి రాకుండానే తప్పించుకునేవాడు. ఇంటికి ఏ అర్ధరాత్రివేళో వస్తే భోజనం చెయ్యకుండా పడుకుంటాడు. అతనికోసం వండి - అన్నం వృధా చెయ్యడం తెలివితక్కువ పని అని రవణమ్మ నమ్మకం. అంచేత వంటచేసి వుంచేది కాదు. ఇంటికొచ్చి తలుపు కొడితే తలుపుతీసేది. అతను మంచినీళ్ళయినా అడక్కుండా గదిలోకిపోయి పడుకునేవాడు. అయితే తెల్లవారేక అతని గదిలోకి వచ్చి జేబులు వెతకడం మటుకు మర్చిపోయేది కాదు. జేబులు పూర్తిగా వెతికి చిల్లరా వగైరా వుంటే హాయిగా తీసుకునేది. అది దొంగతనంగా కాదు పబ్లిక్‌గానే, హక్కు వుంది - అన్నట్లు తీసుకునేది. "ఇంట్లో ఖర్చుకు డబ్బులు లేవు" - అన్న యీ పల్లవి రామచంద్రాన్ని చూసినప్పుడల్లా ఆవిడ నాలికమీద ఆడుతుండేది. అందుకని రామచంద్రానికి కాఫీహోటల్లో కిళ్ళీకొట్లో ఖాతావుండేది. టాక్సీలోనే కంపెనీకి వెళ్ళి అక్కడ డబ్బు లిప్పిస్తూ వుండేవాడు. ఇన్నిపాట్లు పడుతూ కూడా అతను ముగ్గురు పిల్లల్ని కన్నాడు. మనిషి కాబట్టి, మగవాడు కాబట్టి, దేహానికి

మనసుకీ సంబంధం కాని ఒకనొక బలహీనమైన సమయాల్లో అతను రవణమ్మతో కాపురం చేశాడు. అయితే ఆ తరువాత అతనికే అసహ్యంగా వుండేది. ఈ మనిషి- తనకి భార్యా! ఇది తనకు దగ్గరగా ఎలా వచ్చింది. దాని వంటి మీద చెయ్యి ఎలా వేశాను! - అని బాధపడుతుండేవాడు.

సినిమా ప్రపంచంలో అతనికి అనేకమంది అమ్మాయిలతో తాత్కాలికమైన బాంధవ్యం ఏర్పడుతుండేది. సమయం సందర్భం - ఇవి కలిసిరాగా - అతను చెయ్యి జాస్తేచాలు, లొంగిపోయిన అమ్మాయిలు వున్నారు. అలాంటప్పుడు అతను సిగ్గుపడేవాడు కాదు. తను చేసిన పనికి తనని అసహ్యించుకునేవాడు కాదు. ఒకోసారి మొదటి పరిచయం రెండు మూడు నెలలు కొనసాగేది. ఒక్కోసారి మొదటి పరిచయంతోనే ఆగిపోయేవాడు. ఈ బాంధవ్యాలేవీ అతనిమీద తీవ్రమైన ముద్ర వేసుకోలేదు. అతనుండే వాతావరణం, అతని దైహికావసరాలు - యివన్నీ అక్కడి స్త్రీలతో దగ్గరగా రావడానికి కారణభూతమయ్యాయి.

రవణమ్మ మూడోసారి గర్భంతో వున్నప్పుడు రామచంద్రం జీవితంలో అనుకోని అదృష్టం తొంగిచూసింది. అతని కళ్ళలో కొత్త వుత్సాహం, గొంతులో జీవశక్తి వచ్చింది. అప్పుడే మహేశ్వర్రావు మద్రాసొచ్చాడు పనిమీద.

రామచంద్రం మంచి హుషారుగా, వుత్సాహంతో ఉన్నాడు. హోటల్ కొచ్చిన ఆ రోజున మామూలగా అమృతసేవనంలో పడ్డారు మిత్రులిద్దరూ.

"ఏరోయ్ మంచి జోరుగావున్నావ్ ఏమిటికథ?" అడిగాడు మహేశ్వరరావు.

"నా జీవితంలో గొప్ప వ్యక్తి ప్రవేశించింది. నాకు మహర్దశ పట్టబోతున్నది మహేశూ! నువ్వు చెపితే నవ్వుతావేమోగాని, నా జీవితానికి వెలుగు ప్రసాదించే దేవత తటస్థపడిందిరా!" అన్నాడు రామచంద్రం.

"నువ్వు చలనచిత్రాలు తీయడమే కాదు., కవిత్వం కూడా రాస్తావా! యింకేం సినిమా పాటలు రాసెయ్యి, ఈ కవులందరికీ టాటా చెప్పెయ్యచ్చు" అన్నాడు మహేశ్వర్రావు నవ్వుతూ.

"ఇది నవ్వులాట కాదు. నా జీవితంలోకి ఒక కొత్త సౌరభం ప్రవేశించిందిరా-యిన్నాళ్ళనుంచి నా బ్రతుకు నిస్సారంగా అనిపించేది, ఇప్పుడు ప్రతిదీ ఎంతో విలువయినదిగా కనిపిస్తోంది. ప్రతిక్షణం నేనెంత గొప్పగా బతకగలుగుతున్నాను అన్న ఆనందం కలుగుతున్నది."

"మంచిదేగా - ఇంతకీ ఆ ఆనందానికి కారకురాలెవరో చెప్పు."

"ఆనందంలోనూ - ఎక్కువ సంతోషం కలిగినప్పుడూ ఆ సంతోషం పట్టలేక గుండె ఆగి చచ్చిపోతారట నిజమేనా!"

"నీకు మందు బాగా బుర్రకెక్కినట్లుంది. యింక ఆపెయ్యి."

"మందు కాదురా ప్రేమ, అనురాగం, సంతోషం వీటితో నేన వుక్కిరిబిక్కిరయి పోతున్నాను. ఒకవేళ గుండె ఆగి చచ్చిపోయానని కబుర విన్నా ఆశ్చర్యపడకు."

"సంతోషించాంగానీ, ఇంక ఆపు. బేరర్‌ని పిలిచి భోజనం తెమ్మంటాను, తిని హాయిగా నిద్రపో."

"ఊహూ - నాకు నిద్రరావటం లేదు. నాకు కలిగిన ఈ మహాయోగం గురించి నీకు చెప్పందే నిద్రపోను. నన్ను దేవతలు కటాక్షించారు. నాకు వరం యిచ్చి నా జన్మ సార్థకం చేశారు."

"నువ్వు జానపద సినిమాలకి షూట్ చేస్తున్నావా! ఈ నాటక ఫక్కీ మాని అసలు విషయం చెప్పు. మీ ఆవిడ ఎలా వుంది? మళ్ళీ కడుపుట, రాజీపడ్డారా?"

"ఒరేయ్! - నా నెత్తిన చెంబుడు చన్నీళ్లు దిమ్మరించాలని వుంటే పొయ్యి, నాకేం అభ్యంతరం లేదు. అంతేగానీ ఈ సుందరమైన కలలో మా రాక్షసిని మటుకు తీసుకురాకు. అది పాతకాయితాలు, సిగిరెట్టు పెట్టెలూ పోగుచేసుకుని సుఖంగా వుంటున్నది. ఖాళీ బుడ్లూ, పాత డబ్బాలూ క్షేమంగా వున్నన్నాళ్ళు దాని సంతోషానికి లోటుండదు."

"పోనీ, నీకు పట్టిన ఆ మహాయోగం గురించి చెప్పు, వింటాను!"

"మహేశూ - నువ్వు నవ్వనని మాటయిస్తే చెపుతాను. నాకు చదువు అబ్బలేదని నీకు తెలుసుగా!"

"ఆ మాటకొస్తే - నాకూ అబ్బలేదు."

"నీ విషయం వేరు, నువ్వు బిజినెస్‌పెట్టి దాన్ని స్వయంకృషితో అభివృద్ధి చేసుకున్నావు. మంచి ఇంగ్లీషు రాస్తావు-చదువుతావు."

"ఏడిశావ్ - ఎన్నిరాస్తే ఏం? నీ పేరు తెలిసినంతగా నా పేరు ఎవరికీ తెలియదు. ఊరూరా దండలు వేయించుకుని, సన్మానాలు చేయించుకుని గొప్పగా కులుకుతూ యీ పత్తిత్తు కబుర్లు చెప్పకు"

"నాకు నిజమైన విద్య లేదు. ఏదో ఫోటోగ్రఫీ అంటూ బతుక్కొస్తున్నా. గట్టిగా నాలుగు ఇంగ్లీషు ముక్కలు మాట్లాడలేను. అలాంటిది ఓ చదువుల సరస్వతి నన్ను కరుణించి, నా మీద కటాక్ష వీక్షణాలు కురిపిస్తున్నదంటే- నాకు ఎలా ఉందో తెలుసా! నా జన్మ తరించింది అనిపిస్తుంది.

"ఇంతకీ చదువుకున్న అమ్మాయి ప్రేమించిందంటావ్?"

"నువ్వు అంత 'కట్టే - కొట్టె' గా మాట్లాడకు. పి. హెచ్.డి. చేసిన ఒక విద్యావంతురాలు. వైస్ ప్రిన్సిపాల్ చేస్తున్న ఒక యువతి నన్ను కరుణించిందీ అంటే అంతకంటే ఏం కావాలి! సరస్వతీదేవి- ప్రేమ వెల్లువతో నన్ను పునీతం చేస్తున్నది.

"ఆ అమ్మాయి పేరు సరస్వతా? పెళ్ళయిందా!" అడిగాడు మహేశ్వర్రావు.

"సరస్వతి కాదు - చదువుల సరస్వతి. ఆ అమ్మాయికి పెళ్ళికాలేదు. పేరు యశోద" అన్నాడు రామచంద్రం.

"బ్రతికించావ్! ఇప్పటికి అర్థం అయింది. యశోద అనే ఆవిడ, డాక్టరేట్ చేసిన యువతి నిన్ను ప్రేమిస్తున్నదన్నమాట. అది చెప్పేందుకు యింతసేపు ఏడవాలా! నీ ధోరణి చూసి మతిపోయిందనుకున్నాను." అన్నాడు మహేశ్వర్రావు అల్లరిగా.

రామచంద్రం కోపంగా చూశాడు ఎదురుదెబ్బతిన్న చిన్నపిల్లవాడిలా - బాధగా చూశాడు. స్నేహితులు ఏడిపిస్తుంటే నిస్సహాయంగా చూసే స్కూల్లో చేరిన మొదటిరోజు విద్యార్థిలా చూశాడు. మహేశ్వర్రావుకి జాలేసింది.

"ఒరేయ్! నీ ప్రేయసిని హేళన చేస్తున్నాననుకున్నావా! నిన్ను 'టీజ్' చెయ్యడానికి అన్నాను. ఇంతకీ నీకెలా పరిచయం అయింది." అడిగాడు మహేశ్వర్రావు.

"పోయిన నెలలో మా సినిమా శతదినోత్సవం చేసుకుంది, జ్ఞాపకం వుందా! ఆ 'ఫంక్షనుకి, యశోద అధ్యక్షత వహించింది. 'ఆడదాని ఆంతర్యం' అన్న సినిమా చాలా చోట్ల శతదినోత్సవం చేసుకుంది. మా ప్రొడ్యూసరు యీ ఉత్సవానికి ఆడవాళ్లనే అధ్యక్షులుగా ఆహ్వానించారు. రాజమండ్రిలో జరిగిన ఫంక్షనుకి డాక్టర్ యశోదాదేవి అధ్యక్షత వహించింది. అప్పుడు పరిచయం అయింది." అన్నాడు రామచంద్రం.

"ఇంత త్వరగా ప్రేమించుకున్నారా?" అడిగాడు మహేశ్వర్రావు.

"ఆమె త్వరగా ప్రేమించిందని నేను చెప్పానా! నేను ప్రేమిస్తున్నాను యశోదగారి పరిచయంతో నా జీవితానికి కొత్త అందం వచ్చింది. ఆమె నాకు వెలుగును ప్రసాదించింది. యశోద పాదాలని - నా గుండెలమీద ఉంచుకుంటాను. ఆమెని నా హృదయరాణిని చేస్తాను. నాకు యీ సినిమాలు, కీర్తి, ప్రతిష్టా ఏమీ వద్దు. యశోద చెయ్యి పుచ్చుకుని అలా దిగంతాల అవతలివైపుకి నడిచి వెళ్ళిపోతాను."

"అక్కడేముందో తెలుసా?"

ఒక మహోన్నతమైన వెలుగు - కళ్ళు మిరిమిట్లు గొలిపే ప్రేమ కాంతి, నన్నూ, నా జీవితాన్నీ పునీతం చేసే గొప్ప తేజస్సు," అన్నాడు రామచంద్రం.

మహేశ్వర్రావుకి తమాషాగా వుంది. 'రామచంద్రం యిట్లాంటి మత్తులో ఎప్పుడూ పడలేదు. యశోద నిజంగా యితని జీవితంలో కొత్త కాంతిని తీసుకొస్తుందా? సంగీత, సరస్వతులు కలిసినపుడు ఆ జీవితాలు పరిపూర్ణంగా ఉంటాయి. అందుకు సందేహం లేదు' అనుకున్నాడు మహేశ్వర్రావు.

రామచంద్రంతో పరిచయం అయేనాటికి యశోదకి ముప్పయి ఏళ్ళు ఉంటాయి. అప్పటికి యశోద సన్నగా నాజూగ్గా వుండేది, లిటరేచర్ యం.ఎ. చేసి ఆపైన పి.హెచ్.డి. కూడా చేసింది, అందుచేతనే చిన్న వయసులో వైస్ ప్రిన్స్‌పాల్ అయింది. యశోదకి తల్లి లేదు. తండ్రీ, తమ్ముడూ ఉన్నారు, వాళ్ళు యిశోద దగ్గరే వుండేవారు. తమ్ముడు హైస్కూలులో చదువుతున్నాడు! తండ్రి తహసీల్దారుగా చేసి రిటైర్ అయాడు. ఆయనకి పెన్షన్ తప్ప వేరు ఆధారం లేదు. ఉద్యోగం చేస్తున్న రోజులలో ఆదాయానికి మించి ఖర్చు చేసాడు. రిటైర్ అయ్యేనాటికి - ఆయనకొచ్చిన ప్రావిడెంటుఫండ్ అప్పులకి సరిపోయింది. ఈలోగా యశోద అందివచ్చింది. అంచేత ఆ కుటుంబంలో డబ్బు సమస్యలు ఆట్టే లేవు.

ఇంగ్లీషు లిటరేచర్ మెయిన్‌గా యమ్.ఎ. చేసిన యశోదకి సాహిత్యం, కవిత్వం యీ గొడవలు చాలా ఉన్నాయి. ఆమె చదువుకున్నన్నాళ్ళు చదువులోనూ, ఆ తరువాత ఉద్యోగంలోనూ - తలమునకలుగా ఉండేది.

భావకవిత్వం, చక్కని సంగీతం అంటే యశోదకి ప్రాణం. ఆమె సినిమాలకి కథలకోసం కాదు, పాటలకోసం వెళ్ళేది. ఆ పాటలలోని భావం, వాటిని పాడేతీరూ చాలా ఆకర్షించేవి. సినిమా చూశాక ఎవరు నటించారో చెప్పలేకపోయేదిగాని, పాటలలోని సాహిత్యం ఎలా వుంది? సంగీతం ఎలావుంది? - యివి తేలిగ్గా చెప్పేది.

రామచంద్రం, పేరుని యశోద అప్పటికి చాలాసార్లు వినివుంది. మామూలు అందరి సినిమా అభిమానుల్లా ఉత్తరాలు రాయడం, మద్రాసు వస్తే కలుసుకోవాలని తహతహలాడటం యీకోవకి చెందిన వ్యక్తికాదు యశోద. ఆమెలో నిశితమైన దృష్టి, సున్నితమైన రసహృదయమూ ఉన్నాయి.

శతదినోత్సవ సందర్భంలో ఆమె సినిమాకథ గురించి ఎక్కువ చెప్పలేదు, ఆ కథలో స్త్రీలమీద సానుభూతి కలిగించేందుకు దర్శకుడు తిప్పిన మెలికలూ ప్రస్తావించలేదు. ఆ సినిమాలో రసోత్పత్తి గురించి చెప్పింది - "కథ సామాన్యమైనదయినా - కళాత్మకంగా ఉన్నత ప్రమాణాలు కలిగివుంది. రసమయ దృశ్యకావ్యంగా రూపొందించారు. దృశ్యకావ్యమూ- శబ్దతరంగాలూ, భావసంచలనమూ యీ మూడు - ముప్పేట గొలుసులా, సౌందర్యరాసి అయిన యువతి జడలాగ అల్లారు. అందుకే ఈ సినిమా ప్రేక్షకులను యింత ఆకట్టుకుంది." అని ఉపన్యాసం ముగించే సరికి సభ కరతాళ ధ్వనులతో మిన్నుముట్టింది. ఆమె ఉపన్యాసంలో రామచంద్రాన్ని -- రెండు మూడుసార్లు పేరుతో ఉదహరించింది. అంతేగాక మధ్య మధ్య అతనివంక ప్రశంసా పూర్వకంగా కూడా చూసింది.

ఈ అనుభవం రామచంద్రానికి కొత్తగా వుంది. అతనికి స్త్రీలతో పరిచయం లేదని కాదు. స్త్రీలు అతన్ని ఒకే దృష్టితో చూసారు. అతను తిరిగే రంగంలో ఒక పని కావాలంటే, సినిమాలో ఛాన్సు రావాలంటే - అతిదగ్గరిదారి స్త్రీ తనని తాను పురుషునికి అర్పించుకోవడం - ఇలా చాలామంది అతనికి దగ్గరగా వచ్చారు. ఆ కలయికలో కేవలం ఒకరి అవసరం మరొకరికి అన్న భావం తప్ప - దాని వెనుక ఒక ప్రయోజనం తప్ప, మానసికంగా వుత్సాహంగానీ, వుద్వేగంగానీ వుండేదికాదు.

'ఈ స్త్రీ యీ పనికోసం నాకు లొంగుతున్నది' అని రామచంద్రానికి తెలుసు. 'నేను లొంగిపోతే-నాకు సినిమాలో ఛాన్సు రావడానికి అవకాశం

వుందని ఆ స్త్రీకి తెలుసు.' ఇలా ఒక ప్రయోజనం కొరకు సంబంధాలు ఏర్పడేవే తప్ప - ఒకరిపై ఒకరికి యిష్టంఅయి కాదు. అదిగాక చదువుకున్న ఒక స్త్రీ, ఒక విద్యావతి, వున్నత ఉద్యోగంలో ఉన్న ఒక యువతి తనవంక ప్రశంసాపూర్వకంగా చూస్తున్నది అంటే రామచంద్రానికి కొత్తగావుంది. ఏదో గర్వంగా కూడా వుంది. ఆమె తనని నిజంగా అభినందిస్తున్నదా? తనని నిజంగా మెచ్చుకుంటున్నదా?

వేదికమీద కూచుని, పూలదండ పక్కనుంచి మరోసారి చూశాడు రామచంద్రం. యశోద తనవైపు చిరునవ్వు నవ్వుతూ చూసింది. ఆమె మిగతావాళ్ళ వంక అలా నవ్వుతూ చూస్తున్నట్లు లేదు, వారివంక ప్రశంసాత్మకంగా చూసినట్లులేదు. కేవలం తనవంకనే అలా చూస్తున్నది. ఈ భావం రామచంద్రాన్ని - ఉన్నత శిఖరాలవైపు గొనిపోయింది. అతని మనసూ -దేహం మబ్బుల్లోకి తేలిపోతున్నట్టున్నాయి. కుర్చీలో సర్దుకుని - నిటారుగా కూచున్నాడు. అతనివంతు ఉపన్యాసం వచ్చేటప్పటికి - గొంతు సవరించుకుని, ఒక్కసారి యశోదవంక చూసి ప్రసంగం మొదలు పెట్టాడు. మొదట్లో నట్లు నట్లుగా తడబడినా - రెండు క్షణాలు గడిచేప్పటికి పుంజుకున్నాడు.

"సినిమాలు సామాన్య ప్రేక్షకుల కొరకు తీసినా, మాకు వచ్చే కీర్తి , ధనమూ ఆఖరికట్టు వారివల్ల వచ్చినా ప్రతి కళాకారునికి సాంకేతిక నిపుణునికీ విద్యావంతులూ వివేకవంతులూ తమ సినిమాని చూసి - మెచ్చుకోవాలని అనిపిస్తుంది. ఆ ప్రశంసలు కేవలం పొగడ్తలూ, గాలిలో కలిసిపోయే అతిశయోక్తులూ కాక, మనఃస్ఫూర్తిగా వచ్చిన అభినందనలు అయినపుడు మా జన్మ చరితార్ధమవుతుంది. మా కృషికి పరిపూర్ణత ఏర్పడుతుంది. ఈనాడు డాక్టరు యశోదాదేవిగారు మా చలనచిత్రాన్ని గురించి ప్రశంసించి మా కృషిని మెచ్చుకున్నారూ అంటే యీ సినిమాలో మేమంతా సామూహికంగా జరిపిన కృషిని మీరు అభినందించారు. ప్రతి వ్యక్తీ తన జన్మదినం జరుపుకుంటాడు ప్రతి ఏడూ. మా కళాకారుల జన్మఫలం, ఏటా రాదు-ఎప్పుడో యిలాంటి ప్రత్యేకమైన రోజు మాకు జన్మదినం. ఎందుకంటే మా కృషిని నిజంగా అభినందించే రసజ్ఞులు దొరికిన రోజు మాకు పునర్జన్మ. మిగతారోజుల్లో గూడులోని గొంగళి పురుగులా, నల్లరాయిలోని శిల్పసుందరిలా మాలో మేము మధనపడుతూ అంతర్ముఖులమై బతుకుతూ వుంటాము. ఒక

రసజ్ఞుడు, ఒక సహృదయుడు మా కృషిని గుర్తించి, అభినందించినరోజ అంతవరకూ గూటిలో వున్న గొంగళిపురుగు రంగు రంగుల సీతాకోక చిలకగ మారి రెక్కలు విప్పుకుని ఆనందిస్తుంది. నల్లరాయి శిల్పసుందరి రూపంలో లాలిత్యం వొలకపోస్తుంది. కళాకారుని జీవితాలకి రంగులు కల్పించి, పునర్జన నిచ్చేది ఇటువంటి రసహృదయులు - విద్యావంతులు" అంటూ ఆమెవైష కృతజ్ఞతాపూర్వకంగా చూసి కూచున్నాడు రామచంద్రం.

అతని ఉపన్యాసాన్ని ఆనాడు చాలామంది ప్రశంసించారు శతదినోత్సవ వుపన్యాసాల తరువాత, ఆ రాత్రి హోలు యజమాని యిచ్చిన విందులో - రామచంద్రాన్ని యశోదాదేవి పక్కన కూర్చోపెట్టారు. ఈ ఏర్పాటు కావాలనే చేయించుకున్నాడు రామచంద్రం. అతనికి ఆమెతో మాట్లాడాలనివుంది. ఏదో చెప్పాలనివుంది. ఏనాడూ అతని హృదయం యింత ఉద్వేగంతో వూగిపోలేదు. గుండెలు యింతటి వేగంతో కొట్టుకోలేదు. అతని రక్తనాళాలు - రక్త ప్రసారపువేగానికి తట్టుకోలేక పగిలిపోతాయేమోనన్నంత భయంగావుంది. విందు భోజనానికి వెళ్లే ముందు ఒక పెగ్ మందు సేవించి వెళ్దామనుకుని, మళ్ళీ తనని తాను కంట్రోలు చేసుకున్నాడు. మందులేకుండానే ఆమె మాటలు యింత నిషాన్నిస్తే - మందువేసుకుంటే తను తెలివిగా మాట్లాడలేకపోవచ్చు - రసాభాస అవచ్చు.

రామచంద్రం సాధారణంగా అలంకారం చేసుకోడు. తన రూపాన్ని గురించి అంత శ్రద్ధతీసుకోడు. దుస్తుల్లోనూ వేషభాషల్లోను ప్రత్యేకమైన ఆసక్తి చూపించడు. ఒకోసారి లాల్చీవేసుకుని పంచె కట్టుకుంటూ వుంటాడు. షూటింగ్ వేళల్లో పైజామా, తెల్లలాల్చీ వేసుకుంటాడు. ఆ రోజు విందుకి సన్నని అంచుగల సూపర్‌ఫైన్ ఫిన్ లే పంచ కట్టుకున్నాడు. తెల్లగా సన్నగా పాముకుబుసంలా వుంది ఆ మల్లు పంచె. జాగ్రత్తగా కాస్త శ్రమపడి పంచెకట్టు కట్టుకున్నాడు. బిన్నీ సిల్కు తెల్లలాల్చీ వేసుకున్నాడు. కాస్త శ్రద్ధగా తన ప్రతిబింబం అద్దంలో చూసుకొని గడ్డం గరగర అన్నట్లు అనుమానం వచ్చి మళ్ళీ గడ్డం చేసుకున్నాడు. చాలామంది సినిమా హీరోలు రెండోపూట గడ్డం చేసుకుంటారని విని - నమ్మనట్లు చూసేవాడు. ఒకసారి గడ్డం గీసుకోవాలంటేనే యింత చికాగ్గా వుంది - రెండోసారి ఎవడు గీసుకుంటాడు బాబూ అనుకునేవాడు. అటువంటిది ఆ రాత్రి - విందు భోజనానికి ముందు మరోసారి షేవ్ చేసుకున్నాడు. ఇలా

రెండోసారి షేవ్ చేసుకోడం యిది తొలిసారి అతని జీవితంలో.

రామచంద్రం తన ముఖాన్ని పరీక్షగా చూసుకున్నాడు. తెల్లగా సన్నగా వుంది ఆ ముఖం, కళ్లు గుంటలు పడ్డట్లుగా వున్నాయి. నుదురు విశాలంగా వుంది. తలలో అక్కడక్కడా తెల్ల వెంట్రుకలు - ఫరావాలేదు అనుకున్నాడు. తన కళ్ళు తనకే కొత్తగా వున్నాయి. వాటిల్లో ఉత్సాహం, ఒక కొత్త చైతన్యం. విందు వేళకి - అయిదు నిముషాలు ముందుగానే చేరుకున్నాడు. అప్పటికే చాలామంది వచ్చారు. ఇద్దరేసి, ముగ్గురేసి గుంపులుగా నిల్చుని కబుర్లు చెప్పుకుంటున్నారు. ఆ సినిమాలోని హీరో, హీరోయిన్ చుట్టూ చాలామంది చేరారు. ఆటోగ్రాఫ్‌ల వేట కాబోలు అనుకున్నాడు రామచంద్రం.

దూరాన యశోదాదేవి! ఆమె తెల్లని మైసూర్ సిల్కు చీరె కట్టుకుంది. ఎర్రని బ్లౌజ్ వేసుకుని, మెళ్ళో ముత్యాలూ, పగడాలూ కలిసిన దండ వేసుకుంది. సాయంత్రం శిగ చుట్టుకుంది శతదినోత్సవ సభలో. ఇప్పుడు పొడవుగా జడ అల్లుకుంది. ఆమె ఎవరితోనో మాట్లాడుతూ వుంది. రామచంద్రం ఆమెవైపు చూశాడు. అతనికి ఆమె దగ్గరకు వెళ్ళి మాట్లాడాలని వుంది, మళ్ళీ మొహమాటంగానూ వుంది. సిగరెట్ అంటించాడు, తనలోని నెర్వస్‌నెస్ దాచుకోవడానికి. అతను తల ఎత్తేవేళకి యశోద యీ వైపుగా నడిచి వస్తున్నది.

"మీ కోసమే చూస్తున్నాను. మళ్లీ భోజనాల దగ్గర వీలవకపోవచ్చు మా ఇంటికి ఒక్కసారి రావాలి. మీరు మొదట్లో యిచ్చిన కెమెరా ట్రిక్స్ నాకు చాలా బాగా నచ్చాయి. అలాంటి ట్రిక్స్ అంటే నాకు చాలా యిష్టం." అంది యశోద సూటిగా.

రామచంద్రానికి గాలిలో తేలిపోతున్నట్లుంది.

"మీరు నవ్వనంటే - ఒక విషయం చెపుతాను." అన్నాడు రామచంద్రం.

యశోద ప్రశ్నార్థకంగా చూసింది.

"పిచ్చి నమ్మకం అనుకోండి, చాదస్తం అనుకోండి. నాకు సిగిరెట్టు వెలిగించటంలో కొన్ని నమ్మకాలున్నాయి." ఆగాడు రామచంద్రం.

"చెప్పండి" అడిగింది యశోద.

"మొదటిసారి అగ్గిపుల్ల గీసి, సిగరెట్‌కి అంటించగానే పొగపీలుస్తాను అలా మొదటి పీలుపులోనే సిగరెట్ అంటుకుని పొగ వస్తే - నేను చెయ్యబోయే

పని విజయం అవుతుంది, లేకపోతే అవదు. ఇలా చాలాసార్లు జరిగింది. నా నమ్మకం నిజం అనికూడా నిరూపణ జరిగింది. ఈ రోజు..." ఆమెవంక చూసి, "మీరు నవ్వుతున్నారు, నేను చెప్పను." అన్నాడు రామచంద్రం.

"చెప్పండి ! మా స్టూడెంట్స్ జ్ఞాపకం వస్తున్నారు, మీ కబుర్లన్నీ వింటుంటే. ఇంతకీ ఈ రోజు మొదటిసారే నోటినిండా పొగ వచ్చిందా!"

"వచ్చింది. మిమ్మల్ని కలుసుకుని మాట్లాడాలన్న నా కోరిక తీరుతుందనికూడా అప్పుడే అనుకున్నాను." అన్నాడు రామచంద్రం.

యశోద రామచంద్రం వంక తన విద్యార్థులని చూచినట్లు చూస్తున్నది. అతనిలో ఆమెకి ఎదిగిన ప్రఖ్యాత వ్యక్తి కనిపించలేదు. చిన్నపిల్లవాడు కనిపించాడు. నవ్వుతూ అంది "మీరెక్కడ చదువుకున్నారు." అని.

"కాలేజీ మొహం ఎరుగను. అప్పుడు విచారించలేదు. గాని, యిప్పుడు చాలా బాధగా వుంది, భయంగా కూడా వుంది."

"ఎందుకు?"

"మీరు పి.హెచ్.డి. చేసారు. ఈ కాలేజీలు, విద్యాలయాలు, యివన్నీ మీకు కొట్టిన పిండి. నేనేమో ఆఖరికి కాలేజీ గుమ్మం కూడా ఎక్కి ఎరుగను. అసలు కాలేజీ ప్రాంగణంలో అడుగు పెట్టే అర్హత కూడా నాకు లేదు. ఇవ్వాళ మిమ్మల్ని చూస్తే తెలుస్తున్నది, నేను పొందలేనిది ఎంత ఉన్నతమైనదో!"

"ఏమిటి?"

"విద్య..." అన్నాడు ఆమె కళ్ళలోకి సూటిగా చూస్తూ. నోటితో అయితే విద్య అన్నాడేగాని అతని చూపులో ఈ చదువుల సరస్వతిని పొందలేనన్న బాధ, అందుకోలేనేమోనన్న భయం కనబడుతున్నాయి.

"చదువు ఒక్కటిగాడు, అంతకి మించిన విద్య మీ చేతుల్లో వుంది. మాదేముంది గవర్నమెంటు ఎటు పొమ్మంటే అటు పోతాం. పొట్ట కూటికి పిల్లలకి చదువు చెప్పుకు బతుకుతాం, కాని, మీ జీవితాలలో వున్న చైతన్యం, తృప్తి మాకు ఉండదు. ఈ రోజు చూడండి, మా కాలేజీ యానివర్సరీ అంటే స్టూడెంట్స్, పేరెంట్స్ తప్ప ఇన్విటేషన్స్ పంపినా కూడా బయటివాళ్ళు రారు. ఈ సాయంత్రం బయట గుంపుని ఆపటానికి పోలీసులు రావాల్సి వచ్చిందని విన్నా. లాటీలు కూడా వాడారట.

"అది మా కోసం కాదు– సినిమాస్టార్స్ కోసం అందులో నటించినవారి కోసం. పైకి కనబడే గ్లామర్!'

"ఆ గ్లామర్‌లో మీకూ భాగం వుంది. మ్యూజిక్ డైరెక్టర్, కెమెరామాన్, కాస్ట్యూమ్స్, సెట్స్, సంభాషణలు యిలా ఎన్నో కలిస్తే తప్ప ఆ నటీనటులకి గ్లామర్ రాదు. వాళ్ళ గ్లామరులో మీరూ ఉన్నారు. అందుకనే మిమ్మల్ని చూడాలని జనం తండోపతండాలుగా వస్తారు." అంది యశోద.

"మీరు ఇంతలా అంటుంటే – నేనూ గొప్పవాడినే అనిపిస్తున్నది."

"కాదా!"

"ఏమో, నాకు తెలియదు. నాలో ఆ విషయం ఇంతవరకూ ఎవరూ చెప్పలేదు."

"మీ భార్యకూడా!"

"ఊహూ."

"దెన్ – అయ్ పిటీ హెర్ ! మేరు పర్వతాన్ని పక్కన పెట్టుకుని కళ్లు మూసుకుని వుండే బధిరాంధులని చూసి జాలి పడటం తప్ప ఏం చెయ్యగలం!" అంది యశోద గంభీరంగా.

రామచంద్రానికి ప్రపంచం ఒక్కసారి గిర్రున తిరిగి నట్లయింది. తను ఆకాశంలో తేలి వెళ్ళిపోతున్నట్లు, ఆకాశంలోని చుక్కలూ, మబ్బులూ తన పాదాలని స్పృశిస్తున్నట్లూ అనిపించింది. తను మబ్బుల్లో తేలిపోతున్నాడు. తన వెనక నీడలా యశోద వస్తున్నది, తను పురి విప్పిన నెమలిలా నృత్యం చేస్తున్నాడు. యశోద తన అందానికి, అభినయానికి అచ్చెరువొంది దాసానుదాసురాలవుతున్నది, తలవంచుకుని – తన పాదాక్రాంతురాలవుతున్నది. అంతా సినిమా కల – కెమెరామాన్ చిత్రణ.

"పదండి భోజనానికి వెళ్దాం." అంది యశోద. అతనికి కలలలో నడుస్తున్నట్లు, స్వప్నావస్తలో తేలిపోతున్నట్లువుంది. చుట్టూ మనషులు, దీపాలకాంతి, బారులుతీర్చి కూచున్న అతిధులు, తెల్లని బట్టలు పరిచిన టేబుల్స్ ఇవన్నీ ఏవో కలలో జరుగుతున్నట్టుంది. తను తెరమీద సినిమా బొమ్మల్ని చూస్తున్నాడా! తన కెమెరాలో యీ దృశ్యాన్ని బంధించగలడా? ఒక్క యశోద తప్ప మిగతావన్నీ – పొగలో అలుక్కుపోయినట్లు, పొగమంచుతో మూసుకుపోయినట్లు అనిపించింది.

"మీరు భోంచెయ్యడంలేదు." అంది యశోద.

"నేనా–!"

"ఏమిటి విస్తట్లో చెయ్యి పెట్టుకుని కలలు కంటున్నారా! కలలుగంటం మా ఆడవాళ్ళ జన్మహక్కు."

"మీరు పొరబడ్డారు, కలలు అనేవి ప్రతివ్యక్తికీ కావాలి. కలలులేని జీవితం శూన్యంగా వుంటుంది. ఇంతవరకూ నా జీవితం కలలు లేక ఎండిపోయింది - బీటవారి పోయింది. ఇప్పుడిప్పుడే అందమైన కలగంటున్నాను. ఒక తేజోరాశి గురించి కలగంటున్నాను. ఆ కలని చెదరగొట్టకండి" అన్నాడు రామచంద్రం.

యశోద అతనివంక కన్నార్పకుండా చూసింది. ఏమీ మాట్లాడలేదు. ఆ కళ్ళలో ఆశ్చర్యమూలేదు, కోపమూలేదు. ఒక రకమైన గంభీరత చోటు చేసుకుంది.

"నేను - హద్దులుమీరి మాట్లాడుతున్నానా!" అడిగాడు రామచంద్రం.

"లేదు. అది సమంజసమైన కల అవునా కాదా! అని ఆలోచిస్తున్నాను".

"ఎందువలన!"

మీకే తెలుసు, నేను విడమరచి చెప్పక్కర్లేదు. జీవితసత్యాలని, కాలేజీ ప్రాంగణంలో నేర్చుకోనక్కరలేదు, జీవన మార్గంలో నేర్చుకోవచ్చు."

''కానీ'' యీ సత్యాలకి అతీతమైన హృదయస్పందన వుంటుందనుకోండి, వాటిని అధిగమించలేమా! తోసి పుచ్చలేరా!"

"చెప్పలేను"

"మామూలు వాళ్ళకి సాధ్యం కాకపోవచ్చు. కాని కొందరు దేవతా స్వరూపిణిలు వుంటారు, వారు వరాలనిచ్చే దేవతామూర్తులు. తమ పాదాల వద్ద వుంచిన పూజా ప్రసూనాన్ని కాళ్ళతో తన్నలేరు."

"కవిత్వం చెపుతున్నారు."

కవిత్వం కాదు. మీకు యిటువంటి ఆలోచనలు వస్తూవుంటాయో లేదో నాకు తెలియదు గాని, పద్మాసనం వేసుకుని తామరపువ్వుమీద కూచున్న లక్ష్మీ విగ్రహాన్ని చూస్తే - ఆ పద్మం నాకు పువ్వులాగా అనిపించదు. ఆమె భక్తకోటి హృదయ కమలమనిపిస్తుంది. అట్లానే దేవతా విగ్రహంచేతిలో ఒక పువ్వు చూస్తే అది పువ్వుగా అనిపించదు. భక్తుడు అర్పించుకున్న హృదయ కమలమనిపిస్తుంది. ఆ దేవతామూర్తులు తమ భక్తుల హృదయ కమలాలని, వాడిపోనివ్వక, నిత్య నూతనంగా తమ కర కమలాల్లో

పదిలపరచుకున్నారనిపిస్తుంది. చూశారా మళ్లీ పిచ్చిధోరణిలో పడ్డాను! మీకు నవ్వు వస్తున్నది కదూ!"

"లేదు, ఇంత తమాషాగానూ, భావగర్భితంగానూ మాట్లాడేవ్యక్తిని నేనింతవరకూ చూడలేదు."

"నిజంగానా! ఆ మాటకొస్తే నేను ఇంత "ఫ్రీ" గా ఎవరితోనూ యింతవరకూ మాట్లాడలేదు. నాకెంతకూ ప్రాణం వున్న మనుషులని ఛాయాచిత్రాలలో బంధించడం తప్ప, వాటికి, మాటలు నేర్పడం రాదు. అది సౌండ్ ఇంజనీర్ పని." నవ్వుతూ అన్నాడు రామచంద్రం.

ఆమె కూడా నవ్వి "ఏమీ తెలియదు- ఏమీ చదువుకోలేదు అంటూ. యింత భావగర్భితంగా మాట్లాడుతున్నారే - చదువుకుని వుంటే మీరెంతవారయి ఉండేవారో అని వూహించుకుంటున్నాను."

"ఏమీ అయివుండను. బడిపంతుల్ని అయివుండేవాడిని."

"టీచింగ్ అంటే మీకు అంత చిన్నచూపా!"

"ఛ ఛ, అదేంలేదు నాకు చదువురాదన్న బాధ అలా మాట్లాడింపచేసింది. పర్సనల్‌గా తీసుకోకండి, ప్లీజ్!"

"అచ్చు - మా స్టూడెంట్స్‌లాగా బిహేవ్ చేస్తున్నారు. మీరు పోస్టుగ్రాడ్యుయేట్ అయివుంటే యీ పాటికి ఏమయ్యేవారో చెప్పనా!"

"చెప్పండి"

"వి.సి. అయేవారు"

రామచంద్రం అర్థం కానట్లు చూసాడు.

"వైస్. ఛాన్సలర్ అయివుండేవారు, ఏదో ఒక యూనివర్శిటీకి" అంది యశోద సీరియస్‌గా!"

ఆమె చెప్పిన ఆ పదవి అతనికి ఆనందం కలిగించలేదు. కాస్త నిరాశగా "ఇంతేనా - ఇంకా ఏదో చెపుతావనుకున్నాను. ఇంకా పెద్ద పదవి."

"విద్యారంగంలో - వి.సి.కి మించిన పెద్ద పదవి లేదు. దటీజ్ హైయ్యస్ట్."

"నాకు విద్యారంగం అక్కర్లేదు. జీవనరంగం కావాలి. ఇప్పుడు చెప్పండి. నేను పోస్టు గ్రాడ్యుయేట్ అయివుంటే ఏమైవుండేవాడిని."

"జీవితం అంటే ఒక్క డిగ్రీలూ, ఉద్యోగమేకాదు ఇంకా చాలా ఉన్నాయి."

"అదే నేను చెప్పబోయేది. ఇంకా చాలా అన్నారే, ఆ చాలాలో కొన్ని నాకు లభించాయి. అందుచేత నేను జీవితంలో కొన్నిటికి అనర్హుడిని అయ్యాను. మీరు చెప్పినట్లు పోస్టు గ్రాడ్యుయేట్ అయినా మీకేమీ కాలేకపోయేవాడిని, అదీ నా విచారం." అన్నాడు రామచంద్రం.

"మనిద్దరం చిన్నపిల్లల్లా గాలిలో మేడలు కడుతున్నాం. రేపు ఎన్ని గంటలకి వస్తారు. మా యింట్లో నేనూ, మా నాన్నా వుంటున్నాం. మా తమ్ముడు యిక్కడ హైస్కూల్లో చదువుతున్నాడు." అంది యశోద.

"మీ జీవిత వివరాలు స్వచ్ఛంగా, కడిగిన అద్దంలా వున్నాయి. మీ జీవితఫలకం మీద తప్పులెక్కలు లేవు. అంచేత డస్టర్‌తో తుడిచేయక్కర్లేదు. నా జీవితం బ్లాక్ బోర్డువంటిది. చిన్నప్పుడు కూడా నాకు లెక్కలు సరిగా వచ్చేవి కావు. మేస్టారు బోర్డుమీద కూడికలు వెయ్యమంటే – వరస వరసకీ తప్పు చేసేవాడిని. మాటి మాటికి తప్పు కూడికలు వేసి, డస్టర్‌తో తుడిచేవాడిని. కాని ఈ జీవితంలోని తప్పు లెక్కలు నన్ను వెక్కిరిస్తూనే వున్నాయి." అన్నాడు రామచంద్రం.

"డోంట్ ... వూరికే మాటవరసకి మా యింట్లో ఎవరెవరున్నారో చెప్పాను."

"మీరు మాటవరసకి చెప్పారు. నేను వరస క్రమంలో చెపుతాను, మా యింట్లో మా ఆవిడ, పిల్లలు, నేనూ, మా ఆవిడ కడుపులో ఎదుగుతున్న మరో ప్రాణి – యిది మా వరసక్రమం."

"చాలా తమాషాగా చెప్పారు. సాధారణంగా మా యింట్లో నేనూ మా ఆవిడ అంటూ చెప్పుకొస్తారు చాలా మంది మొగవాళ్ళు"

"నేను చాలామంది మగవాళ్ళవంటి వాడిని కాను. సగటు మొగవాడి కంటే కింద మెట్టుమీద వున్నవాడిని. మా యింట్లో మా ఆవిడ మాటకేచెల్లుబడి నా మాటకి విలువలేదు."

"మీ యింట్లో అంటే, మీరు గాక ఇంకా ఎవరైనా వున్నారా?"

"ఆ!"

"ఎవరు"

"తలుపులు – కిటికీలు, బీరువాలు ఇలా స్థావరాలు చాలా వున్నాయి. కదిలేవి – కదలగలిగేవి నేనూ నా పిల్లలూ. పిల్లలు చిన్నవాళ్లు

నేను సెకండ్ క్లాస్ సిటిజన్ని. ఆ యింట్లో మా శ్రీమతికి తప్ప, ఎవరికీ హక్కులులేవు - బాధ్యతలు తప్ప" అన్నాడు తను ఆవేశంగా

"ఆర్ యు సో అన్హాపీ" అడిగింది యశోద చాలా నెమ్మదిగా.

అతను తలెఎత్తి చూశాడు. ఆ కళ్ళలో కనీ కనిపించని కన్నీటిపొర, గూడులేని పక్షివలె ఒక నిస్సహాయత. దారి తప్పిన పసివానివలె ఒక భయం.

"భోంచెయ్యండి" అంది యశోద బొంగురుగా.

"మనం భోజనం చేస్తున్నామా! నాకు తిండిమీద ధ్యాస పోయి చాలారోజులయ్యింది. ఏదో తినాలి కాబట్టి తింటూంటాను. మీరు అప్పుడే రెండుసార్లు హెచ్చరించారు భోంచెయ్యమని. ఇలా అప్యాయంగా హెచ్చరింపబడగలగడం అరుదుగా సంభవిస్తూ వుంటుంది. రేపు మీ యింటిలో లంచే యిస్తారా! టీ ఇస్తారా!" అడిగారు రామచంద్రం.

"మీకేం కావాలి?" అడిగింది యశోద.

"నాకేం కావాలో అడగలేను- మీరు యివ్వనూ లేరు. చెప్పానుగదూ నా బ్లాక్బోర్డుమీద తప్పుడు లెక్కలు చెరిపినా చెరగవని! భోజనం పెట్టండి. మీరు కొసరి కొసరి వడ్డిస్తారు - నాకు తెలుసు. మీచేత అడిగించుకుని తిని - ఆ 'లంచ్' ఎంజాయ్ చెయ్యాలని వుంది. ఆ అపూర్వ వరం అనుగ్రహిస్తారో లేదో!" ఆగిపోయాడు.

"మీరు వుండి వుండి, సినిమా భాషలో పడుతుంటారు. రేపు మధ్యాహ్నం తప్పకుండా రండి. మా తమ్ముణ్ణి మీ హోటల్కి పంపుతాను" అంది యశోద.

అతను తల వూపాడు. ఆ రాత్రి విందు అయేవేళకి పదకొండు అయింది. విందు అయ్యాక యశోద మరోసారి మరునాటి లంచ్ జ్ఞాపకం చేసి - యింటికి వెళ్ళిపోయింది. ఆ తరువాత ఊరిలో అతిధులు చాలా మటుకు వెళ్ళిపోయారు. అతి సన్నిహితులు అయిదారుగురు, మద్రాసునుంచి వచ్చిన వారు మిగిలారు. ఆడంగులు వెళ్ళిపోయాక సీసాలు తీశారు. రామచంద్రం కూడా ఆ పార్టీలో జాయిన్ అవడానికి ప్రయత్నించాడు. కాని, అతనికి తాగాలని అనిపించలేదు. గ్లాసు ఎత్తినప్పుడల్లా - ఆ ద్రవంలో యశోద ముఖం కనిపించసాగింది. అతను తాగలేకపోయాడు. తలనొప్పిగా వుందని చెప్పి రూముకొచ్చి పడుకున్నాడు.

రూమ్‌కి వచ్చాడేగాని అతనికి నిద్రపట్టడంలేదు. నిద్ర పట్టేటట్లు లేదు. యశోద మాటిమాటికీ జ్ఞాపకం వస్తున్నది. అంత చదువుకున్న యువతి తన మనసులోని భావాన్ని అర్థం చేసుకుని వుండదా? చేసుకునే వుంటుంది. పెళ్ళయి, పిల్లలున్న తను, మనసులో భావాన్ని వ్యక్తం చేసినపుడు భయపడలేదు, బెదిరి పారిపోలేదు. అంటే ఆమె తనని ప్రేమిస్తున్నది. దీనికి పర్యవసానం ఏమిటి? యశోద యింతవరకూ ఎందుకు వివాహం చేసుకోలేదు? ఎవరినైనా ప్రేమిం, నిరాశ పొందిందా!

తండ్రి ఎదురుగా కూడా యింత చనువుగా మాట్లాడుతుందా! లేక దూరంగా వుంటుందా! యశోద యిల్లూ పరిసరాలు ఎలా ఉంటాయో! అతనికి రవణమ్మ జ్ఞాపకం వచ్చింది. వెన్నులోంచి చలి వచ్చినట్టయింది. తమ యిల్లు, ఇంటిలో పాత సామాను, రవణమ్మ కాపీనం అన్నీ జ్ఞాపకం వచ్చాయి.

యశోద యిల్లుకూడా అలానే ఉంటుందా! ఉండదు. యశోద యిల్లు – నీట్‌గా, ప్రశాంతంగా ఉంటుంది. పొందికగా అమర్చి ఉంటుంది. ఒక స్త్రీ చదువుకున్నదయితే, ఆ కుటుంబం సుఖపడుతుంది. తన భార్యలాగా డబ్బే ముఖ్యమని అన్నిటికి డబ్బు లంకెవేస్తే ఆ యిల్లు ప్రత్యక్ష నరకమవుతుంది. యశోదవంటి స్త్రీ తనకి భార్యగా లభిస్తే ఎంత బాగుండేది! తన జీవితం స్వర్గధామమయి వుండేది.

తెల్లని ఆ పట్టు చీరెలో శిల్పి చెక్కిన విగ్రహంలాగా ఉంది. చామనఛాయ రంగు ఆమెకి కొత్త అందాన్ని యిచ్చింది. ఆమె జడతో తను ఆడుకునే రోజు వస్తుందా! పొడుగాటి ఆమె కురుల వెనుక తను దోబూచులాడే శుభసమయం వస్తుందా? చేతులు కలుపుకుని తామిద్దరూ, కలసి తిరిగే అవకాశం వస్తుందా?

యశోద వొప్పుకుంటే– తను అన్నీ వదులుకొని యీ ఊరు వచ్చేస్తాడు. హాయిగా తామిద్దరూ కలసి బతుకుతారు. మళ్ళీ రవణమ్మ జ్ఞాపకం వచ్చింది. దొడ్లో కొబ్బరిమట్టలనుంచీ అమ్మే రవణమ్మ అతని కళ్ళముందు సాక్షాత్కరించింది. డబ్బుకీ ప్రాణానికీ లంకె అయిన రవణమ్మ డబ్బిచ్చేస్తే, తనకు విడాకులిస్తుందా? విడాకులిచ్చి యశోదని పెళ్ళిచేసుకుంటే.– రామచంద్రానికి తన ఆలోచనలకి తనకే నవ్వొచ్చింది. అలూలేదు చూలూలేదని, సినిమాల్లో తిరిగి తిరిగి తను

సినిమా కథలాగానే జీవితాన్ని ఆలోచిస్తున్నాడు. యశోద పరిచయం తనలో నూతనోత్సాహాన్ని కలిగిస్తున్నది, కొత్త ఆశలు రేపుతున్నది. ఏమిజరగబోతున్నదో తను ఆలోచించదలచుకోలేదు. అదృష్టదేవత కనికరించి తన జీవితంలో యశోద అనేటువంటి అపురూప వ్యక్తిని ప్రవేశపెట్టింది. ఆ అపురూప స్త్రీమూర్తిని తను నెచ్చెలిగా, స్నేహితురాలిగా, ప్రాణసఖిగా, హృదయరాణిగా, తన యింటిదీపంగా ఏ రూపంలో తనని కనికరించినా, ఏ రూపంలో వచ్చినా తను స్వీకరించి, శిరోధార్యం చేసుకుంటాడు. ఈ పరిచయ పరిణామం ఎలాంటిదయినా తను స్వీకరించడానకి సిద్ధంగా వున్నాడు.

రామచంద్రానికి నిద్రపట్టటం లేదు. మంచంమీద బాసింపీట వేసుకు కూచుని సిగిరెట్ ముట్టించాడు. అతనికి ఏదో ఉత్సాహంగా కుతూహలంగా వుంది. రేపేమి జరుగనున్నది? రేపు అన్నది ఎటువంటి మార్పులు కొని తెస్తుంది? పక్కగది తలుపులు తెరచిన శబ్దం. పార్టీ అయిపోయినట్లుంది. తను యింకా నిద్రపోలేదు. కంటిమీద కునుకు రానంటున్నది.

రామచంద్రం లైట్‌వేసి టైమ్ చూశాడు. ఒంటి గంటన్నర అయింది. బయట పుచ్చపువ్వులా వెన్నెల. ఆ వెన్నెల, యశోద తన జీవితంలోకి ప్రవేశించినట్లు. కిటికీ ద్వారా తన గదిలోకి, మంచంమీదకి ప్రవేశిస్తున్నది. వెన్నెలలాగే యశోద చల్లగా - నిర్మలంగా వుంటుంది.

రామచంద్రం మంచం దిగి, షర్టువేసుకుని, చెప్పులు తొడుక్కుని గదికి తాళం పెట్టి కిందకొచ్చాడు. కౌంటర్‌లో క్లర్క్ నిద్రరాకుండా కాబోలు తెలుగు నవల చదువుతున్నాడు. తాళాలు యిచ్చి- “గేటు ముయ్యకండి-” అన్నాడు.

“అల్లాగే సార్! గుమ్మంలో రిక్షావాడున్నాడు. ఎక్కడికి కావాలన్నా తీసుకెళ్తాడు.” అన్నాడు క్లర్క్

రామచంద్రానికి నవ్వు వచ్చింది. తను ఎక్కడికీ వెళ్ళ దలుచుకోలేదు. ఏమీ అక్కర్లేదు. అమృతభాండం ముందు ఉంచుకుని, మురికినీళ్ళకి కక్కుర్తిపడే స్థితిలో లేడు.

రిక్షావాడిని గోదావరి వద్దకు తీసుకెళ్ళమన్నాడు. ఆ వెన్నెల్లో అఖండ గోదావరిని చూస్తూ - ఆ గట్టుమీద నడుస్తూ గడిపాడు రామచంద్రం.

5

ఆ మరునాడు పదకొండింటికి యశోద తమ్ముడు రిక్షా తీసుకొచ్చాడు హోటల్‌కి. రామచంద్రంతో వచ్చిన సినిమాజనం చాలామంది వెళ్లిపోయారు. అతను మటుకు యశోదకిచ్చిన మాటకోసం వుండిపోయాడు. రిక్షా ఊరికి కాస్త దూరంగానే వెళ్ళింది. అక్కడ యిళ్ళు అట్టే లేవు. దూర దూరంగా ఆధునికంగా కట్టిన యిళ్ళు. అందులో ఒకటి యశోదా వాళ్ళిల్లు. చిన్నయిల్లు ముందుపక్క గులాబీలూ, బాల్సమ్స్, జినియాలూ విరగబూసి ఉన్నాయి. మధ్య మధ్య పసుపూ - ఎరుపూ, తెలుపూ కలయికల క్రోటన్స్ మొక్కలు.

ఈ యిల్లు, యీ వాతావరణం చూసేసరికి రామచంద్రానికి తన జీవిత గమ్యం చేరుకున్నట్లనిపించింది. దప్పిగొన్న పాంధునికి - చల్లటి మంచినీటి చెలమ కనిపించినట్లయింది. గేటు దగ్గర నిల్చుని యశోద తన రాక కోసం ఎదురు చూస్తున్నది. సన్నని జరీ అంచున్న వెంకటగిరిచీరె కట్టుకున్నదామె, దుస్తుల తీరులో ఒక సింపుల్‌సిటీ, వెనువెంటనే కొంత హుందాతనంకూడా కనిపించాయి.

“రండి, తమ్ముడు సరిగ్గా కనుక్కోలేకపోయాడేమో అనుకున్నాను. నేనే వద్దును - కాని యీ ఊర్లో అందరూ తెలిసిన మొహాలే...”

“ఫరవాలేదు. నేను మీ కోసం వెతుక్కుంటూ రావాలనుకున్నాను- వెతుక్కోకుండానే దొరికారు” నవ్వుతూ అన్నాడు రామచంద్రం.

“అన్వేషణలో అందంవుంది. అన్వేషణ మనిషి హృదయానికి వెలుగునిస్తుంది. జీవితానికి ప్రయోజనం చేకూరుస్తుంది. అంది యశోద.

“ఈ రోజు కవిత్వం చెప్పటం మీ వంతు కాబోలు - వింటానికి నేను రెడీగా వున్నాను” అన్నాడు రామచంద్రం.

“ఇద్దరూ లోపలికి నడిచారు. వరండా దాటి, ముందు డ్రాయింగ్ రూమ్. డ్రాయింగ్‌రూమ్‌లో కేన్ సోఫాసెట్, వాటిలో కుషన్సు. ఒక మూలగా పడకకుర్చీ. అందులో యశోద తండ్రి కూర్చునివున్నాడు. ఆయన గంభీరంగా వున్నారు.

పరిచయాలు అయినాక రామచంద్రం ఒకటి రెండు మాటలు మాట్లాడబోయాడు. కాని రిటైర్డ్ తాశిల్దారుగారు సంభాషణలో పెద్ద వుత్సాహం చూపలేదు. ఆయన వాలుకుర్చీలో కూచుని కళ్లు మూసుకున్నారు.

"నాన్న ఎక్కువ మాట్లాడరు పదింటికల్లా భోంచేసి పడుకోవడం అలవాటు. ఈ రోజు కాస్త ఆలస్యమైంది."

"అయామ్ సారీ, నా వల్లనా?"

"కాదు - మా వంటమనిషి ఆలస్యంగా వచ్చింది. అందుకని కాస్త లేటయింది వడ్డించమని చెపుతాను - భోంచేసేస్తే నాన్న పడుకుంటారు." అంది యశోద లేస్తూ.

రామచంద్రం అక్కడ టేబిల్ మీద ఉన్న ఇంగ్లీషు పత్రిక చేతిలోకి తీసుకున్నాడు. యశోద లోపలికెళ్ళింది. యశోద తమ్ముడు బిడియంగా - హాలులో కూచుని ఉన్నాడు. రామచంద్రానికి ఒక విషయం తెలిసివచ్చింది. ఆ యింట్లో యశోద తప్ప తనతో ఎవరూ మాట్లాడరని,

"డైనింగ్ టేబుల్ చుట్టూ - నలుగురూ కూచున్నారు. యశోద తండ్రికి ఎదురుగా కుర్చీలో కూచుంది. రామచంద్రం ఆమె తమ్ముడూ ఎదురు బదుర్లుగా కూచున్నారు. చాలా రకాల వంటలు చేయించింది. రెండు స్వీట్లు, పులిహోర - మూడు రకాల కూరలు, విందు భోజనం చక్కగా రుచిగా చేయించింది. రామచంద్రానికి కొసరి కొసరి అడిగి వేయించింది. యశోద అప్యాయతలో, మాటలలో ఎక్కడా లోపంలేదు. ఆమె చనువుగా, మామూలగానే మాట్లాడింది. కాని, యశోద తండ్రి నోరు మెదపలేదు. వద్దు, వెయ్యి - ఈ రెండు మాటలు తప్ప యింకోమాట మాట్లాడలేదు. నల్లగా - పొడవుగా ఉన్నాడాయన. తాసిల్దారుగా రిటైర్ అయినా - పూర్వపు ఉద్యోగపు హోదా, ఆ దర్జా గత వైభవంలాగా ఆయన్ని పట్టుకు వేళ్ళాడుతున్నాయి. భోజనం చేస్తున్నంతసేపు రామచంద్రానికి యిబ్బందిగానే ఉంది. టేబుల్ దగ్గర నలుగురూ కూచున్నప్పుడు, యిద్దరు మూగనోము పడితే మిగతావాళ్ళకి ఎలా ఉంటుంది. అందరూ సంభాషణలో పాల్గొంటే అది వేరు, అందులోనూ తొలి పరిచయంలో యింటిలో మిగతావారు యిలా ఉన్నారంటే, అతనికి కాస్త యిబ్బందిగానే వుంది. యశోద ఈ విషయం గమనించిందోలేదో. లేక, ఆమెకిది అలవాటయిందో గాని రామచంద్రానికి మటుకు ఎప్పుడు భోజనాల బల్లనుంచి బయటపడదామా అని వుంది.

భోజనాలు అయినాయి. యశోద తండ్రి తన గదిలోకి వెళ్ళిపోయాడు తమ్ముడు చదువుకునేందుకు పక్క యింటికి వెళ్లాడు. హాల్లో

యశోద, రామచంద్రం మిగిలిపోయారు. పళ్ళెంలో తమలపాకులూ, వక్కపొడి పెట్టి తీసుకొచ్చి టేబుల్ మీద పెట్టింది వంటామె.

"తమలపాకులు వేసుకుంటారా!" అడిగింది యశోద.

"పెద్ద అలవాటు లేదు. చాలా భుక్తాయసంగా వుంది - యివ్వండి" చేతులు జాచాడు

"చీల్చి యిస్తాను, వుండండి." అంది యశోద యీనెలుతీస్తూ. అతను ఆమె వేళ్ళవంక కన్నార్పకుండా చూస్తున్నాడు..

"ఏమిటి అంత పరీక్షగా చూస్తున్నారు!"

"మీ వేళ్ళవంక"

"ఎందుకని?"

"నేను ఈనాడు కెమెరామాన్‌ని అయినా, ఒకప్పుడు చిన్న ఫోటోగ్రాఫర్‌ని, ఆ విషయం మర్చిపోకండి. మీ చేతులు మటుకు, వేళ్ళు 'ప్రామనెంట్'గా వుండే 'యాంగిల్'లో "స్టిల్‌ఫోటో" తీస్తే ఎంత గొప్పగావుంటుందో ఆలోచిస్తున్నాను. తప్పకుండా ఫస్ట్‌ప్రయిజ్ వస్తుంది." అన్నాడు రామచంద్రం సీరియస్‌గా.

"మా యిల్లు మీకు తమాషాగా వుందా!" అడిగింది యశోద.

"ఉంది - లేదు."

"అదెట్లా?"

"ప్రత్యేకత వుంటే మీరే చెపుతారు. లోకంలోని రకరకాల కుటుంబాలు, అందులో మీదొకటి అని సరిపెట్టుకుంటాను. మా యింటినే తీసుకోండి, మా ఆవిడ నాకింతవరకూ, ఏనాడూ ఆకులు చీల్చి యివ్వలేదు. చిలకలుచుట్టి యివ్వలేదు. తొలి పరిచయంలోనే మీరు ఇంత శ్రద్ధగా ఆకులు చీల్చి యిస్తున్నారు. ఇది అపూర్వమైన విషయంగా ఆనందిస్తున్నాను. అంతేగాని మా ఆవిడ యిటువంటి నాజూకు పనులు ఎందుకు చెయ్యదు అని బాధపడటం మానేసాను. ఎవరి స్వభావాలు వారివి - అని అన్నిటికీ రాజీపడే పరిస్థితికి వచ్చేసాను." అన్నాడు అతను గంభీరంగా.

"మా నాన్నకి అల్సర్ వుండేది. ఆరోజులలో కడుపునొప్పి భరించలేక నల్లమందు వేసుకునేవారు. ఆపరేషన్ చేశాక నెప్పి తగ్గింది. కాని నల్లమందు అలవాటు తగ్గలేదు. ఆ నల్లమందుకు బదులు కాంపోజ్ వేసుకుంటున్నారు.

అన్నం తిన్నాక రెండు కాంపోజ్‌లు వేసుకుని పడుకుంటారు. నేను కాలేజీనుంచి వచ్చేదాకా నిద్రపోతూ వుంటారు."

"రాత్రిళ్లు నిద్రపడుతుందా!"

"పట్టదు - అప్పుడూ వేసుకుంటారు."

"మైగాడ్ ! ఆయన తన ఆయుర్దాయాన్ని తనే కొద్ది కొద్దిగా తగ్గించుకుంటున్నారు. మీరెల్లా వూరుకుంటున్నారు."

"కాంపోజ్ పడకపోతే చాలా 'ఇరిటేట్' అవుతారు. కోపం, చికాకులు అరుపులు, వీటికి బదులు కాంపోజ్ నయం కాదంటారా!"

"ఇలా ఎన్నాళ్ళు!"

"ఎన్నాళ్ళు జరిగితే అన్నాళ్ళు!"

రామచంద్రం మాట్లాడలేకపోయాడు. ఈ జీవితం, వీటిలోని సంఘటనలు అన్నీ క్షణభంగురాలే! ఈ ఏర్పాట్లు తాత్కాలికాలే. దేనికీ స్థిరత్వం లేదు. ఎన్నాళ్లు జరుగుతే అన్నాళ్లు - అని కాలానికి సమస్యలని వొదలటం ఒకరకంగా బాగానే వుంది.

"మీ ఫాదరు- ఏదన్నా వ్యాపకం కలిపించుకుంటే"

"దేనికి?"

"దేనికి అన్నదానికి - జవాబు లేదనుకోండి. దేహంలో శక్తి వుంది అనుభవం వుంది. కాలాన్ని సద్వినియోగం చెయ్యవచ్చుగా!"

"ఆయనకి అవసరం లేదు. నేను ఉద్యోగం చేస్తున్నాను. మేము ముగ్గురం - నా సంపాదన చాలదా!"

"ఇక్కడ డబ్బుకాదు, కాలం గురించి చెపుతున్నాను."

"ఆయన ముప్పయి ఏళ్లపాటు ఎండనక వాననక కష్టపడి సంపాయించారు, అమ్మ, మా తమ్ముడి పురిటిలో పోయింది. అప్పటికి నేను స్కూల్ ఫైనల్ చదువుతున్నాను, నాన్న నా చదువు మానిపించలేదు. మళ్ళీ పెళ్ళి చేసుకోలేదు, రోజుల పిల్లవాడిని, తల్లిలాగా సాకి పెద్దవాడిని చేసారు. నాకు చదువు చెప్పించి యింతదాన్ని చేసారు. ఇంకా ఆయనేం చెయ్యాలి. హాయిగా 'రెస్ట్' తీసుకోక"

"ఇది 'రెస్టా' - నిద్రమాత్రలు వేసుకుని బలవంతాన నిద్ర పోవడం రెస్టా."

"బాగా లేకపోతే ఆయనే మానారు. నేను వద్దు అని చెప్పను, డాక్టరు రోజుకి రెండు వేసుకోవచ్చునన్నారు" అంది యశోద.

రామచంద్రానికి ఆ విషయం పొడిగించడం యిష్టంలేకపోయింది. నిశ్శబ్దంగా వుండిపోయాడు.

"మీకు పాటలంటే యిష్టమేనా!" అడిగింది నవ్వుతూ.

"ఆ ప్రశ్న నన్ను అడుగుతున్నారా! నా సినిమా జీవితం పాటల్తోనే ఆరంభమయింది."

"మీతో పరిచయం - యీ ముఖ పరిచయం కాదు, మీ పాటతోనే ఆరంభమయింది." ఆ రికార్డు నాకు చాలా యిష్టం! వేస్తాను వింటారా!"

"తప్పకుండా! నాదగ్గర ఆ రికార్డు లేదు. ఆ రోజులలో రికార్డు అడిగేపాటి ధైర్యంకూడా లేదు. ఆ మాత్రం అవకాశం యిచ్చినందుకే సంబరపడిపోయాను."

"ఆ పాట పాడినందుకు ఎంతిచ్చారు." అడిగింది యశోద రికార్డు దొంతరలోంచి తీస్తూ.

"చెపితే నవ్వుతారు.. ఆ అవకాశం కోసం నేను ఎన్నిపాట్లు పడ్డానో వింటే అదో పెద్దగాథ అవుతుంది." అన్నాడు రామచంద్రం

"ఆ పాట ఎవరు రాశారో మీకు తెలుసా?"

"తెలుసు"

"ఎవరు?"

"నవ్వకండి. నేనే రాశాను, నేను రాశాను అంటే ఒప్పుకోరని ఎవరో భావకవి రాశాడని కోశాను. "కొండ వూగులాడింది - కోన వూసులాడింది" అన్న పల్లవి బాగుందని గ్రామఫోన్ కంపెనీ మ్యూజిక్ డైరెక్టర్ ఆ పాటకు వొప్పుకున్నాడు."

యశోద పాట వేసింది, రామచంద్రం కళ్ళుమూసుకుని వింటున్నాడు. అతను గతంలోకి వెళ్ళిపోతున్నాడు. రాజమండ్రి, యశోద యీ పరిసరాలు అన్నిటిని వొదిలి మద్రాసు రోడ్లమీదకి వెళ్లిపోతున్నాడు. "వూగి వూగి ఆ కొండ వురకలేసింది." ఆఖరి చరణంతో టపామని ఆగిపోయింది.

తన కంఠం లేతగా మార్దవంగా వుంది. ఆ కంఠంలో కొండ కోనలు కలిసిపోయి పలికాయి.

"మీరెందుకు మ్యూజిక్ వదిలేసారు. ప్లేబాక్ తీసుకుంటే చాలా గొప్పగా పైకి వచ్చి వుండేవారు."

"అవకాశం లేక"

" ఇంత మంచి కంఠంవున్న మీకు అవకాశం రాలేదంటే ఆశ్చర్యంగావుంది. సంగీతాన్ని వదులుకుని మీరు ఈ కెమెరావర్క్‌లోకి ఎలా వచ్చారో అని ఆశ్చర్యంగా వుంది."

"వినే వోపిక ఉందా."

"చెప్పండి, ఈ ప్రశ్న చాలాసార్లు అడగాలని అనుకున్నాను"

నాకు పత్రికలకి ప్రశ్నలు పంపడం అలవాటులేదు. అంత కుతూహలమూ లేదు. కాని నేను చదువుకునే రోజుల్లో మీ రికార్డుని పిచ్చిగా వినేవాళ్లం. ఆరోజుల్లో మీ పాటంటే చాలా 'క్రేజ్' - అంత పాపులారిటీ ఉన్న మీరు మ్యూజిక్ గాక కెమెరా వర్క్‌కి రావడం ఆశ్చర్యం, నేను ఉద్యోగంలో ప్రవేశించాక రేడియోగ్రామ్ కొన్నాను. రేడియో వార్తలకి - రికార్డ్, ప్లేయర్‌కీ అని, మొదటి రికార్డు మీ పాట కొనాలని షాపు వాడిని అడిగితే లేదన్నాడు. ప్రత్యేకం మద్రాసు రాసి తెప్పించాను." అంది యశోద.

"నాకేం చెప్పాలో తోచకుండా వుంది. మీలాంటి విద్యావతి నా తొలిపాట విని మెచ్చుకున్నారని, ఆ రికార్డుని అంత శ్రద్ధగా దాచుకున్నారని వింటున్నప్పుడు నా జీవితం వృధా కాలేదు, నా బ్రతుకు సార్ధకం అయింది అనిపిస్తుంది. మీకు అటువంటి 'డిప్రెషన్స్' రావేమో - నాకు అప్పుడప్పుడు యీ సినిమాలు, యీ సంసారం, యివన్నీ వదిలేసి ఎక్కడన్నా వంటరిగా ప్రశాంతంగా గడపాలని అనిపిస్తూ వుంటుంది. ఏటిఒడ్డున చిన్న కుటీరం కట్టుకుని - హాయిగా పిచ్చిపాటలు పాడుకుంటూ స్వేచ్ఛగా వుండాలనిపిస్తుంది. ఇన్నాళ్లూ నా కలలలో నేను వొంటరిగా, ఏకాంత పధికునివలె కనిపించేవాడిని. ఈ రోజు నేను ఒంటరి వాడినికాను, నా కలలో ఒక నీడ, ఒక సన్నని నీడ నా వెంట వస్తున్నట్లు, ఆ నీడలో నా నీడ కలిసిపోతున్నట్లు ఊహలు కలుగుతున్నాయి." అన్నాడు రామచంద్రం.

"మీరు సంగీతం ఎందుకు వదిలేశారో చెపుతానన్నారు."

మాది అతి సామాన్యమైన సంసారం. నాకు తప్ప మా యింట్లో అందిరికీ చదువులొచ్చాయి. నాకు చదువుమీదకంటే పాటలమీద శ్రద్ధ. చిన్నప్పుడు నాటకాలలో వేసేవాడిని. మా నాన్నకి యివి యిష్టం వుండేవి కాదు. ఒకసారి మా ఫ్రెండుదగ్గిర పదిరూపాయలకి ఒక పాత కెమేరా కొన్నాను. అది భుజున వేసుకుని తిరుగుతుండేవాడిని. మా వూళ్ళో వీళ్ళకీ - వాళ్ళకీ

ఫోటోలు తీసి ఫోటోస్టూడియో వాడిని బతిమలాడి అవి డెవలప్ చేయించి, ఆ ప్రింట్లు రెండేసి రూపాయలకి అమ్మేవాడిని. అర్ధరూపాయి ఫోటోస్టూడియో వాడికి కమీషన్" ఆగాడు అతను.

"చాలా తమాషాగా వుంది మీ కేరీర్"

"ఒకరోజున ఏమీ పనిలేక పొలాలమ్మట తిరుగుతున్నాను. ఎవరో శవాన్ని దహనం చెయ్యడానికి తీసుకుపోతున్నారు. భుజాన వేళ్ళాడుతున్న-కెమేరాతో – ఎదురుగా వస్తున్న ఆ పాడెని ఫోటోతీశాను. ఎందుకు తీశానో నాకే తెలియదు. వాళ్ళు వద్దని అనలేదు. ఆ ఫోటో బాగా వస్తే కాంపిటీషన్‌కి పంపుదామని. ఆరోజులలో ఇంగ్లీషు పత్రికల్లో 'ఎమెచూర్' ఫోటో గ్రాఫర్స్‌ని ప్రోత్సహించడానికి – కాంపిటీషన్స్ పెట్టేవారు.

"పంపించారా!"

"లేదు ఆ గుడ్డి కెమేరాతో అనుకున్నంత బాగా రాలేదు. ఆ ఫోటో నాదగ్గరే వుండిపోయింది. ఒక రెండు నెలలకి ఆ ఫోటోకి మహాయోగం పట్టింది. దాని విలువ వందరూపాయలకి పెరిగింది."

"అరె, డిటెక్టివ్ కధలా చెపుతున్నారే!"

"ఆ రోజు మోసుకెళ్ళిన శవం బాగా డబ్బున్న శవంఅట. ఆస్తి తగాదాలలో, కోర్టులో ఈ ఫోటో సాక్ష్యంగా కావాల్సి వచ్చింది. ఫోటోలో ఆ నిప్పు తీసుకెడుతున్నవాడి మొహం స్పష్టంగా వుంది. అది ఈ కేసుకి బలమైన ఆధారం అవడం చేత రెండువైపులవాళ్లూ నావెంట పడ్డారు. ఆఖరికి వంద రూపాయిలకి 'నెగిటివ్' యిచ్చేసి, ఎవరికీ చెప్పకుండా మద్రాసు రైలెక్కేసాను." అన్నాడు రామచంద్రం.

"చాలా ఎడ్వంచరస్‌గా వుంది, మీ 'లైఫ్' వింటుంటే చాలా థ్రిల్లింగ్‌గా వుంది."

"ఆకలేస్తే కడుపు నింపుకునేందుకు పంపునీళ్ళు తాగినపుడు, ఈ జీవితం "ఎడ్వంచరస్‌గా" కనిపించలేదు. ఒంటరితనం, భయం, బాధ, ఆకలి తప్ప! కడుపునిండా అన్నంపెట్టి ప్లస్ కాస్త ఆశ్రయం యిస్తే చాలనిపిస్తుంది. ఈ రోజు ఇలా తేలిగ్గా చెబుతున్నాను గాని, నేను చాలా బాధలు పడ్డాను. చాలా అవతారాలు ఎత్తాను. సినిమాలలో ఎక్స్ట్రా వేషాలు వేసాను. కోరస్‌లో పాటలు పాడాను. ఆ తరువాతనే రికార్డు కంపెనీలో ఆ రికార్డు యిచ్చాను.

అదే నా మొదటి పాటా, ఆఖరి పాటానూ."

"ఏం ఆ రికార్డు చాలా పాపులర్‌గా వుండేదే."

"నిజమే, కాని అక్కడి రాజకీయాలు, జలసీలు బయటవాళ్లకి చెప్పినా అర్థంకావు. చివరికి "స్టిల్" ఫోటోగ్రాఫర్‌గా", ఆపైన కెమెరామాన్‌గా స్థిరపడిపోయాను. ఈ రోజున, నేను పాటలు పాడగలనని, ఒకప్పుడు పాడానని ఏ కొద్దిమందికో తెలుసు. నిన్న మీరు సభలో నా పాటగురించి ప్రశంసించినపుడు చాలామంది ఆశ్చర్యంగా చూశారు. ఆ తరువాత నన్ను అడిగారు, ఇది నిజమా!" అని

"మీరు మ్యూజిక్ వదిలేసినందుకు బాధగా లేదా!"

"లేదు."

"నిజంగా!"

"నిజంగానే చెపుతున్నాను. నేను స్వతహాగా సంగీత విద్వాంసుడిని కాదు. సంగీత జ్ఞానమూ అట్టేలేదు. ఏదో మంచి కంఠం వుండేది, దానికి తోడు వుత్సాహం ప్లస్ ఏదో అవ్వాలన్న తపన.

"మీరు ఒక్క పాట పాడితే వినాలని వుంది. ఒక్క పాట పాడరూ!"

రామచంద్రం ఫకాలున నవ్వాడు.

"మీకు కోపం రాదంటే- ఒక సామెత చెపుతాను. అది చాలామోటు సామెత అనుకోండి. వయసులో గాడిదపిల్లకూడా కోమలంగానే వుంటుందట. అలాగే వయసులో కాకి కూడా కూనిరాగాలు తియ్యగలదు. ఎటొచ్చీ అది కోకిల కాదు, కాకి కాకి-కాకే. కోకిల-కోకిలే! నేను కాకిని. కొన్నాళ్ళు కోకిలనవుదామని ప్రయత్నించాను. కోకిలయేమోనన్న భ్రమ కలిగించాను. అంతే."

"మీ మాటలు బాగున్నాయా! - పాట బాగున్నదా! అని ఆలోచిస్తున్నాను.

"మీకు ఏది నచ్చినా నాకు అభ్యంతరం లేదు. ఎందుకంటే నాలో ఏదో ఒక ప్రత్యేకత మిమ్మల్ని ఆకర్షిస్తే అంతే చాలు."

"అందువల్ల మీకేం లాభం?"

"చెప్పనా! నిన్న ఒకసారి చెప్పాను. కళాశాల ప్రాంగణంలో అడుగు పెట్టలేదు, పెట్టే అవకాశం లేదు. మీ వంటి విద్యావతి నన్ను ప్రశంసిస్తున్నదీ

అంటే, నా విలువ పదిరెట్లు పెరిగింది. నా దృష్టిలో - మీ దృష్టిలో కాదు. మీ పరిచయం నాలో ఒక కొత్త ఆశని కలిగిస్తున్నది. ఎలా అని అడక్కండి - చెప్పలేకుండా వున్నాను. నా గురించి యింత చెప్పాను - మీ గురించి ఒక్కమాట కూడా చెప్పలేదు."

"ఏం చెప్పమన్నారు? నా ఉద్యోగం చూశారు మా యిల్లు చూశారు మా కుటుంబం చూశారు."

"ఇంతకుమించి ఏమీలేవా! నేను తెలుసుకోవలసినవి, నాకు తెలియనివి లేవా?"

"లేవు"

"ఎందుకని"

"కారణాలు ప్రత్యేకంగా ఏమీలేవు."

"నాకు ఆంధ్రదేశం గొడ్డుపోయిందేమోనన్న సందేహం కలుగుతోంది, ఆంధ్రాలో మొగవాళ్లకి కళ్ళులేవు అని కూడా అనిపిస్తున్నది".

"మీరు మళ్ళీ కవిత్వ ధోరణి మొదలుపెట్టారు. అతిశయోక్తులూ-పొగడ్తలూ లేకుండా మాట్లాడలేరా! అని"

"నిజంగానే చెపుతున్నాను, ఏ కారణం లేకుండా మీరిల్లా వంటరిగా వున్నారంటే నాకు చాలా ఆశ్చర్యంగా వుంది, మీలాంటి విద్యావతిని చూసి, బహుశా భయపడి దూరంగా వుంటున్నారేమో, లేక మీ చెయ్యి తాకే సాహసం లేక పిరికివారయ్యారేమో! ఏది ఎలా అయినా ఆంధ్రాలోని యువకుల పిరికితనం, నా పాలిట అదృష్టరేఖ అయింది. మీకు పెళ్ళయి, ఒక గృహిణి అయివుంటే, మీరు వైస్ ప్రిన్సిపాల్ అయినా కూడా యింత చనువుగా మాట్లాడుకునేవారం కాదు. నాకు మటుకు ఆ ధైర్యం వచ్చేది కాదు"

"ఇప్పుడు వుందా?"

"ప్రస్తుతం లేకపోవచ్చు, ఏనాటికైనా ఆ దేవతామూర్తి నన్ను కరుణిస్తుందని, ఆమెని నా ఆరాధనతో ప్రసన్నురాలిని చేసుకోగలనని ఆశ కలుగుతున్నది."

"కాని మీరే అన్నారు - మీ బ్లాక్ బోర్డులో అన్నీ తప్పుడు లెక్కలే ఉన్నాయని, వాటిని చెరపలేనని!"

"అదీ నిజమే"

"అందుచేత లెక్కలూ డొక్కలూ మర్చిపోండి. ఒక సహృదయుడిగా - మంచి స్నేహితుడిగా ఉండండి. మన దార్లు వేరు - జీవితాలు వేరు ఇద్దరం స్నేహితులుగా కలుసుకుని, సరదాగా ఉండవచ్చు!"

"ఉండొచ్చు ప్రయత్నిద్దాం."

"మీకు నమ్మకంలేదా!"

"మీ మీద నమ్మకం వుంది-నామీద నాకు నమ్మకంలేదు. నేను చాలా బలహీనుణ్ణి. స్నేహం కోసం, ఆదరణ కోసం యించుమించు కరువవాచి ఉన్నాననే చెప్పవచ్చు. నాకు ఒకే ఒక్క స్నేహితుడున్నాడు. వాడి పేరు మహేశ్వర్రావు. వాడితో నా మనసులోని గోడంతా వెళ్ళబోసుకుంటూ వుంటాను. ఈనాడు మీరు దొరికారు."

"మీ యింట్లో ఆమెతో సామరస్యభావం లేదా! తొలి పరిచయంలోనే యిలా అడుగు తున్నందుకు..."

"ఇది తొలిపరిచయమా? నాకు అలా అనిపించడం లేదు. మిమ్మల్ని యుగయుగాలనుంచీ ఎరుగున్నాననిపిస్తుంది. ఈ స్నేహం, యీ ఆకర్షణ యీ జన్మలోది కాదనిపిస్తుంది. చాలా జన్మలనుంచీ ఎరుగున్నాననిపిస్తున్నది."

"మళ్లీ - సినిమా భాష మాట్లాడుతున్నారు." అంది యశోద.

"సినిమాకాదు, నిజం. నా మనసు విప్పి యింత హాయిగా ఎవరితోనూ మాట్లాడలేదు. నా తప్పు లెక్క గురించి కదూ అడిగారు-పెళ్ళిళ్ళు స్వర్గంలో జరుగుతాయంటారు. ఆ సంగతి నాకు తెలియదు. ఎందుకంటే నా పెళ్ళి స్వర్గంలో జరగలేదు. నరకంలో జరిగింది. అది మటుకు నిశ్చయం. నాకూ, నా భార్యామణికీ ఎక్కడా, ఏ విషయంలోను ఏకీభావంలేదు. పెళ్ళయిన మరునాడే తెలుసుకున్నాను."

"ఆమె గురించి, మీకు సానుభూతి లేదు."

"ఒక్కరోజు మా యింటికొచ్చి చూడండి- మీకూ సానుభూతి ఉండదు. పెళ్ళయిన మొదటిరాత్రి మా సినిమాల్లో కూడా ప్రేమబాసలు చూపిస్తారు పుస్తకాల్లోనూ అంతే అనుకోండి. మా ఆవిడ వేసిన మొదటి ప్రశ్న మీ కెంత జీతం యిస్తారు? అని. సినిమా ప్రపంచంలో తిరుగుతున్నానుగదా! నా "కేరెక్టర్" గురించి అడుగుతుంది. నా కెంతమంది "గర్ల్ ఫ్రెండ్స్" ఉన్నారో ఆరాలు అడుగుతుంది. లేదని బుజ్జగిద్దాం ప్లస్ నా

గురించి చాలా రొమాంటిక్‌గా అనుకుంటూ వుంటుంది. అని "ఫూల్" లాగా ఆలోచిస్తూవున్న నాకు - "మీకెంత జీతం?" అన్న ప్రశ్న లాగి లెంపకాయ కొట్టినట్లనిపించింది."

నవ్వుని బలవంతాన ఆపుకుంటున్నది యశోద.

"ఇప్పుడు నేనూ నవ్వగలుగుతున్నాను. ఆ రోజు నవ్వు రాలేదు. కాస్త చికాకు పడ్డాను. ఆ రాత్రే - నా జమా ఖర్చుల వివరాలు, నా ఆదాయ వ్యయాల పట్టికలూ అడిగేసింది. అది నాగురించి ఏమీ తెలుసుకోవాలని ప్రయత్నించలేదు, కుతూహలమూ లేదు దానికి."

"మరి మీకో?"

"ఉంది. "కథల పుస్తకాలు చదువుతావా, సినిమాలు చూస్తావా!" యిలాంటి కుంటి ప్రశ్నలు అడిగాను. పుస్తకాలు కొని చదవడం శుద్ధ దండుగ. ఎక్కువగా చదివితే కళ్ళు చెడిపోయి, వుత్తరోత్రా కళ్ళజోడుకు డబ్బుఖర్చు పెట్టాలి. ఆ ముందుచూపుతో మా రవణ అచ్చు అక్షరాన్ని ఆమడదూరాన వుంచుతుంది. సినిమాలు బాగానే చూస్తుంది-"ఫ్రీ"గా అయితే అధికోత్సాహంతో చూస్తుంది. ఇకనుంచి తెలుగుసినిమా "ఫ్రీవ్యూ"లకి తను నిరాఘాటంగా వెళ్ళగలననే ఆశాభావంకూడా వ్యక్తం చేసింది మా మొదటిరాత్రే. అంచేత, మా ఆవిడ గురించి మొదటి రోజునే సమగ్రంగా తెలుసుకున్నాను. ఇంక తెలుసుకునేవి ఏవీ మిగలలేదు." అన్నాడు రామచంద్రం

"టీ పెట్టనా?" వంటావిడ తొంగిచూస్తూ అడిగింది. ఇద్దరూ ఉలిక్కిపడి - టైము చూశారు. నాలుగయింది.

"చిప్సూ, బిస్కట్లూ ముందు పట్టుకురా! నాన్న లేచారేమో 'టీ' పట్టుకెళ్ళి యివ్వు." అంది యశోద.

"నాలుగయిందా? మైగాడ్! ఎంత త్వరగా టైము గడిచిపోయిందో! రాత్రి రైలుకి వెళ్ళిపోవాలి." అన్నాడు రామచంద్రం వొళ్ళు విరుచుకుంటూ.

"ఈ రోజే వెళ్ళిపోవాలా?" అడిగింది యశోద.

"వెళ్లక్కరలేదు. కాని, వెళ్ళిపోతాను. కారణం చెప్పనా? మీరు ఆడవారు కాబట్టి యీ విషయంలో మీకు నేను గురుత్వం వహించి బోధిస్తాను-వినండి. మేము డ్రింక్ ఎప్పుడూ గభాలున తాగం. అందులోనూ కొత్తగా మందు సేవించడం అలవాటు చేసుకున్నప్పుడు-కొద్ది కొద్దిగా నాలిక

మీదకి రానిచ్చి, చప్పరించి తాగుతాం. అప్పుడే దాని నిషా మా తలకెక్కేది. మీ పరిచయం కూడా నా దృష్టిలో అమృతం వంటిది. ఈ అమృతాన్ని అతి పదిలంగా సేవించాలి. మీ స్నేహామృతాన్ని కొద్ది కొద్దిగా సేవిస్తానే తప్ప, మీకు విసుగు తెప్పించను. అందుకే ఈ రాత్రి వెళ్ళిపోతానంటున్నాను." అన్నాడు రామచంద్రం.

"మళ్ళీ ఎప్పుడొస్తారు?"

"మీరు ఎప్పుడు రమ్మంటే అప్పుడు."

"అలాకాదు - మీకు ఎప్పుడు రావాలనివుంటే అప్పుడు రండి."

"అయితే పైవారం వస్తాను. శుక్రవారం రాత్రి రైలెక్కితే శనివారం ఉదయానికి వస్తాను. ఆదివారం బయలుదేరి సోమవారం ఉదయానికి మద్రాసు వెళ్ళిపోతాను."

"చాలా శ్రమ కదా?"

"కాదు. ఆ శుక్రవారం రాత్రికోసం, ఈ వారం రోజులు చాలా శ్రమపడి ఆగుతాను. రైలు ఎక్కి రాకుండా ఉంటంలో శ్రమవుందిగాని, ఈ ప్రయాణంలో శ్రమ లేదు. ఒక అన్వేషణ. అంతే!" అన్నాడు రామచంద్రం.

అతను రాత్రి వెళ్ళిపోయాడు. యశోద అతని గురించి చాలా సేపు ఆలోచిస్తూ పడుకుంది. తమాషా వ్యక్తి. అతనితో సంభాషణ తాడుమీద నడిచినట్లుగా అపాయంతోనూ, తెగింపుతోనూ నిండివుంది. అతని మాటల్లో తెగువ, తననించి స్నేహంకాక యింకా దగ్గర పరిచయాన్ని కోరుకుంటున్నానంటూ అతని మాటలలో దాగివున్న భావం! ఈ పరిచయం కొత్తగా వుంది. కాని, ఒక్క క్షణంలో యిది నిప్పుతో చెలగాటమని మనసు హెచ్చరిక చేస్తున్నది. మరో క్షణంలో ఫరవాలేదు, తనకి ఏ అపాయమూ లేదు-అన్న ధైర్యమూ కలుగుతున్నది.

ఆ పై వారం రామచంద్రం వస్తాడని యశోద అనుకోలేదు. ఊరికే అన్నాడుగాని మద్రాసునించి వస్తాడా అనుకుంది - కాని, శనివారం ఆమె కళ్ళు గేటువైపుకి పదిగంటలనుంచీ తిరుగుతూనే వున్నాయి. గేటు చప్పుడయితే అతనేమోనని ఆతృతగా ఎదురు చూస్తున్నది. రామచంద్రం ఊరికెళ్ళాక ఉత్తరం రాయలేదు, రాస్తాననీ అనలేదు. యశోదని ఉత్తరం రాయమని కోరలేదు. అతను వస్తాడని ఆమె మనసులో దృఢంగా తెలుసు. కాని ఆ ఆలోచన పైకి రానిచ్చే సాహసం లేదు ఆమెలో.

శనివారం పదకొండున్నరకి వచ్చాడు రామచంద్రం. మెయిల్ కొంచెం లేటట, హోటల్లో సామాను పడేసి, స్నానం చేసి చక్కా వచ్చాడు,

అతన్ని గేటు దగ్గిర చూసిన యశోదకి క్షణకాలం భయంవేసింది. "అంతదూరంనుంచి వచ్చాడు. ఈ మనిషి అనుకున్న పని చేసి తీరతాడు."

"రండి, రండి-మీకోసం ఎదురుచూస్తున్నాను." అంది యశోద ఎదురు వెడుతూ.

"నేను రానేమోనని మీకు సందేహంగా వుంది కదూ!"

"లేదు"

"ఉంది- ఎందుకంటే నన్ను చూడగానే మీ మొఖంలో ఆశ్చర్యం, రవ్వంత భయం చోటుచేసుకున్నాయి. నేను కెమేరామాన్‌ని, అన్ని మనోభావాలను నేను చూపుల్లో చదవగలను" అన్నాడు రామచంద్రం.

"అబ్బో, బాగా చదవగలరు. మీకోసం భోజనానికి కాచుకు కూచునుంటే..."

"నిజంగానా!"

"అవును నాన్న, తమ్ముడు తినేశారు, మనిద్దరం మిగిలాం-రైల్లో బాగా నిద్రపోయారా?"

"లేదు కూపే దొరికింది. ఎవరూ లేరుకూడాను-అయినా నిద్ర రాలేదు. నా మొదటి పిక్చరు రిలీజ్‌నాడుకూడా యింత ఎక్సయిట్ అవలేదు. ఎప్పుడు రాజమండ్రి వస్తుందా అని కనిపెట్టుకు కూచున్నాను, చిన్నపిల్లవాడిలాగా."

"మీరు నా కంటికి చిన్నపిల్లవాడిలాగే కనిపిస్తున్నారు. ఒక్కొక్కప్పుడు చాలా ఎదిగిన వ్యక్తిలా మాట్లాడుతారు. మళ్లీ మధ్యలో చిన్న పిల్లవాడిలా కబుర్లు చెపుతారు."

"మా ఫీల్డులో వున్న ప్రత్యేకతే యిది, మా సినిమా ప్రపంచంలో యీ క్షణంలో పెద్ద వేదాంతిలా మాట్లాడి-మరుక్షణంలో పచ్చి బూతులు మాట్లాడే వ్యక్తులున్నారు. మీ వంటామె వున్నారా!"

"ఉంది-ఏం?"

"మీరు వడ్డిస్తే-మనిద్దరమే కూచుని భోంచేయాలనుకున్నాను, ఫరవాలేదు పైవారం ఆమెని కూడా తినెయ్యమని చెప్పెయ్యండి." అన్నాడు రామచంద్రం మామూలుగా.

యశోదకి నిజంగానే భయంవేసింది. ఇతను వారం వారం మద్రాసు నుంచి వస్తాడా! ఇంత ఖర్చుచేసుకుని, యింత శ్రమపడి అన్ని వందల మైళ్ళ దూరంనుంచి ఒక వ్యక్తి తన కోసం, తన స్నేహం కోసం వస్తున్నాడూ అంటే గర్వంగా కూడా వుంది.

"మీరు నిజంగా వారంవారం వస్తారా!" అడిగింది యశోద.

"ఎందుకు రానూ! వస్తాను అని ముందే చెప్పాను కదూ!" అన్నాడతను అమాయకంగా నవ్వుతూ.

"ఇద్దరూ భోంచేసారు. భోజనం చేస్తున్నంతసేపూ రామచంద్రం కబుర్లు చెబుతూనే వున్నాడు. యశోద కొసరి కొసరి వడ్డించింది.

అన్నం తిన్నాక ఆకులు చీల్చి యిచ్చింది, పక్క వేస్తాను' కాసేపు పడుకోండి. రాత్రి నిద్రపోలేదన్నారు."

"ఊహూ, పడుకోను-రాత్రి రూమ్‌కెళ్ళి పడుకుంటాను మీతో కబుర్లు చెప్పుకోవాలని యింతదూరం వచ్చాను-నిద్రపోవడానికి కాదు," అన్నాడతను.

"మీరు ఈ ఊరు వస్తున్నట్లు ఇంట్లో తెలుసా?"

"తెలియదు. దాచాలనికాదు, మా ఆవిడకు నేను ఎక్కడికెళ్ళినా అభ్యంతరంలేదు. అవుట్‌డోర్‌కీ, బయట ఊళ్ళకి వెళ్ళడం అలవాటే, అందుకని ఎక్కడికి అని అడగలేదు. తన మామూలు వందా యిచ్చేశాను."

"అంటే?"

"ప్రతిసారీ ఊరు వొదలిపెడుతుంటే ఇంటి ఖర్చులకని వందరూపాయలు యిస్తాను. అది పుచ్చుకోపోతే పిచ్చులు, వెర్రులు ఎత్తుతుంది దానికి."

యశోద మళ్ళీ ఆలోచనలో పడింది.'వారం వారం మద్రాసునుంచి రైలు ఛార్జీలు పెట్టుకొచ్చి, రైలు ఎక్కేముందు భార్యకి మళ్ళీ వందరూపాయలా? చాలా విచిత్రమైన మనిషిలా కనిపిస్తున్నా డీ రామచంద్రం.

"మీ మద్రాసు కబుర్లు చెప్పండి."

"ఏం చెప్పమన్నారు? షూటింగ్ - కేకలూ, లైట్లూ-ఆన్ ఆఫ్-వీటికిమించి ఏమీ ఉండవు. బయటవాళ్లకి "గ్లామర్" గాని, మాకు చాలా విసుగ్గా "రొటీన్" గా వుంటుంది."

"మీరుకూడా తారలకి మల్లే ఒకేసారి రెండుమూడు సినిమాలకి వొప్పుకుంటారా!"

"ఒప్పుకుంటాం. ఒకటి డబ్బు-రెండు పేరు. పోయిన వారం మరో రెండు సినిమాలకి వొప్పుకున్నాను."

"శ్రమకదా!"

"శ్రమే - కాని బాగా యిస్తారు."

యశోద తల ఎత్తి చూసింది. అతను తనవంక గొప్ప ఆరాధనతో చూస్తున్నాడు. అతని కళ్లలో ఒక రకమైన మెరుపు. బాగా తాగినవాళ్లూ గంజాయి పీల్చినవాళ్లూ - వాళ్ళ కళ్ళలో యిదే మాదిరి మెరుపు కానవస్తుంది.

ఆ సాయంత్రం దాకా ఇద్దరూ చాలా కబుర్లు చెప్పుకుంటూ కూచున్నారు. రాత్రి అతను భోజనానికి ఉండమన్నా ఉండలేదు. మరునాడు నాలుగింటికి రైలు. ఉదయం తొమ్మిదింటికల్లా వచ్చి రెండున్నరదాకా వున్నాడు. యశోద స్టేషన్‌కి వస్తానని బయలుదేరింది. అతను వద్దు అనలేదు.

అతన్ని రైలెక్కించేలోపల ఫ్లాట్‌ఫారమ్ మీద అయిదారుగురు ఎరుగున్న ముఖాలు కనపడ్డాయి. ఆ అయిదారుగురూ రామచంద్రాన్ని కూడా గుర్తించి నమస్కారం పెట్టి, పల్కరించారు. యశోదకి ఏదో యిబ్బందిగా వుంది, తను స్టేషన్‌కి రావడం, అనుచితమేమోనన్న సందేహం కూడా కలిగింది.

"పై వారం వస్తాను." అన్నాడు రామచంద్రం.

"నిజంగా వస్తారా!"

"వస్తాను."

"వొద్దు"

"ఏం?"

"ఇంతఖర్చూ, శ్రమా పడి మీరు రావద్దు. రెండు రాత్రిళ్ళు రైల్లో గడిపి. ఒక్క రెండు పూట్లకోసం మిమ్మల్ని రప్పించడం న్యాయంగా లేదు."

"నాకు రావాలని వున్నప్పుడు, న్యాయాన్యాయాల ప్రసక్తిలేదు. మీకు అభ్యంతరం ఉంటే తప్ప, నేను ప్రతి వారం యిలా జీవితాంతం రమ్మన్నా వస్తాను."

"నాకు అభ్యంతరం అనికాదు. అక్కడ మీ పనులు-షూటింగ్..,

"పోతే పోతాయి. ఆదివారం ఎలాగూ షూటింగ్ ఉంటంలేదు. ఒక శనివారం నేను ఎడ్జస్ట్ చేసుకుంటాను."

"మీ యిష్టం."

"నేను రావడం మీకు యిష్టంలేదా!"

యశోద కళ్ళెత్తి చూసింది.

"మీరు నన్ను చూసి భయపడుతున్నారా! భయం దేనికి?"

"లేదు"

"మీ కళ్ళలో భయం తొంగిచూస్తున్నది. నా వల్ల మీకు ఎటువంటి ఆపదా రాదు. పోయినసారి అప్పుడే వెళ్ళిపోవాలా అని అడిగిన యశోదగారు..."

"అదికాదు. మిమ్మల్ని యింత దూరంనుంచి వారం వారం యిలా రప్పించడం న్యాయం కాదనిపిస్తుంది."

"ఇంకోదారి చెప్పండి!."

యశోదకి దారి కనిపించలేదు. అతను నాలుగు వారాలు వచ్చేవేళకి, ఇతని రాకపోకలు, ప్రతివారం మద్రాసునుంచి వస్తున్నాడన్న విషయం, అందరి చెవుల్లో పాకింది. కాలేజీలో, ఊళ్ళో అందరికీ తెలిసింది.

అయిదోవారం యశోద రామచంద్రంతో అంది:

"మీరు వారం వారం రావద్దు. నెలకో రెండు నెలలకో రండి."

"ఏం, నీకు యిష్టం లేదా!" అడిగాడు రామచంద్రం. ఈ నాలుగు వారాల చనువులో రామచంద్రం ఆమెని నువ్వు అని పిలుస్తున్నాడు. మీరు అని మన్నించవద్దని యశోద అన్నది.

"ఇష్టంలేక కాదు. నేను వర్క్ చేస్తున్నాను - ఇది మద్రాసు కాదు. మీరు అంతదూరంనుంచి వస్తున్నారూ అంటే, రకరకాలుగా అనుకుంటున్నారు."

"అనుకోనియ్! లోకం అనేకం అనుకుంటుంది."

"అదికాదు. నేను ఆడదాన్ని. ఆ విషయం మర్చిపోకండి."

"ఆడదానివి కాబట్టే వస్తున్నాను. నువ్వు మొగాడివి అని ఎలా అనుకుంటాను? మనిద్దరి మధ్యా ఆకర్షణ లేదంటావా!" అడిగాడు రామచంద్రం.

యశోద బదులు చెప్పలేకపోయింది. కొన్ని విషయాలు సూటిగా కుండబద్దలు కొట్టినట్లు అడుగుతాడు.

"నేను కాలేజీలో వర్క్ చేస్తున్నాను. స్టూడెంట్స్, కాలేజీ వాతావరణం - చాలా బాధ్యతలున్నాయి.

"నా రాకవల్ల నీ ఉద్యోగ బాధ్యతలకి ఆటంకం ఏముంది? శని, ఆదివారాలు నీకు సెలవు. మీ యింట్లో ఏం చేసినా అది నీ వ్యక్తిగత విషయం."

"అది నిజమే అనుకోండి. ఒక "ప్రెస్టేజీ," అంటూ వుంటాయిగా అందరూ రకరకాలు..."

"అందరూ అంటే - యింట్లో వాళ్ళా, బయటివాళ్ళా?

"ఇద్దరూను."

"మీ నాన్నగారు ఏమన్నా అన్నారా!"

అనలేదనుకోండి. కాని, తమ్ముడు - నాన్న నా మీద ఆధారపడి వున్నారు. ఈ ఆకర్షణ ఎక్కడికి లాక్కెడుతున్నదో అని భయంగా వుంది."

"చూశావా! నేను ఇదివరకే చెప్పాను. నన్ను చూసి భయపడుతున్నావని. నిజానికి నువ్వు నన్ను చూసి కాదు, నిన్ను చూసి నువ్వే భయపడుతున్నావు."

"అదికాదు."

"నేను చెప్పనా - నీ గౌరవం, పేరూ ఆలోచించి, నేను రాను అనుకో. మన పరిచయాన్ని యిక్కడితో ఆపేస్తాననుకో, నువ్వు భరించగలవా!"

యశోద జవాబు చెప్పలేదు.

"నువ్వు జవాబు చెప్పకపోయినా, నేను చెపుతాను. నన్ను చూడకుండా నువ్వు వుండలేవు. నా సంగతి సరేసరి! నువ్వు నా దానివి కాదు అన్నప్పుడు నేను పిచ్చివాడిని అయిపోతాను. నా జీవితానికి పట్టుగొమ్మలాంటిదానివి. ఆ పట్టు వదలితే అగాథంలో పడిపోతాను.

యశోదకి నిజంగానే భయంగా వుంది. ఇతని పరిచయం లేకుండా తాను వుండలేదు. అతను తను లేకుండా బతకలేడు.

"మీరు మూడునెలలు ఆగి రండి."

"ఊహూ - మూడునెలలు చూడకుండా వుండలేను. పోనీ నువ్వు మద్రాసు రా."

"నేనా!"

"ఏం నీకోసం నేను రావడంలేదా! నాకోసం నువ్వు రా! మూడు రోజులు వుండి వెళ్ళు, ఆ తరువాత మూడు నెలలపాటు నేను మీ ఊరు రాను. ఆ వొప్పందానికి సమ్మతిస్తే..."

"ఇంట్లో"

"మీ నాన్న వున్నారు, వంటామె వుంది, ఎవరికీ ఇబ్బంది వుండదు నీ రాకతో నాకు కొత్త శక్తి వస్తుంది. యశోదా! తప్పకుండ రా ఒక్క సారి."

"తమ్ముడిని వెంట తీసుకొస్తాను."

"దేనికి? వంటరిగా రావడం భయమా లేక, నాతో మూడురోజులు గడిపే ధైర్యం లేకనా?"

"అదికాదు మీ ఇంట్లో..."

"నువ్వు మా ఇంట్లో దిగద్దు, దిగలేవు. పామ్‌గ్రోవ్‌లో గాని, ఉడ్‌లాండ్స్‌లో గాని బుక్ చేస్తాను. అక్కడ భయం వుండదు. మూడు రోజులూ నేనూ హోటల్లో ఉంటాను."

"మీరా!"

"డోంట్ బి సిల్లీ! మా సినిమా వాళ్ళకి హోటల్ రూమ్స్‌లో రోజులూ - నెలలూ వుంటం అలవాటే. అది 'బాడ్ పర్పస్'కి అనుకోకు. కవులూ, కథకులూ, ఆర్టిస్టులూ యిలా .. నెలలు నెలలు హోటల్స్‌లో రూమ్స్ మాకింద వుంటాయి.

"మీ ఇంట్లో అయితే - బాగుంటుందేమో!"

"బాగుండదు. ఎందుకంటే మా ఆవిడ, రకరకాల కథలు వూహించుకుంటుంది. నీకు వేడినీళ్ళూ, భోజనం యీ సదుపాయాలు బొత్తిగా వుండవు. అన్నిటికి మించి మనం స్వేచ్ఛగా, హాయిగా వుంటానికి అవకాశం వుండదు" అన్నాడు రామచంద్రం.

యశోద కళ్ళెత్తి చూసింది.

"మనం యిద్దరం పరిణితి చెందినవాళ్లం. నేను ముగ్గురు పిల్లల తండ్రిని. నువ్వు చదువుకుని ఉద్యోగం చేస్తున్న బాధ్యత తెలిసిన వ్యక్తివి. ఇద్దరం యిష్టం లేకుండా ఏ పనీ చెయ్యము - చెయ్యలేము. అందుచేత, కాలేజీ పిల్లలాగా నిన్ను "ట్రిక్ చేస్తానేమోనని భయపడకు."

"అదికాదు. ఈ శ్రమంతా దేనికి?"

"మన ఆనందం కోసం. ఒకరి సన్నిధిలో మరొకరు ఉంటంకోసం అంతే!"

"కాని, యశోదకి భయంగా వుంది. అతను యీ 'అంతే' దగ్గిర ఆగిపోతాడా! తనని మాటల్లో, చిలిపి కబుర్లతో కవ్వించడా! అతనిలో కవ్వించగలిగే శక్తి - యింకా సన్నిహితంగా రాగల చొరవా వున్నాయి. తను యీ ఆకర్షణలోనించి తప్పించుకోలేకుండా వుంది. ఈ ఆకర్షణలో తప్పేమిటి?

అతను తననుంచి స్నేహం కోరుతున్నాడు. తనని ప్లెటోనిక్‌గా ప్రేమిస్తున్నాడు, ఆరాధిస్తున్నాడు. కేవలం దేహాకర్షణకాక అంతకంటే ఉన్నత స్థానంలో తనని ఉంచుతున్నప్పుడు ఒకసారి మద్రాసు వెడితే ఏం?

అతనిచుట్టూ ఉన్న ఆ రంగుల ప్రపంచం, చైతన్యవంతమైన ఆ జీవితం చూడాలని తనకీ వుంది. తను స్వతంత్రురాలు. ఎవరికీ బదులు చెప్పక్కర్లేదు. ఎవరికీ తనని ప్రశ్నించే హక్కులేదు.

"పై నెలలో క్రిస్‌మస్ హాలిడేస్, అప్పుడొస్తాను, ఈ లోపల మీరు రాకండి, నేనే మద్రాసు వస్తాను. మాకు యిరవై రెండునుంచీ శెలవలు, ఇరవై మూడు బయలుదేరి యిరవై నాలుగుకి వస్తాను."

"టికెట్ బుక్ చేయించేస్తాను, రేపు స్టేషన్‌లో టికెట్ కొనేస్తాను."

నేను రానని సంశయమా? తప్పకుండా వస్తాను."

"అందుకనే.... బెర్త్ బుక్ చేస్తానంటున్నది"

"అయితే డబ్బు యిస్తాను - టికెట్ తీసుకోండి."

"వద్దు, నేను కొంటాను."

"ఊహూ - నా దగ్గిరకు మీరు వచ్చారు యిన్నాళ్ళూ, ఈసారి మీ దగ్గిరకు నేను వస్తున్నాను, అంచేత, నా టికెట్ నేనే కొనుక్కుంటాను."

"యూ ఆర్ ఎ స్పోర్ట్, యు ఆర్ ఎ జమ్." అన్నాడు రామచంద్రం.

6

"అనుకున్న రోజుకి యశోద మద్రాసు వచ్చింది. రామచంద్రం స్టేషనుకి కారు తీసుకొచ్చాడు. సరాసరి పామ్‌గ్రోవ్‌కి తీసుకెళ్లాడు. రెండు సింగిల్ రూమ్స్ పక్క పక్కన బుక్ చేశాడు. రోజూ ఊపిరిసలపకుండా యశోదని మద్రాసులో అన్ని వీధులూ తిప్పుతున్నాడు.

"షూటింగ్ చూడాలని వుంది, మా ఊళ్ళో అంతా మద్రాసు వెళ్ళి షూటింగ్ చూశామని చెపుతుంటారు." అడిగింది యశోద.

"అదెంతసేపు? కాని, నువ్వు అరగంట కంటే కూచోలేవు. మా చెడ్డ విసుగ్గా వుంటుంది."

"మరి మీరెలా భరిస్తున్నారు."

"అది నా వృత్తి. వర్క్ చేస్తున్నప్పుడు ఇవేమీ తెలియవు. ఎంతకీ యాంగిల్స్, షాట్స్ యీ టెక్నికల్ గొడవులు తప్ప! మిగతావాటిమీద మనసు పోదు. నిన్ను తీసుకెళ్ళి మరో లెక్చరర్ క్లాసులో, ఆమె టీచ్ చేస్తున్నపుడు కూచోపెడితే, ఎలా వుంటుంది?"

"ఆమె టీచింగ్‌లో లోపాలు చాలా కనపడతాయి, నేను అంతకంటే ఎక్కువ తప్పులే చెయ్యచ్చు."

"సరిగ్గా... మాకూ అలాగే అనిపిస్తుంది. షూటింగ్ అంటే మరో కెమేరామాన్ వర్క్ చూస్తుండాలి. అప్పుడన్నీ లోపాలే కనిపిస్తాయి."

"పోనీ - మీరు వర్క్ చేస్తున్న పిక్చర్‌కి తీసుకెళ్ళండి."

"ఊహూ. నువ్వు పక్కనుంటే నేను పనిమీద కేంద్రీకరించను వెలుగులో నీ మీద నిలపలేను మనసు..." అంటూ కూనిరాగం తీశాడు రామచంద్రం.

యశోదకి అతని కూనిరాగాలూ, కబుర్లూ అలవాటయాయి. ఆమె సందేహించినట్లు రామచంద్రం ఎటువంటి చనువూ ప్రదర్శించలేదు. నవ్వుతూ కబుర్లు చెప్పాడు, ఊరంతా తిప్పాడు. ఒకరోజు మహాబలిపురం తీసుకెళ్ళాడు.

"నాకు మా ఊళ్ళో కంటే యిక్కడే ఫ్రీగావుంది. అక్కడ బందిఖానాలాగా అనిపిస్తుంది" అంది యశోద ఆ సాయంత్రం బీచ్ వద్దన కూచున్నప్పుడు.

"అయితే ఎప్పుడూ యిక్కడే వుండిపో"

"ఎట్లా - ఉద్యోగం!"

"వదిలెయ్యి."

"నాన్నా, తమ్ముడూ బాధ్యతలు."

"ఇది ఎప్పుడూ ఉంటూనే వుంటాయి. ఆ బాధ్యతలన్నీ తీరేవేళకి నీకు రిటైరు అయ్యే వయస్సు వచ్చేస్తుంది. అప్పటికి ఈ రామచంద్రం ఉండకపోవచ్చు.

"ఉండక ఎక్కడికి వెళ్తారు." అడిగింది యశోద.

"నువ్వే చెప్పావు ఒకసారి జరిగినన్నాళ్లు అని - అన్నీ తాత్కాలికమే అని. ఆ విషయం జ్ఞాపకం చేస్తున్నాను - నువ్వు మద్రాసు వచ్చెయ్యి."

"వచ్చి?"

"ఆ ప్రశ్న నువ్వు అడక్కూడదు - సమాధానం నీకు తెలుసు."

"కానీ, మీరే అన్నారు, మీ బ్లాక్ బోర్డుమీద తప్పుడు లెక్కలున్నాయని. వాటిని చెరపటానికి..."

"అదీ నిజమే. చెరపకుండా బ్రతకలేమా?"

"ఎట్లా?" అడిగింది యశోద.

"నువ్వు సర్వ స్వతంత్రురాలివి, స్త్రీవి. నేను పురుషుణ్ణి. ఇంతకి మించి యింకా ఏం కావాలి."

"ఆడది అంతటితో తృప్తిపడలేదు."

"నిజమే. కాని అంతకిమించి యివ్వగలిగేది నా దగ్గర లేదు. నా హృదయంవుంది, నా ప్రేమ వుంది, గాఢమైన అనురక్తి వుంది, అర్థంచేసుకునే మనసువుంది, నువ్వు కావాలని ఆక్రోశించే మమత వుంది."

"ఇవన్నీ కాక - సాంఘిక భద్రత వుంటుంది. ఇవన్నీ ఉన్నా ఆ భద్రత లేనప్పుడు భయంగా ఉంటుంది."

"నీ భయం నేను పోగొడతాను."

"పోగొట్టలేరు" అంది యశోద.

అతను యశోదవంక కన్నార్పకుండా చూశాడు. ఆ క్షణంలో అతను చెయ్యి పట్టుకు లాగితే, ఆమె అతని వడిలో పడుతుంది. ఆమె తనని ప్రతిఘటించలేదని కూడా రామచంద్రానికి తెలుసు. కాని, యీ సుందరమైన కలని, స్నేహాన్ని చెడగొట్టుకోవాలని అనిపించడంలేదు. ఎన్నాళ్ళయినా యశోద తనని తాను మనస్ఫూర్తిగా అర్పించుకోవాలి. అప్పుడుగాని తమ ప్రేమకి పరిపూర్ణత రాదు. అంతవరకూ తను ఎదురుచూస్తూ వేచి వుండగలడు.

"మీ యింటికి తీసుకెళ్ళండి."

"అవసరమా?"

"అవసరం అనికాదు. రవణమ్మని ఒకసారి చూస్తాను. మీ యిల్లూ పరిసరాలు చూడాలని వుంది."

"నేను నిజాలు చెప్పడం లేదని అనుమానమా?"

"ఛ, ఛ! నా కెందుకో ఆమెని చూడాలనివుంది. మీ పిల్లల్ని కూడా."

ఆ మరునాడు నాలుగింటికి యశోదని తమ యింటికి తీసుకెళ్ళాడు రామచంద్రం. యశోద పళ్ళూ, బిస్కట్లూ, పువ్వులూ తీసుకుని వచ్చింది.

వాళ్లు యింటికి వెళ్ళేటప్పటికి రవణమ్మ సినిమాకి వెళ్ళే ఉత్సాహంలో వుంది. ఆ సాయంత్రం ఏదో "ప్రీవ్యూ" వేస్తున్నారట. ఆ విషయం తెలుసుకుని ఫోన్ చేసి సీట్లు అట్టే పెట్టమందిట. స్టూడియో వాళ్లనే కారుకూడా పంపమంది.

ఇల్లు ఎప్పటిలాగానే గలీజుగా వుంది. మొజాయిక్ ఫ్లోరింగు, దాని అసలురూపం పోగొట్టుకుని - వెలవెలా పోతున్నది. సోఫాలు-తమ గత వైభవానికి చిహ్నంగా అక్కడా, అక్కడా పాలిష్‌తో వున్నాయి. సోఫాలలో ప్లాస్టిక్ కేన్ చాలా చోట్ల చినిగి వుంది.

బిస్కెట్లూ, పళ్లూ తీసుకున్నాక రవణమ్మ అడిగింది.

"మీ వారు సినిమా తీస్తున్నారా?"

"లేదండీ!" నాకింకా పెళ్లి కాలేదు, రాజమండ్రిలో కాలేజీలో పనిచేస్తున్నాను."

"అట్లాగా జీతమెంత?" టఫీలున అడిగింది రవణమ్మ.

యశోద తలెత్తి చూసింది. రామచంద్రం తనవంకే చూస్తున్నాడు. ఇన్నాళ్ళ పరిచయంలో అతను ఏనాడూ వెయ్యని ప్రశ్న ఆమె మరుక్షణంలో వేసింది.

"పన్నెండు వందలు"

"మీరు నయం - యీ సినిమాలలో ఒక నెల వస్తుంది, మరో నెల రాదు. స్వంత యిల్లా, అద్దె యిల్లా?" మళ్లీ ప్రశ్న.

"అద్దె యిల్లే."

"పెళ్ళి చేసుకుని త్వరగా యిల్లు కట్టుకోండి. హైదరాబాద్‌లో యిళ్లు చవగ్గా దొరుకుతున్నాయట. మా తమ్ముడు కొంటున్నాడు. ఈయనతో రోజూ చెపుతున్నాను. కోర్టులో వేలానికొచ్చిన యిళ్లు చాలా చవకట. ముందు కొనేస్తే ఆ తరువాత నెమ్మదిగా బాగుచేయించుకోవచ్చు." అంది రవణమ్మ.

యశోదకి యింకేం మాట్లాడాలో తెలియటంలేదు.

"యింకా వుంటారా?"

"రేపెళ్ళిపోతాను."

"ఏవండోయ్! స్టూడియోకి ఫోన్‌చేసి యింకో సీటు ఉంచమని చెప్పండి, యశోదగార్ని కూడా తీసుకెళతాను. యన్.టి.ఆర్. పిక్చరు.. కలర్ సినిమా చాలా బాగుంటుంది. మీరుకూడా రండి" అంది రవణమ్మ.

"లేదండీ! నాకు యింకా పనులన్నీ అవలేదు. యీ సారికి క్షమించండి."

"మా మేనమామ కొడుకుకూడా మీకుమల్లే లెక్చరర్ చేస్తున్నాడు. వాడికి ఏటా పి.యు.సి. పేపర్లొస్తాయి వేసవికాలంలో. బాగా డబ్బు సంపాయిస్తాడు. ఏటా వాడి పెళ్ళాం ఓ గొలుసు చేయించుకుంటూ వుంటుంది మీకూ పేపర్లొస్తాయా?"

"వస్తాయనుకుంటా! మా లెక్చరర్స్‌కి వస్తాయి."

"మీ కెందుకు రావు?"

"ఎడ్మినిస్ట్రేషన్ వర్క్ చాలా వుంటుంది... అందుకని కుదరదు."

"దానికి విడిగా డబ్బిస్తారా!"

"డబ్బు అని కాదు. మా ప్రిన్సిపాల్ తరువాత నేను అవడం చేత...." ఆగిపోయింది యశోద.

రామచంద్రం నిశ్శబ్దంగా వీళ్ళ సంభాషణ వింటున్నాడు. అతను చూసి నవ్వుతున్నాడేమోనని అనుమానంగా వుంది యశోదకి.

"మద్రాసు వచ్చారుగా పట్టుచీరెలూ, నగలూ కొనుక్కోరా! ఈ మధ్య నగల డిమాండ్ తగ్గిందట. అందుకని పట్టుచీరెలకిమల్లేనే నగలకి కూడా చీటీలు కడితే యిస్తున్నారు. ఉమ్మిడియార్‌లో మంచి గాజులొచ్చాయి.

"రవణా! కాఫీ పెడతావా!" అడిగాడు రామచంద్రం నెమ్మదిగా.

"అరె, పాలు రాలేదే! ఫ్రీవ్యూలో ఎలాగో కాఫీ యిస్తారని యింట్లో పెట్టలేదు..." ఆగిపోయింది రవణ.

"ఫరవాలేదు. నేను తాగే వచ్చాను." అంది యశోద.

"మీరో రెండురోజులు వుండకూడదూ! ఎల్లుండి నుంచీ నల్లీలో పట్టుచీరెలకి రిబేట్ యిస్తారు. రిబేట్‌తో పాటు 'టు - బై-టూ' జాకెట్ బిట్టు కూడా యిస్తారు. చాలా మంచి చీరెలు చవగ్గా వస్తాయి. నేనూ కొనుక్కోవాలనుకుంటున్నాను." అంది రవణమ్మ.

"నాకు శెలవు లేదు. ఈ సారి వచ్చినపుడు తప్పకుండా మీతో వస్తాను." అంది యశోద.

"మీ ఎడ్రసు యివ్వండి. మా ఆయన ఎవరి ఎడ్రస్ అడిగినా లేదంటారు.

"అలాగే.. యిస్తాను." అంది యశోద, దేనికడుగుతున్నదో అర్థంగాక.

"దేనికి?" అడిగాడు రామచంద్రం.

"మీకెందుకు? ఆడవాళ్ళకి లక్షపనులుంటాయి. మీరు మీ గదిలోకి వెళ్ళండి." గదమాయించింది రవణ.

"ఇంతలోనే చంటి పిల్లవాడు నిద్రలేచి ఏడుపు మొదలుపెట్టాడు. రవణ వాడిని వొళ్ళోవేసుకుని పాలు యిస్తూ, "పదమూడు రూపాయిలుకడితే వందరూపాయిల స్టీలు సామాన్లు వస్తాయి. మీరుకూడా ఆ స్కీములో చేరండి. రేపు పెళ్ళయి యిల్లూ, సంసారం ఏర్పడితే వుపయోగంగా వుంటాయి. ఈ మొగవాళ్ళకి ఎంత చెప్పినా అర్థంకాదు. మీరు నా దగ్గర పదమూడు రూపాయిలు చీటీ కొనుక్కోండి - మీకు తెలిసిన ముగ్గురి ఎడ్రసులకి- మూడు చీట్లు అమ్మండి- ఆ ముగ్గరు మరో ముగ్గురికి అమ్ముతారు. మీరు నాకిచ్చిన పదమూడు మీచేతికి వచ్చేస్తుంది. నెల్లాళ్ళలో వందరూపాయల స్టీలు సామాన్లు వచ్చేస్తాయి. మీ కాలేజీలో లెక్చరర్సు, పిల్లలూ చాలా మంది వుంటారుగా-వాళ్లకి అమ్మెయ్యండి. కానీఖర్చు లేకుండా వెయ్యిరూపాయిల సామన్లు మీరు కూడబెట్టొచ్చు." చెపుతున్నది రవణ.

యశోదకి రామచంద్రం మీద అంతులేని సానుభూతి కలుగుతున్నది. "అతను యీ భార్యతో ఎలా కాపురం చేస్తున్నాడో?"

"మీరు పెళ్లి చేసుకోకూడదనుకున్నారా?"

"అదేం లేదు."

"మా అబ్బుచ్చి కొడుకు ఒకడున్నాడు, వాడికి బోలెడంత ఆస్థి, నూరెకరాల పొలం. స్కూలుఫైనల్ పాసయ్యాడు. చాలా అందంగా వుంటాడు. వ్యవసాయం చేసుకుంటున్నాడు. చదువుకున్న అమ్మాయి అయితే కానీకట్నం అక్కరలేకుండా చేసుకుంటానంటున్నాడు. డాక్టరన్నా-ఎం.ఎ.అన్నా కావాలని కోరుకుంటున్నాడు. మిమ్మల్ని చూడగానే మా అబ్బుచ్చి కొడుకు జ్ఞాపకం వచ్చాడు. వాడికి కారుంది, ట్రాక్టర్ వుంది పొలంలో పెద్ద మేడ, ఊళ్ళో పెద్దలోగిలి...."

"నాకిప్పుడప్పుడే పెళ్ళి చేసుకోవాలని లేదండీ, వుంటే మీకు తప్పకుండా రాస్తాను" అంది యశోద.

"ఈ విసురు రవణ అర్థం చేసుకున్నట్లు లేదు.

"రాకరాక వచ్చారు. కాఫీ అన్నా యివ్వలేకపోయాను. రేపు వుండి భోంచేసి వెళ్ళండి" అడిగింది రవణ.

"లేదండి, రేపు చాలా పనులున్నాయి. ఈ సారి తప్పకుండా వస్తాను. అని లేచింది యశోద.

బయటికొచ్చాక రామచంద్రం అడిగాడు. "ఎలావుంది - నా తప్పుడు లెక్క. అని" యశోద జవాబు చెప్పలేదు. ఆమె మనసంతా అనిర్వచనీయమైన జాలితో కదిలి పోతున్నది. ఆ రాత్రి రామచంద్రం తనగదిలోకి వచ్చి పడుకున్నా, ఆమె అభ్యంతరం పెట్టేది కాదు. అతను రాలేదు. మాటల్తో ఆమెని కవ్వించనూలేదు. అనేకసార్లు నాలిక చివరిదాకా వచ్చింది. - "మీరు నా రూమ్‌లో పడుకోండి- యిక్కడ ఉండిపోండి" అన్న మాట. కాని, పెదవిదాటి బయటకు రాలేదు. స్త్రీ సహజమైన సంకోచం, ఆమె రక్తంలో తరతరాలుగా జీర్ణించుకుపోయిన హైందవ సంస్కృతి, ఆ మాటని పైకి అననివ్వలేదు.

"ఆ మరునాడు యశోద రాజమండ్రి వెళ్ళిపోయింది. రామచంద్రాన్ని మీ రెప్పుడొస్తారు? అని అడగలేదు. అతను చెప్పలేదు. ఇరువురి మధ్యా ఒక గంభీరత, తుఫాను ముందు సముద్రంలో కనపడే ఒక నిశ్చలత చోటు చేసుకుంది.

"ఆ తరువాత నాలుగు నెలలకిగాని రామచంద్రం రాజమండ్రి వెళ్ళలేకపోయాడు - పనుల ఒత్తిడివల్ల రోజుకి మూడు షిఫ్టులు కూడా చేస్తున్నాడు. రవణమ్మ అతన్ని అడక్కుండా - హైదరాబాద్‌లో యిల్లు కొంది. అరవై వేలకోసం ఆవిడ రోజూ రామరావణ యుద్ధం చేస్తున్నది.

"మీ తిరుగుళ్లకి, తాగుళ్ళకి డబ్బు వుంటుందిగాని-నేను అడుగుతే సరి గింజుకి పోతారు. ఆ యిల్లు కొని తీరాల్సిందే. డైరెక్టర్లూ ప్రొడ్యుసర్స్ హాయిగా రెండేసి మూడేసి యిళ్లు కొనుక్కొని అద్దెలకిచ్చుకుంటున్నారు. ఎందుకు మీరూ వున్నారు - ఎన్నాళ్ళయినా అద్దె కొంప-మొండిమొగుడూను. అంత చేతగాని వాళ్లకి పెళ్ళెందుకంటా! పిక్చరుకి పదిహేనువేలు పుచ్చుకుంటున్నారట. అదంతా ఏ ముండలకి పెడుతున్నారో కాస్త చెప్పండి." అడగుతున్నది రవణమ్మ. నెల రోజులుగా యింట్లో హోరాహోరి దెబ్బలాట. హైదరాబాద్ యిల్లుకి ఎడ్వాన్సుయిచ్చి ఎగ్రిమెంటు రాయించేసుకుంది. మిగతా డబ్బు కక్కమని గోల. ఆ డబ్బు కోసం రామచంద్రం మరో రెండు సినిమాలు ఒప్పుకుని పగలూ రాత్రీ పనిచేస్తున్నాడు. రెండునెలల్లో అతను యిక్కడా అక్కడా పనిచేసి - రవణమ్మ చేతిలో అరవైవేలూ పోసి సాష్టాంగ పడ్డాడు. రవణమ్మ హైదరాబాద్‌లో యిల్లు

తనపేర పెట్టుకొని, నెలకి అయిదొందలకి అద్దెకిచ్చి, ఖచ్చితంగా అద్దె వసూలు చేస్తోంది.

ప్రతినెలా అయిదో తారీకు లోపల అద్దె చేతిలో పడితీరాలి - అన్న కఠోర నియమం పెట్టి మరీ అద్దెకిచ్చింది. రవణమ్మ స్వగృహనిర్మాణ పథకంలో రామచంద్రం తేనెపట్టులోని బానిస ఈగలాగ నిర్విరామంగా డబ్బు సంపాయించి తెస్తున్నాడు. రవణమ్మ రాణిఈగలాగ కాలుమీద కాలు వేసుకుని పర్యవేక్షణ చేస్తున్నది.

రామచంద్రానికి నీరసంగా వుంటుంది, ఒక్కోసారి కెమేరాముందు నిల్చున్నప్పుడు కళ్ళు చీకట్లు కమ్ముతున్నట్లుండేవి. రాత్రిళ్లు ఏ కాసేపు టైము దొరికినా డస్సిపోయినట్లు వాలిపోయేవాడు ఒక రోజు షూటింగ్ సమయంలో. కిందపడిపోయాడు కళ్ళు తిరిగినట్లయి.

అందరూ హడావుడిగా నర్సింగ్‌హోమ్‌కి చేర్చారు.- హార్ట్ఎటాక్ ఏమోనని. కాని అది హార్ట్ఎటాక్ కాదు, అధిక శ్రమ-విశ్రాంతి లేకుండా శ్రమపడటం చేత వచ్చిన "ఎక్సార్షన్" తప్ప మరేం లేదన్నారు. అతనికి నీరసంగా వుంది, పక్కమీంచి లేవాలని లేదు. ఇతన్ని నర్సింగ్‌హోమ్‌లో చేర్చారన్న వార్త వినగానే రవణమ్మ పరిగెత్తుకొచ్చింది రాగాలు పెడుతూ. రామచంద్రం తన అసిస్టెంట్‌ని పక్కకి పిల్చి మహేశ్వర్రావుకి ఫోన్ చేయమని చెప్పాడు.

మరునాటికి మహేశ్వర్రావు రైల్లోంచి వూడిపడ్డాడు.

"ఏమిట్రా - వాళ్లు పాడుచేసుకునేంత పని నిన్నెవరు పెట్టుకోమన్నారు?" చీవాట్లు వేశాడు. అతనొచ్చేవేళకి రవణమ్మ యింటికెళ్ళింది.

"ఒరేయ్ - నాకు జబ్బేమీ లేదు. నాలుగురోజులు కడుపునిండా తిని - రెస్ట్ తీసుకుంటే బాగుపడతాను."

"మరింకేం, ఆ పనిచెయ్యి"

"నాకు ఇంటికెళ్ళాలని లేదు. నీకు తెలుసుగా మా యింటి పరిస్థితి."

"పోనీ, మా ఊరు రా - మా యింట్లో ఉందువుగాని. నీ సౌకర్యాలని నేను చూస్తాను."

"వద్దు-నీకు వెనకోసారి చెప్పాను...జ్ఞాపకం వుందా!"

"ఉంది"

"ఆమెకి నువ్వు ఫోన్‌చెయ్యి. వాళ్ల కాలేజీలో ఫోన్ వుంది."

"చేస్తాను - బాగానే వుంది దాంతో నీ సమస్య తీరదుగా."

"తీరకపోవచ్చు. కాని నాకు ఆమెని చూడాలనివుంది. తను తల్చుకుంటే పరిష్కారమార్గం చూపించవచ్చు." అన్నాడు రామచంద్రం.

ఆ సాయంత్రం రవణమ్మ నర్శింగ్‌హోమ్ కొచ్చినపుడు తన ధోరణి మొదలుపెట్టింది.

"అన్నగారూ, యీయనకి వంట్లో ఏ జబ్బూ లేనప్పుడు ఈ నర్శింగ్‌హోమ్‌లో ఎందుకు? రోజూ ముప్ఫై రూపాయిలు గదికి యిస్తున్నారు. మందులు మాకులూతో రోజుకి నూరు రూపాయిలు అవుతున్నది, ఎవరు తిన్నట్లు ఇంటికొచ్చి రెస్ట్ తీసుకోవచ్చుగా?" డాక్టరుగారికి చెప్పండి, డిశ్చార్జి చేసి తీసుకెళ్లిపోదాం" అంది.

"అవన్నీ నేను చూసుకుంటాను- మీరు ఊరుకోండి. ముందు వాడికి శక్తి రావాలి. వాడు ఆరోగ్యంగా వుంటేనే మీకూ పిల్లలకి సంపాయించి పెట్టగలిగేది."

"ఆ విషయం నాకు తెలియదేమిటి? ఉన్నదంతా యిల్లా నర్శింగ్‌హోమ్‌లకి తగలేస్తే, రేపు ఎవరు ముందో ఎవరు వెనుకో...." ఆగింది రవణమ్మ.

"మహేశ్వర్రావు రెండు చేతులు వెనక పెట్టుకున్నాడు. అతనికి రవణమ్మ పీక పిసికెయ్యాలన్నంత కోపంగా వుంది. ఆవిడ నరాల్లో రక్తం పారుతోందో - సీసం పారుతోందో కోసి చూడాలని వుంది.

"మరునాడు రైల్లో యశోద దిగింది. ఆమెని చూసేవేళకి రామచంద్రానికి సగం బలం వచ్చినట్లయింది. కొత్త శక్తి పుంజుకున్నట్లయింది.

"ఏం జబ్బు చేసింది?" ఆదుర్దాగా అడిగింది యశోద. చిన్న సూట్‌కేస్‌తో సరాసరి నర్శింగ్‌హోమ్‌కి వచ్చింది.

"చాలా శ్రమపడుతున్నారట. వేళకి తిండి, సరి అయిన నిద్రా వుంటేగాని ప్రయోజనం లేదు. వీడు ఆల్‌మోస్ట్ 'డ్రింక్' మీద ఆధారపడి బ్రతుకుతున్నాడు, ఆకలి చచ్చిపోయిందంటాడు."

"అసలేం జరిగింది చెప్పండి?" అంది యశోద పక్క కుర్చీమీద కూచుని. ఆమె రైలు దిగి సరాసరి వచ్చింది. పళ్ళు తోముకోలేదు. కాఫీ కూడా తాగలేదు.

"ముందు కాఫీ తాగు. ఆ తరువాత అన్నీ చెపుతాను."

"అవన్నీ తరువాత- ముందు చెప్పండి. ఏం జబ్బు చేసింది, ఎందుకింత చిక్కారు."

"మా ఆవిడ యిల్లు కొనుక్కుంది. ఆ అప్పు కోసం నా సంపాదన..."

"ఓ గాడ్ - తరువాత?"

"తరువాత ఈ నర్సింగ్‌హోమ్, ప్రస్తుతం బలహీనం-విపరీతమైన బడలిక తప్ప జబ్బు లేదన్నారు. నన్ను ఇంటికి వెళ్ళొచ్చన్నారు..."

"యశోద తలెఎత్తి చూసింది. అతని కళ్ళలో ఆశ - ప్రార్ధన తన కళ్ళతో దేనికోసమో వెతుకుతున్నాడు. అతను కోరింది తానివ్వగలదా!

"యశోదా! నీకు తెలియంది ఏమీ లేదు. మా యిల్లు చూశావు, రవణమ్మని చూశావు, అక్కడికి వెళ్లమంటావా?"

"వద్దు."

"మరయితే? మీరు నర్సింగ్‌హోమ్‌లోనే వుండండి. నేపూ యిక్కడే వుంటాను. మీకు బలం పట్టాక వెళ్ళిపోతాను."

"అంతే గాని, నన్ను మీ ఇంట్లో వుంచుకునే ధైర్యం నీకు లేదంటావు."

"మీరు ఎవరని చెప్పను? ఏమవుతారని చెప్పను?"

"నీకు నేను ఏమీకానా?"

"అదీ చెప్పలేను. మీరు నాకేమవుతారో నన్నది ధైర్యంగా వొప్పుకునే శక్తి నాకు రావడం లేదు."

"ఇకముందు వస్తుందా?"

"ఆ శక్తి తెచ్చుకోవడానికే ప్రయత్నిస్తున్నాను. మీరు నాకు ఏమీ కాకపోతే కట్టుబట్టల్తో రైలెక్కుతానా? నా పరిస్థితి సానుభూతితో అర్థం చేసుకోండి."

"చేసుకునేందుకే ప్రయత్నిస్తున్నాను. నాకు తోడుకావాలి నా మంచి చెడ్డలు కనుక్కునే ఒక తోడు కావాలి. నువ్వు 'వూ' అంటే ఈ ఇల్లు-ఈ వర్క్ అన్నీ వొదిలేసి ఎక్కడికి రమ్మన్నా వొచ్చేస్తాను. నాకు ఏమీ అక్కర్లేదు. అర్థం చేసుకునే ఒక్క హృదయం తప్ప" చెప్పాడు రామచంద్రం నిదానంగా.

యశోద తలవంచుకుని విన్నది.

పదిగంటలకి రవణమ్మ చంటిపిల్లాడిని ఎత్తుకుని అమృతారజనం, సంచీలో కారియర్ పెట్టుకుని ఆపసోపాలు పడుతూ వచ్చింది. బస్‌లో స్థలం లేదుట, రెండు బస్సులు దాటి మూడో బస్‌లో నిల్చుని వచ్చింది.

రూమ్‌లో యశోదని చూసి, "మీరెప్పుడొచ్చారు" అడిగింది ఆశ్చర్యంగా,

"ప్రొద్దున వచ్చాను. మా కాలేజీ పనిమీద వచ్చాను. వస్తూనే మీవారికి బాగాలేదని తెలిసి వెంటనే చూడటానికి వచ్చాను." అంది యశోద. రవణమ్మ నమ్మినట్లు లేదు. మొగుడువంకా యశోదవంకా కాస్త అనుమానంగానే చూసింది.

"మీరొస్తారని తెలిస్తే మీకు అన్నం తెద్దునే" అంది మర్యాదకి.

"వద్దు - నాకు బయట పనివుంది. అలాగే భోంచేసి వస్తాను."

"అన్నం తినండి. నేను మళ్ళీ యింటికివెళ్లాలి. యిల్లు తాళం పెడితే కాయలన్నీ దులుపుకు పోతున్నారు. నిన్న కొబ్బరిగెల దించుకు పోయారు. ఇవ్వాళేం ఎత్తుకుపోతారో."

"పనిమనిషి లేదా!"

"మానేసింది. ఒక్కళ్ళూ కుదురుగా వుండి ఏడవరు! యింటికెళ్ళి పెద్దవాడికి అన్నం పెట్టి స్కూల్‌కి పంపాలి. వాణ్ణి కాపలాపెట్టి వచ్చాను." అంది రవణమ్మ.

"రవణమ్మ కారియరు విప్పింది. అది లోపల కళాయి, పైన స్టీలు పాలిష్ చేసిన యిత్తడి కారియర్. మూడుగిన్నెల కారియర్‌లో ఒకదాంట్లో చారూ, ఒకదాంట్లో అన్నం, మరోదాంట్లో పచ్చడీ, కూరా హార్లిక్స్ సీసాలో మజ్జిగ పోసి తీసుకొచ్చింది. ఆకు తీసుకుని రాలేదు, అలానే గిన్నెలో కలుపుకుని తినమని ఆవిడ ఉద్దేశ్యం.

"నాకిప్పుడు ఆకలిగా లేదు. కాసేపువుండి తింటాను. కారియర్ మూతపెట్టి ఇక్కడినుంచి వెళ్లు" అన్నాడు రామచంద్రం చికాగ్గా.

"రాత్రికి అన్నం తేవద్దా? కారియర్ కావాలి."

"వొద్దు - బ్రెడ్ తింటాను.

"చూశారా, యిదీ వరస. నేను కష్టపడి వండి తెస్తే, ఈయనగారికి సొక్కదు. బిరియానీలూ, మసాలా దోసెలు వంటబట్టి - నా చేతి కూడు విషం అయింది. మీ యిష్టం. ఎలా కావాలంటే అలా చెయ్యండి. ఇంతకీ ఎప్పుడు డిశ్చార్జి చేస్తారుట?"

"ఇంకో వారం వుండమంటున్నారు. మైల్డ్ హార్ట్ఎటాక్ ఏమోనని అనుమానపడుతున్నారు."

"సింగినాదం, జీలకర్రా! ఈ హార్ట్ పేరుచెప్పి ఇంకా గుంజుదామని. ఇంటిదగ్గరయితే హాయిగా, వేడిగా పత్యంగా చేసి పెడుదును. రెండు బస్సులు మారితేగాని రాలేను."

"నిన్ను బస్సులెక్కి ఎవడు రమ్మన్నాడు. లక్షసార్లు చెప్పాను. అలా బస్సులో తిరగవద్దని. టాక్సీ కట్టించుకుని రాలేవా?"

"మీరూ తగలేసి - నేనూ తగలేస్తే - ఈ యిల్లు గుండమైపోతుంది. అడయార్ నుంచి టాక్సీ అంటే ఎంతవుతుంది? బస్ అయితే అరవైపైసలు" అంది రవణమ్మ.

"నడిచి రాకపోయావా - ఒక్కపైసాకూడా ఖర్చవదుగా!"

"మీరిలా తగలేస్తుంటే-నడచిపోయే రోజులే వస్తాయి. నడవడమే కాదు.- అమ్మా అయ్యా అని నేనూ, నా పిల్లలూ బిచ్చం ఎత్తే రోజులూ వస్తాయి." అంది రవణమ్మ కసిగా.

"ఊరుకోండి, పాపం ఎండలో పడివస్తే ఏమిటా మాటలు." అని సర్దింది యశోద. ఓ అరగంట కూచుని రవణమ్మ వెళ్ళిపోయింది.

"నాకు జబ్బులేదు, రోగంలేదు అంటుంటే - ఆ గడ్డి తెస్తుంది. ఎన్ని చెప్పినా వినదు."

"మీరు వుండండి, హోటల్ నుంచి కారియర్ తెప్పిస్తాను నాకోసం అనుకుంటారు. మీరు తిందురుగాని." అంది యశోద.

ఆ మరునాడు మహేశ్వర్రావుతో పాటు రామచంద్రం ఊరికెళ్లిపోయాడు - గాలి మార్పు అవసరం అని చెప్పి అతని వెంట పంపించారు.

7

"రామచంద్రానికి ఆరోగ్యం బాగుపడింది. మనిషి మామూలుగా రొటీన్‌లో పడ్డాడు. షూటింగ్, స్టూడియోలూ రవణమ్మా యిల్లూ మళ్ళీ మామూలే. కాని అతనికి ఏదో విసుగ్గా అసంతృప్తిగా వుంది. ఏదో మార్పు కావాలి. తను ఎదురు చూస్తున్న అమృతమూర్తి తనని కనికరించాలి.

నెల్లాళ్ళకి రాజమండ్రి వెళ్లాడు. అతను వెళ్లేప్పటికి యశోద తండ్రీ, తమ్ముడూ ఊళ్ళో లేరు. వాళ్ళ చిన్నాన్న పోయారుట, అందుకని వెళ్లారు. పన్నెండోరోజు అయితేగాని రారు. వంటామె, యశోద వున్నారు.

"యశోద చాలా ప్రేమగావుంది. కొసరి-కొసరి వడ్డించి - పక్కన కూచుని తినిపించింది. ఆ రోజు వంటామే వండి పెట్టేసి వెళ్లిపోయింది.

"మీ సామాను ఇక్కడికి తెచ్చుకోండి, హోటల్‌లో వద్దు." అంది యశోద.

"ఇంట్లో ఎవరూ లేరు, బాగుండదేమో!" అన్నాడు రామచంద్రం.

"ఫరవాలేదు - ఈ రెండురోజులూ ఇక్కడ వుండండి."

"ఆ రెండు రోజులేకాదు-ఎప్పుడూ ఉండిపొమ్మన్నా వుండిపోతాను" అన్నాడు రామచంద్రం.

"యశోద జవాబు చెప్పలేదు, అతను హోటల్‌రూమ్ ఖాళీ చేయలేదు. కానీ, ఆ రాత్రి అక్కడే ఉండిపోయాడు.

యశోద హాల్లో పక్క వేసింది. చాలా రాత్రిదాకా కబుర్లు చెపుతూ కూచుంది.

"మీ ఆవిడ ఎలావుంది?" అడిగింది.

"ఏం మారలేదు. మనిషి తనలోని అవతారాన్ని చూసి - మొదట్లో కాస్త సిగ్గుపడిపోతాడు. ఆ తరువాత అది అతని దేహంలో ఒక భాగమయి అలవాటయిపోతుంది. నా పనీ అలానే అయింది."

"తనని మీరు మార్చలేరా!"

"ఎలా!"

"నాకూ అదే అర్థం కావడంలేదు. అమెకు "అయ్‌క్యూ" తక్కువా

అన్న సందేహం కలుగుతూవుంటుంది. ఇంతమంది మారుతున్నప్పుడు ప్రపంచం అంత ముందుకు వెడుతున్నపుడు, రవణమ్మగారు - అలా ఆగిపోవడం ఆశ్చర్యంగా వుంది.

"ఆశ్చర్యపడాల్సింది ఏమీ లేదు. మా ఆవిడ దృష్టిలో తను చాలా తెలివయిందీ, గొప్పదీను. ఈ ప్రపంచంలో ప్రయోజనాల్ని తెలివితేటల్ని డబ్బుతో కొలిచేవారు ఎంతో మంది ఉన్నారు. పది సినిమాలు తీసి, నాలుగు కార్లు కొని, ఆస్తిపాస్తులు సంపాయించి - హడావుడిగా తిరుగుతూంటే మన మంతా వాడు పెద్ద ప్రయోజకుడని బ్రహ్మరథం పట్టటం లేదా? ఆ మనిసి ఎంత నికృష్టుడూ, నీచుడూ అయినా డబ్బువల్ల కప్పడిపోతున్నాయి. మా ఆవిడా అంతే! హైదరాబాద్‌లో ఇల్లు కొనుక్కుంది. చేతులకి పదిజతల గాజులు, మెళ్లో గొలుసులు, బాంకిలో డబ్బు - యిదంతా ఆమె తెలివి తేటలకి ప్రత్యక్ష నిదర్శనం. అలాంటపుడు ఆవిడ మారటం దేనికి, ఎందుకు మారాలి? మారదు. ఇక నేను సుఖపడటం లేదంటావా, నాకు బతకడం చేతకాక పిరికివాడిలా ఏడుస్తున్నాను. అంతే అంతకిమించి ఏం లేదు."

"దానికి పరిష్కారం లేదంటారా?"

"నువ్వే చెప్పు - నీ మీదనే ఆధారపడి వుంది" అన్నాడు రామచంద్రం.

"నేను మిమ్మల్ని వదులుకోలేను, మీరు నాకు కావాలి." అంది ఆవేశంగా యశోద అతని మంచంమీద కూచుంటూ.

రామచంద్రం ఆమెని మీదకు లాక్కున్నాడు. "నన్ను ముక్కోటి దేవతలూ కరుణించారు. జీవితంలో కొత్త వెలుగు వస్తుందన్న నా ఆశ నిరాశకాలేదు. యశోదా, నా యశోదా!" ఉద్రేకంగా గుండెలకి హత్తుకున్నాడు.

ఈ అనుభవం ఇద్దరికీ కొత్తగా వుంది. డోలాయమానంగా వూగిసలాడి, చాలా మానసిక ఘర్షణకి లోనయి-యశోద ఒక నిశ్చయానికి వచ్చినట్లు, తన పోరాటానికి స్వస్తి చెప్పి తనని తాను అర్పించుకుంది. తను తప్పుపని చేస్తున్నానని యశోద సిగ్గుపడలేదు. తను అనుచితంగా ప్రవర్తిస్తున్నానని భయపడలేదు. ఆమె మనస్ఫూర్తిగానే అతనికి లొంగిపోయింది. ఆ ఆత్మార్పణలోనూ సిగ్గూ, సంకోచం ఏమీలేవు.

"తెల్లవారి రామచంద్రం యిది కలా, భ్రాంతా అన్నట్లు చుట్టూ చూశాడు. అప్పటికి యశోద తన పక్కన లేదు. ఆమె మామలుగా లేచి తన

పనులు చూసుకుంటున్నది. వంటామె వచ్చినట్లు వంటింట్లోనుంచి శబ్దాలు వినిపిస్తున్నాయి. అతను యీ కల చెరిగిపోతుందేమోనన్నంత భయంతో కళ్ళు మూసుకున్నాడు.

"మంచం పక్కన పాదాల అలికిడి. రామచంద్రం భయం భయంగా కళ్లు తెరిచాడు. అతనికి కళ్ళు తెరిచీ తెరవగానే యశోదని చూడాలని వుంది. గతరాత్రి అనుభవం తాలూకు చిహ్నాలు ఆమె కళ్లలో చూడాలని వుంది. కళ్లు తెరచి యశోద ముఖంలోకి చూశాడు–ఆమె నవ్వుతూ వుంది.

"తెల్లవారింది, లేచి మొహం కడుక్కోండి." అంది మామూలుగా. ఆ కళ్ళలో ఎటువంటి భావమూ లేదు. మామూలుగా స్నేహంగా వున్నాయి.

అతనికి ఎన్నో అడగాలని వుంది; ఆమె చెంపల్ని స్పృశించాలని వుంది. ఆ చేతివేళ్ళని తాకాలని వుంది. అల్లరిగా జడపట్టుకు లాగి, వొళ్ళోకి లాక్కుని ఆమెని ఉక్కిరి బిక్కిరి చెయ్యాలనివుంది. కాని, ధైర్యం చాలటం లేదు. ఆమె ఏమీ జరగనట్లు, తమ మధ్య ఆ సన్నిహితం లేనట్లు మామూలుగా స్నేహితురాలివలె ప్రవర్తిస్తున్నది. రాత్రి జరిగింది కలా! నిజం కాదా?

నిజమే! అది కల కాదు, ముమ్మాటికి నిజం. యశోదతో తొలినాడు-ఆ సభలో పరిచయం అయాక, తను యించు మించు బ్రహ్మచర్యం గడుపుతున్నాడ. ఆ విషయం యశోద చెవిలో చెప్పినప్పుడు నవ్వింది. "నిజంగానే..... నా మాట నమ్ము. నేను ప్రవరాఖ్యుడనని కాదు. ఆ విషయం నీకూ తెలుసు కాని నీ పరిచయం అయ్యాక మరో స్త్రీని ముట్టుకోలేకుండా వున్నాను. ఆఖరికి రవణమ్మనికూడా." అన్నప్పుడు యశోద మాట్లాడలేదు. తన చేతిని ఆమె పెదవుల దగ్గిరకు చేర్చుకుంది.

ఆరోజు మామూలుగా గడిచింది. రామచంద్రం క్రితం రాత్రి ఏర్పడిన చనువుతో - రెండు మూడుసార్లు ఆమెని స్పృశించబోయాడు, చెయ్యి పట్టుకుని పక్కన కూచోపెట్టుకోబోయాడు.

"మనిద్దరి మధ్యనున్న - ఈ కొత్త బాంధవ్యం నలుగురిలో ప్రదర్శించుకోడం నాకిష్టం వుండదు." అంది యశోద - రామచంద్రం ఆమెని పక్కన కూచోమని అడిగినప్పుడు. అప్పుడు వంటావిడ యింటిలో లేదు. ఆరోజు ఆదివారం, ఆ మధ్యాహ్నం తామిద్దరే వున్నారు యింట్లో.

"ఏం?"

"నాకు మీ మీద యిష్టం వున్నది, ప్రేమ వున్నది. మన మధ్య వున్నది కేవలం మన వ్యక్తిగత అభిరుచి - యిష్టం. ఇది అందరికీ ఎందుకు తెలియాలి?"

"ఏం తెలిస్తే తప్పా!"

"తప్పు అని కాదు."

"తప్పు కానప్పుడు-అది తప్పు అని నువ్వు అనుకోనప్పుడు, నన్ను తాకుతూ పక్కన కూచుంటే ఏం? ఇందులో సిగ్గుపడాల్సింది ఏముంది?"

"నాకు ప్రేమని అలా ప్రదర్శించుకుంటే యిష్టం వుండదు. మనం స్నేహితులుగానే వుండిపోదాం."

"అంటే - రాత్రి జరిగింది. మర్చిపొమ్మనా? లేక నేను మళ్లీ నిన్ను కోరకూడదా?'

"అలా అని కాదు." మీరు - మీరు....'

"చెప్పు."

"ఇది ఎప్పుడో-ఏ ఆరునెలలకో మనం కలుసుకున్నప్పుడు చాలా అస్తారువదంగా - ఒక నుందరవైున కలవలె వదిలంగా దాచుకుందామనుకున్నాను."

"నీ భావం నాకు అర్థం అవటం లేదు."

"నాకు 'ఛీప్' గా - నైతికవిలువ లేని స్త్రీలలాగ చీటికిమాటికి లొంగిపోవడం యిష్టం వుండదు. అంత 'ఛీప్'గా నేను 'బిహేవ్' చెయ్యలేను.

"ఒకరిపై ఒకరికి యిష్టం కలగటం- ఈ ప్రణయగాధ, యిది నీకు ఛీప్‌గా వుందా? రాత్రి మనమధ్య నడిచింది 'ఛీప్'గా వుందా? రామచంద్రానికి కోపం వస్తున్నది.

"నేను అలా అనుకోవడంలేదు. మిమ్మల్ని నర్సింగ్‌హోమ్ నుంచి మా యింట్లోకి తీసుకొచ్చి అట్టేపెట్టుకోలేకపోయాను.. నలుగురికీ భయపడ్డాను. నా పొజిషన్‌లో మిమ్మల్ని యింట్లో వుంచుకుంటే ఎటువంటి పుకార్లు వస్తాయో ఊహించి సాహసం చేయలేకపోయాను. ఆ నాటినుంచి మీకు ఎలాగైనా సంతోషం కలిగించాలి, నేను చెయ్యలేనిదానికి పరిహారం చెయ్యాలి" - అని.

"అందుకని - నాకు లొంగిపోయావా? ఒక్కసారి లొంగిపోతే 'ఛీప్'గా వుండదనుకున్నావా? మైగాడ్"

"ఎందుకలా చూస్తున్నారు."

"నీ 'హాఫ్ బెక్ డ్' అభిప్రాయాలకి నలుగురికీ తెలిసేట్టు యింట్లో పెట్టుకుంటే - అది నా ప్రెస్టేజ్‌కి భంగం. కాని ఎవరికీ తెలియకుండా ఒకసారి లొంగిపోతే అది ఫర్వాలేదు. యశోదా! నీ చదువు - నీ తెలివి యివన్నీ ఏమైపోయాయి?"

"నాకు మీరంటే యిష్టం?"

"అయితే నాతో జీవితం పంచుకో."

"మీకు పెళ్ళయింది-పిల్లలున్నారు."

"ఫర్వాలేదు. నేను విడాకులు తెచ్చుకుంటాను."

"ఊహూ... నాకు ఉద్యోగం - మా నాన్న, తమ్ముడు యివి వొదులుకోను"

"అంటే - నువ్వు అవ్వాకావాలి బువ్వాకావాలి అని కోరుకుంటున్నావు. ఒక్కసారి నాకు లొంగిపోతే, ఏం చెప్పినా వింటాననుకున్నావా? మనిషి రక్తం చవిచూసిన పులిలా ఒకసారి ఒడబడిన స్త్రీని ఎంత ప్రేమించి, ఎంత గౌరవం వున్నా మొగవాడు వదలడు. ఆ విషయం మీకు తెలియదనుకుంటా."

"మీరు అందరిలాంటి వారు కాదు."

"అయితే నీకు మానవ స్వభావం తెలియదనుకోవాలి. కిప్లింగ్ చెప్పినట్లూ - ఆడవాళ్లంతా ఒకటే. రాజకుమారి అయినా, రంభయినా ఆడవాళ్లంతా ఒక్కటే! అలాగే మా మొగాళ్ళ నైజం - అన్ని విషయాల్లో వైవిధ్యం వుండచ్చు గాని, ఒకసారి లోబడిని స్త్రీ విషయంలో ! అందరు మొగవాళ్ళు ఒకటే!"

"అ లెక్చరంతా ఎందుకు చెపుతున్నారు?"

"మనమధ్యన - ఈ 'హైడ్ అండ్ సీక్ గేమ్'కి ఒక అవనిక పడి పోయిందని ఇన్నాళ్లూ నా అన్వేషణ, తపన యివన్నీ నీకోసం, నిన్ను నాదానిగా చేసుకోవడం, అయితే అది కేవలం శారీరక వాంఛ కాదు. అంతకుమించి లోతయిందీ, వున్నతమైందీను"

"అలాంటప్పుడు మీరు - రాత్రితో ఆగిపోలేరా! మళ్ళీ ఆ విషయం ఎందుకెత్తుతున్నారు?"

"అంటే - నీ వంటిమీద మళ్లీ చెయ్యి వెయ్యద్దంటున్నావా?"

"అవును. నాకు అలాంటి అనుభవం యిష్టం లేదు. రాత్రికూడా నాకు ఏదో అసహ్యంగా చికాగ్గా వుంది. మీమీద యిష్టం వల్ల వోర్చుకున్నాను."

"అయితే నీకు తప్పుచేసానన్న భావం కలగలేదా?"

"లేదు"

"ఎందువల్ల"

"మీరంటే యిష్టం గనుక."

"ఆ యిష్టాన్నే మరి కొంచెం విస్తృతం చేసి చూడు - నాతో జీవితం పంచుకో! మనిద్దరం కలసి తిరుగుదాం-కలిసి జీవిద్దాం. నా యింటికి మహారాజ్ఞిలా వుందువుగాని! నా ఆలనా పాలనా కనుక్కోవచ్చు. నేను యిన్నాళ్ళుగా కలలుగన్న దాంపత్య జీవితాన్ని నాకు ప్రసాదించు."

"ఊహూ. మనం స్నేహితులుగా వుందాం. నాకు అటువంటి బాంధవ్యం యిష్టం లేదు. నిజం చెపుతున్నాను-రాత్రి అనుభవం మీకు సంతోషాన్ని యిచ్చిందేమోగాని- నాకేమిటో అసహ్యం వేసింది."

"అయితే - నామీద అసహ్యం కలగటంలేదా?"

"లేదు. మనం పూర్వంలాగానే వుందాం. మీరు అప్పుడప్పుడు వస్తూ వుండండి. కలసి కబుర్లు చెప్పుకుంటూఉందాం. ఎప్పుడయినా మద్రాసో - బెంగుళూరో కలసి వెళదాం - అక్కడ ఎరుగున్నవాళ్లు ఎవరూ ఉండరు,"

"నీకు నా స్నేహం కావాలి నాతో అనుభవం వద్దు. అవునా?"

"అలా అని కాదు ఇది నలుగురికీ తెలియడం యిష్టం లేదు."

"ఎందుకని? నీ ఉద్యోగానికి - హోదాకి భంగం కలుగుతుందనా?"

యశోద జవాబు చెప్పలేదు.

"అంటే మనమధ్యనున్న ఆ తీయని కలకోసం నువ్వు ఏమీ వొదులుకోనంటున్నావు....పోనీ వచ్చి ఇక్కడ వుండిపోనా! నాకు నా పని ఆ మద్రాసు వాటిమీద అంత మమకారం లేదు. నీ దగ్గర వుండిపోతాను. నేను అన్నిటినీ వదులుకు వచ్చేస్తాను.

"వొద్దు."

"ఏం?"

"మనం యిలా దూరంగా వుండి అప్పుడప్పుడు కలుసుకోడంలోనే "థ్రిల్" వుంది. మీ జీవితం మీది, నా జీవితం నాది. మనం చక్కటి ఫ్రెండ్స్‌లా వుండాలని నా కోర్కె."

"ఆల్‌రైట్ - నువ్వు నా బాధ్యత వహించడానికి సిద్ధంగా లేవు. మహేశ్వర్రావు - వాడు చూడు, నెల్లాళ్ళు నన్ను అట్టే పెట్టుకుని కంటికి రెప్పలా చూశాడు. పుట్టాక నేనంత సుఖంగా, ప్రశాంతంగా ఎక్కడా వుండలేక పోయాను."

"ఆయన మొగవాడు - నేను ఆడదాన్ని."

"ఉద్యోగం చేసుకుంటున్నావు - సర్వ స్వతంత్రురాలివి. ఇంకా, ఆడదానివి - అన్న ముసుగుకింద దాక్కో చూస్తున్నావు. రహస్యంగా నాతో "ఎఫైర్"కి అభ్యంతరంలేదు. యశోదా, యూ ఆర్ ఫ్రాడ్, అయామ్ సారీ! నాకు దుఃఖం వస్తోంది. నా యింటికి నేను నిప్పుపెట్టుకున్నంత బాధగా వుంది. రాత్రి నువ్వు లోబడకపోయినా బాగుండేది.

"నా సుందరమైన కలని చేతులారా చెడగొట్టావు. నా ఊహాసుందరిని ముక్కలు ముక్కలు చేశావు."

"నేనేం చేశాను? ఏ స్త్రీ యింతకంటే ఏం యివ్వగలదు. అమూల్యమైనది మీ కర్పించాను"

"ఛీ ఛీ సినిమా భాష మాట్లాడకు. కేవలం శరీరం కోసం అయితే నాకు నీకంటే అందగత్తెలు చాలా మంది తటస్థపడుతుంటారు. మా ప్రపంచంలో - స్త్రీ శరీరానికి విలువ లేదు, కాని నేను - ఒక తోడు కోరుకున్నాను, నువ్వు తల్లిగా, భార్యగా, నెచ్చెలిగా, ప్రేయసిగా నా జీవితంలో నీడలా వుంటావనుకున్నాను. నా సహచరిగా అంటిపెట్టుకుంటావనుకున్నాను. నవ్వూ నేనూ ఒకటి అనుకున్నాను. మన జీవితాలు విడివిడిగా అనుకోలేకపోయాను. ఇంటికొస్తే నీ చల్లని చూపు నాకు సేద దీరుస్తుందనుకున్నాను. నీ "యింటలెక్టు" నీ మెదడుకి పదును పెడుతుందనుకున్నాను. -"

"ఇప్పుడు మటుకు ఏమైంది - మనం కలుసుకోవచ్చుగా!"

"వారం వారం వందలమైళ్లు ప్రయాణం చేశా!"

"ఇదివరుకు రాలేదా?"

"వచ్చాను ఇక్కడ ఒక దేవతామూర్తి ఉందనుకుని వెర్రివాడినై వచ్చాను. ఇక్కడ వుంది దేవతకాదు - స్వార్థం నిండిన ఒక స్త్రీ. తనని తాను పరిపూర్ణంగా అర్పించుకోడం తెలియని ఒక డోలక."

"యశోద ఏడుస్తున్నది. ఆమె కళ్ళవెంట ఆగకుండా కన్నీళ్లు వస్తున్నాయి.

"మీరెందుకిన్ని మాటలంటున్నారు, నేను మీకోసం ఏం పోగొట్టుకున్నానో అర్థంకావడం లేదా!"

"అవుతోంది- హృదయంలేని బొమ్మని నాకర్పించావు. నాకు బొమ్మకాదు కావలసింది - హృదయం - మనసున్న స్త్రీ కావాలి.

"మీరు నా జీవితంలోకి ఎందుకొచ్చారు? హాయిగా నా కాలేజీ, టీచింగ్ అని ప్రశాంతంగా గడిచిపోతున్న నా జీవితంలోకి వచ్చారు. నన్ను మాటల్తో కవ్వించారు- వారం వారం నా ప్రమేయం లేకుండా, అంతదూరం నుంచి వచ్చారు. నన్ను ఆరాధిస్తున్నారు - నా కాళ్ళ ముందు మీ జీవితం పరిచానన్నారు."

"అందులో అబద్ధంలేదు. కాని నా హృదయ పాత్రను నదీ ప్రవాహమనుకుని తీసుకెళ్లాను - అది నదికాదు ఉప్పునీటి సముద్రమని యిప్పుడే తెలసివచ్చింది." అన్నాడు రామచంద్రం బాధగా. అతనికి నిస్సత్తువుగా వుంది, తనలోని ఉత్సాహాన్ని - ప్రాణాన్నీ ఎవరో ఎత్తుకుపోయినట్లు ఉంది. ఎందుకిలా అయింది? యశోద ఎందుకిలా ఆలోచిస్తున్నది?

"ఇప్పుడేం చేస్తారు" అడిగింది యశోద.

"మద్రాసు వెళ్లిపోతాను."

"మళ్ళీ ఎప్పుడొస్తారు?"

"రాను, యింకరాను."

"నన్ను యిలా వదిలేస్తారా" వదిలి వుండగలరా!"

"ఉండగలను. నువ్వు వుండలేకపోతే నా దగ్గిరకు రా. నిన్ను నా నెత్తిన పెట్టుకు పూజిస్తాను. అంతేగాని, నేను నీ దగ్గిరకు మధ్యమధ్య రావడమనేది కల్ల".

"అంతేనా - మన మధ్య యింకేమీ లేదా!"

"లేదు. నాకు నువ్వు చెప్పే ఆ "ప్లెటోనిక్" ప్రేమ అక్కరలేదు. నువ్వు కావాలి. నీ సాంగత్యం కావాలి. నువ్వు నా వెంట నీడలా వుండాలి. అలా అయితేనే మనమధ్య అనుబంధం వుంటుంది. లేకపోతే ఇది ఒక అనుభవం అనుకుంటాను." అన్నాడు రామచంద్రం.

యశోద తల వంచుకుని ఏడుస్తూనే వుంది. ఆ రాత్రే మద్రాసు బయలుదేరాడు రామచంద్రం.

ఆ తరువాత ఆరునెలలపాటు అతను చాలా విరక్తితోనూ నిరాసక్తతతోనూ, జీవితం గడిపాడు. రవణమ్మ యింకా డబ్బు గురించి తాపత్రయపడుతూనే వుంది. ఆమెలో స్త్రీ సహజమైన "యిన్‌స్టింక్టో" లేక చెప్పుడు మాటలో తెలియదుగాని - ఒక రోజున అతనితో కజ్జా వేసుకుంది.

"మీకూ ఆ యశోదమ్మకీ సంబంధం వుందా? అది మీతో కాపురం చేసిందా?" అడిగింది మోటుగా.

"అధిక ప్రసంగం చేయకు, నీకు అనవసరమైన విషయాల్లో జోక్యం చేసుకోకు."

"నాకు అనవసరమా! నా మొగుడు మరో ఆడదానితో కాపురం చేస్తున్నాడని, దానికోసం పదిరోజుల కొకసారి ఊరికెడుతున్నాడని తెలిసి అనవసరం అనుకోమంటున్నారా? మా నాన్నకి చెప్పి దాని బతుకు బజారు కీడుస్తాను."

"ఎవరు చెప్పారే నీకు - వెధవ దూకుడు మాటలూ నువ్వూను! ఆవిడ ఎవరో స్నేహంకొద్దీ వస్తేనూ."

"స్నేహంకొద్దీ - మీ యిద్దరూ ఒకేహోటల్లో వున్నారా!"

"ఆవిడకి మద్రాసు కొత్త. విడివిడిగా రూముల్లో వున్నాం, కావాలంటే ఎవరినైనా అడుక్కో."

"అంత డబ్బూ దాని మొహానపెట్టి హోటల్లో దింపారా? ఏం దాని అంతుస్థుకి మనిల్లు తగిలేదా?"

"మనిల్లు ఎంత లక్షణంగా ఏడుస్తుందో అందరికీ తెలుసు, నాకే దిక్కు లేదు, పైగా అతిథి కూడానా!"

"అసలు దానికి మీతో ఏం పని? దానికీ మీకూ సంబంధం ఏమిటి?"

"ఏమీ లేదు"

"లేదా"

"లేదు."

"నా పిల్లలమీద ఒట్టేసిచెప్పండి. దాని పక్కలో మీరు పడుకోలేదూ?" అడిగింది రవణమ్మ.

రామచంద్రానికి నోట మాట రాలేదు. అతను షూటింగ్ సమయాల్లో ఇంతకంటే పచ్చిమాటలే విన్నాడు. కాని, ఒక కుటుంబ స్త్రీ - సంప్రదాయమైన

యింట్లోనించి వచ్చిన స్త్రీ, ముగ్గురు పిల్లల తల్లి యిలా అడగగలదని, అడుగుతుందని వూహించుకోలేకపోయాడు.

"ఛీ ఛీ! నీకంటే జంతువు నయం. నీ నోట్లోంచి ఇంతటి అసహ్యకరమైన మాట వస్తుందని అనుకోలేకపోయాను. నాకూ, లక్షమంది ఆడవాళ్ళకి సంబంధం వుంటుంది. నువ్వెవరు నన్ను అడగటానికి - ఆజ్ఞ పెట్టడానికి. నువ్వు యింకా వాగావంటే, యీ యింట్లోనుంచి పారిపోతాను."

"ఎక్కడికి పోతారు? పొండి."

"పోతాను, సన్యాసుల్లో కలసిపోతాను. అప్పుడు తెలుస్తుంది, మొగుడి విలువ. నెలకో గాజుల జత చేయించుకుని కులుకుదువుగాని. ఛో - నా ఎదుటనుంచి, వెళ్తావా - వెళ్ళవా!" గట్టిగా అరిచాడు రామచంద్రం. అతనిలో అంత ఆవేశం, కోపం చూడని రవణమ్మ తగ్గింది. కాని ఆమె మనుసులో ఎక్కడో అనుమానం ప్రవేశించింది. రవణమ్మ నిఘంటువులో భర్త సినిమా ఆడపిల్లల్తో తిరిగినా అంత తప్పు లేదు. ఏదో చూసీ చూడనట్లు వూరుకుంది., ఈ "ఫీల్డులో" యివి సహజమని! కాని తనలాంటి మర్యాదస్తులింటికి వచ్చిన మనిషి కుటుంబ స్త్రీ, చదువుకున్నదీ, ఉద్యోగం చేస్తున్నది తన మొగుణ్ణి పట్టుకుందీ అంటే, ఆమెకి భయంగా వుంది. సరాసరి యింట్లో తెచ్చిపెడతాడని బెరుకుగా కూడా వుంది. ఆవిడ వెయ్యి కళ్ళతో అతన్ని గమనిస్తోంది. ఏదన్నా షూటింగ్‌కి అవుట్ డోర్‌కి వెళ్తున్నా, హైదరాబాద్ వెళ్తున్నా అలాంటి పని నిజంగా వుందో లేదోనని, ఆ కంపెనీకి ఫోన్ చేసి అడిగేస్తున్నది. రవణమ్మ విషయంలో రామచంద్రం ఒక మాదిరి స్థబ్దత్వానికి వచ్చేశాడు. ఆమె ఎక్కడికెళ్ళినా, ఏం మాట్లాడినా పట్టించుకోని స్థితికి వచ్చాడు. ఎటొచ్చీ, రాజమండ్రి వెళ్ళి యశోదని యాగీ చేయకుండా వుంటే చాలు అన్నదాకా వచ్చాడు. రవణమ్మ రాజమండ్రి వెళ్ళలేదు. ఎందుకంటే తన భర్త క్రమంగా షూటింగ్‌లకు వెడుతున్నాడు. కంపెనీ పనిమీద తప్ప తన స్వంత పనులమీద కాదు అని తేల్చుకుంది. అంచేత నిశ్చయంగా వుంది.

ఈలోగా యశోద రామచంద్రానికి ఉత్తరం రాయాలని రెండుమూడుసార్లు ప్రయత్నించింది. ఏం రాయాలి? ఆ ఉత్తరం ఎవరి చేతుల్లోనన్నా పడితే? రవణమ్మ విప్పిచూస్తే? సంకోచంతో వూరుకుంది. ఒకసారి మద్రాసు వెళ్తే - అన్న ఆలోచన కూడా వచ్చింది. వారం వారం తనకోసం

యింత శ్రమపడి వచ్చిన మనిషి, ఒక్క రోజులో యీ బంధాన్ని ఎలా తెంచుకోగలిగాడు? ఆమె తెంచుకోలేకుండా వుంది. అతను తనకేమీ కాదని కూడా అనుకోలేకుండా వుంది.

"ఒక రోజున తెగించి - కాలేజీ నుంచి ట్రంక్‌కాల్ చేసింది, ఆ రోజు ప్రిన్సిపాల్ రాలేదు. స్టాఫ్ అంతా ఎవరి క్లాసుల్లో వారున్నారు. క్లర్క్ బాంక్‌కి వెళ్ళాడు. యశోద తనలోని కోర్కెను అణుచుకోలేకుండా వుంది.

రామచంద్రం నెంబరుకి కాల్ బుక్‌చేసింది. అరగంటలో కాల్ వచ్చింది.

"ఎవరూ!" అని రవణమ్మ సైరన్‌లాగా కూసింది అవతలనుంచి.

"నేను యశోదని. రవణమ్మగారా? నమస్కారం. మీ ఆయన యింట్లో లేరా?"

"ఆయన్తో మీకేం పని" అడిగింది రవణమ్మ.

యశోద అవాక్కయిపోయింది. రిసీవర్ కిందపెట్టటం కూడా మర్చిపోయి అలా పట్టుకుని వుండిపోయింది.

"ఇదిగో చూడండి. మీకు లోకంలో మగాళ్లే దొరకలేదా! నా మొగుడే కావాల్సి వచ్చాడా? మీకూ ఆయనకు సంబంధం వుందని అందరూ అంటున్నారు. పెళ్లయి ముగ్గురు పిల్లలున్న మొగాడితో మీకేం పని? చదువుకుని ఉద్యోగాలు చేస్తున్నది యిందుకేనా, నేనిలా అన్నానని నా మొగుడికి చెప్పి యాగీ చేస్తారా? చెయ్యండి, నాకేం భయంలేదు. నిన్ను నలుగురిచేత చెప్పు దెబ్బలు కొట్టించి - నా పుట్టింటికి పోతాను. మా నాన్న ప్లీడరు. నీ మీద కేసు పెట్టిస్తాను. నా మొగుడిచేత మనవర్తి కక్కిస్తాను-" అరుస్తోంది రవణమ్మ.

యశోదకి లోకం గిర్రున తిరిగినట్లుగావుంది. తను ఎక్కడుంది? రవణమ్మ కేకలు ఎవరికన్నా వినిపిస్తాయేమోనన్న భయంతో టక్కున రిసీవర్ పెట్టేసింది. చేతులు గజగజా వణుకుతున్నాయి. తను చదువుకున్నది సంపాదనాపరురాలు - యివన్నీ ఆ క్షణాన మర్చిపోయింది. రవణమ్మ ఏ క్షణానైనా - రైలుదిగి వచ్చేస్తుందా? సరాసరి వచ్చి కాలేజీలో భాగవతం విప్పుతుందా? ఆ మనిషికి సిగ్గూ, లజ్జా ఏమీలేవు-అన్నీ వదులుకుంది, జంతుసమానమైన ఆ స్త్రీతో ఎలా మాట్లాడటం? యశోద రామచంద్రాన్ని పూర్తిగా మర్చిపోవడానికి ప్రయత్నించింది, అతనికి ఉత్తరం రాయలేదు. మళ్ళీ ఫోన్ చెయ్యలేదు-మద్రాసు వెళ్ళాలనే ఆలోచన కూడా మనసులోకి రానివ్వలేదు.

8

రామచంద్రానికి యశోద దగ్గరనుంచి కదలిక వస్తుందని, ఆ వైపు నుంచి పిలుపు వస్తుందని మొదట్లో ఆశగా వుండేది. ఆ ఆశ క్రమక్రమంగా కొడిగట్టిపోయింది. ఎందుకనో యశోద పట్ల కూడా ఒక వుదాసీనభావం ఏర్పడింది. స్త్రీలంతా యింతే! వాళ్ళకి స్వార్ధం తప్ప - ప్రేమించే హృదయం అక్కరలేదు. ఈ ప్రేమా, ఆరాధనా, ఆందోళనా అంతా మొగవాడి తపన. స్త్రీలకి డబ్బు, నగలు, గౌరవప్రతిష్టలు యివి కావాలి. ఇవి దాటి వారు వెళ్ళరు. స్త్రీలందరూ సంకుచితంగా ఆలోచిస్తారే తప్ప వాళ్ళకి హృదయ వైశాల్యమూ, తీవ్రమైన ఆరాటమూలేదు అని కొన్ని నిర్ణయాలకీ, అభిప్రాయాలకీ వచ్చేశాడు.

అప్పుడే అతనికి పద్మలతతో పరిచయం అయింది. రామచంద్రం కెమేరామాన్ కాబట్టి - అతనితో చిన్నా పెద్దా తారలందరూ స్త్రీపురుష విభేదం లేకుండా మంచిగా వుంటారు. కెమేరామాన్ తల్చుకుంటే - కురూపులని రంభలుగా చెయ్యొచ్చు. అలాగే రంభలను రాక్షసులుగానూ తియ్యవచ్చు. అందుకనే ఎవరితోనైనా పేచీపడతారు గాని కెమేరామాన్‌తో పేచీపడరు. అందులోనూ జూనియర్ ఆర్టిస్టులూ, వర్ధమాన తారలూ కెమెరామాన్ ప్రాపకం కోసం, అతని కటాక్ష వీక్షణం కోసం పోటీలు పడుతూవుంటారు.

"రామచంద్రానికి కీర్తి-ప్రతిష్టలు వచ్చాయి. అతను మధ్య వయసుకివచ్చేసాడు. అంచేత - స్త్రీలవిషయంలో - అందులోనూ పైకి వస్తున్న ఆడపిల్లల విషయంలో ఎక్కువ ప్రలోభం చూపడని వాడుక. సాధ్యమైనంతవరకూ వ్యక్తిగతమైనా యిష్టా అయిష్టాలకి - కెమేరా ముందున్నప్పుడు ప్రాధాన్యత యివ్వడనే అభిప్రాయం సినిమా పరిశ్రమలో చాలామందికి వుంది. అది కొంతవరకూ నిజంకూడాను. కానీ, చిత్రసీమలో స్థిరపడాలనుకునే అమ్మాయిలు, తారలు కావాలనుకునే వాళ్ళు, వాళ్ల తల్లులు యించుమించు అమ్మాయిలని అతని మీదకి ఎరగా వేస్తూనేవుంటారు. ఈ పని కొందరు నాజూగ్గా, కొందరు బయటపడేటట్లు చేస్తూవుంటారు. ఏమైనా వారందరి గమ్యం-ఎలాగైనా పెద్ద "ఫిల్మ్‌స్టార్స్" కావాలని. పద్మలత తల్లి

చాలా రోజులుగా యీ సినిమా ఫీల్డులో తలమునకలై వుంది. శాంతకుమారి, లక్ష్మీరాజ్యం, జి.వరలక్ష్మి ఆ కాలంలో సినిమాల్లో వేషాలు వేద్దామని చేతినిండా డబ్బుతో మద్రాసులో దిగబడింది. మనిషి చక్కగా వుంటుంది. చేతిలో డబ్బు, వంటిమీద నగలతో హౌరామెయిల్ దిగింది - వెండి తెరమీద తన అదృష్టం చూసుకోవాలని! అన్ని రకాల వేషాలూ వేసి, చాలామంది చేతుల్లో నలిగి పెద్ద తార కాలేకపోయింది. కాని, ఒక ఆడపిల్లకి తల్లి అయింది. జూనియర్ ఆర్టిస్టుగా వచ్చే డబ్బుతో పొట్ట గడవక రెండు గేదెల్ని కొనుక్కుంది కోడంబాకంలో - ఆమె ప్రియుళ్లలో ఒకడు మూడు గ్రౌండ్ల స్థలం యీవిడ పేర రాశాడు. అక్కడే, కాస్త విశాలమైన కొబ్బరి ఆకుల షెడ్‌లాంటిది కట్టుకుని కాలక్షేపం చస్తోంది. కోడంబాకం చుట్టు పక్కల యిళ్ళ స్థలాలకి ధర పెడగడంతో, ఒక గ్రవుండు స్థలం అమ్మి దాంతో ఓ మాదిరి యిల్లు కట్టుకుని తిండికి యిబ్బందిలేకుండా కాలం గడిపేస్తుంది. ఆవిడ యవ్వనం హరించుకు పోయింది. జీవితంలోని ఆటుపోట్లు ఆమె ముఖంలోని కరుకుతనంలో ప్రత్యక్షమవుతున్నాయి.

తను ఎలాగూ తార కాలేకపోయింది. తన కూతురు పద్మలతని పెద్ద తారను చేసి, ఆమె ఘనవిజయంలో తన కలలని నిజం చేసుకోవాలనుకుంది పద్మలత తల్లి తయారమ్మ. పద్మలతని డాన్సు స్కూల్లో చేర్పించింది. పద్నాలుగు పదిహేనేళ్ళు వచ్చి వ్యక్తురాలయిన పద్మలతని చెయ్యి పుచ్చుకుని ఎక్కేగుమ్మం దిగే గుమ్మంగా సినిమా కంపెనీలన్నిటికీ తిప్పింది. పద్మలత ముఖం కంటే, అవయవ సౌష్టవం చాలా మందిని ఆకర్షించింది. ఆమెకి సినిమాల్లో ఛాన్సు యిచ్చి చాలామంది ఆమెని ఉద్ధరించారు, అయితే యీ ఉద్ధరింపులో పద్మలత సెకండ్ హీరోయిన్ రాంక్‌కు కూడా రాలేకపోయింది. చిన్న చిన్న వేషాలు దగ్గిరే ఆగిపోయింది.

కెమేరామాన్ ప్రాపకం వుంటే, తన కూతురు ప్రతిభకి తర్వలో గుర్తింపు వస్తుందన్న ఆశతో తాయారు పనిగట్టుకుని, పద్మలతని రామచంద్రం దగ్గిరకు తీసుకొచ్చింది.

“అయ్యగారూ - మాకు తిండికి లోపం అయికాదు కళాసేవ చేద్దామని, యీ లైనులోకి వచ్చాము. మీరు తలచుకుంటే - మా పద్మలత గొప్పస్టార్ కాగలదు. మాకు డబ్బేం వొద్దు - ముందు కాసిని మంచి వేషాలు యిప్పించండి.” అడిగింది రామచంద్రాన్ని.

"అవన్నీ మాకేం తెలియదు. నువ్వు డైరెక్టరుగారిని కలుసుకో వాళ్ళయిష్టం, మాదేముంది."

"అలాకాదు - మీరు దయవుంచాలి. దీని ఫోటోలు మీరు చూశారుగా కాస్త మంచి వేషం యిప్పించండి"

"మంచివేషం అంటే - లేనిది ఎక్కడనుంచి వస్తుంది.?"

"ఈ సినిమాలో హీరో చెల్లెలు వేషం వుందిట. అది మీరు మా పద్మకి వొచ్చేట్లు చూడండి. మీ మేలు జన్మకి మర్చిపోలేను." అంది తాయారు.

రామచంద్రం పద్మలత వంక చూశాడు. సుమారు పద్దెనిమిదేళ్ళు వుంటాయి. మంచి దృఢంగా ఏపుగా వుంది. ఆ పిల్లలో ఎక్కడా నాజూకుతనం లేదు. కాని, మొగవాడిని వెర్రివాడిని చెయ్యగల శరీరపు వొంపులున్నాయి. రామచంద్రం మరోసారి పరీక్షగా చూశాడు పద్మలతవంక. ఆమె శరీరాకృతి అతన్ని కొస్త కదిలించింది. యశోద పరిచయం తర్వాత అతన్ని యీపాటి కదిలించిన స్త్రీ యీ పద్మలత ఒక్కతే.

డాన్స్ డైరెక్టరుతో సంప్రదించి, పద్మలత గ్రూప్ డాన్సులో పనికొస్తుందేమో చూడమన్నాడు. పద్మలత గ్రూప్ డాన్సులో ఛాన్సు వచ్చింది. ముందు వరుసలో- హీరోయిన్ పక్కగా వుండేటట్లుగా ఏర్పాటు చేశారు. రామచంద్రం కెమేరా, పద్మలతలోని శరీరపు వొంపులని, గడుసుగా పట్టుకోగలిగింది.

ఈ పిక్చర్ రషెస్ వేస్తున్నప్పుడు పద్మలత, నిర్మాత దృష్టిలో పడింది. "ఎవరీ అమ్మాయి?" అడిగాడు నిర్మాత.

"రామచంద్రం గారి ఫ్రెండ్" అన్నారు ఎవరో నెమ్మదిగా. నిర్మాత పద్మలత ప్రస్తావన మరి ఎత్తలేదు.

ఆ రషెస్ వేస్తున్నప్పుడు, పద్మలత చూడలేదు సహజంగా జూనియర్ ఆర్టిస్టులకి అంత ప్రాముఖ్యత ఇవ్వరు.

"నువ్వు చాలాబాగా నచ్చావ్" చెప్పాడు అసిస్టెంట్ కెమేరామాన్ పద్మలతతో.

"నిజంగానా?" అడిగింది పద్మలత సంతోషంగా.

"అవును ప్రొడ్యూసర్‌గారు నువ్వు ఎవరని కూడా అడిగారు. అ పిక్చర్ రిలీజ్ అయితే, నీ చక్రం తిరుగుతుంది." అన్నాడు అసిస్టెంట్.

ఆ మధ్యాహ్నం పద్మలత, రామచంద్రందగ్గరకొచ్చి భయంభయంగా "మా అమ్మ మీ కోసం కారియర్ పట్టుకొచ్చింది" అంది నెమ్మదిగా.

"నా కోసమా?"

"మీకు బిర్యాని" యిష్టం అని చెప్పాను. చేసి తీసుకొచ్చింది."

"నీకెలా తెలుసు?" ఆశ్చర్యంగా అడిగాడు.

"మొన్న మీరు - ఎవరితోనో చెపుతున్నారు. బుహారీ నుంచి "బిరియానీ" తెమ్మని . మా అమ్మ చాలా బాగా వండుతుంది. మీరు, మీరు...." ఆగిపోయింది పద్మలత.

"టిఫిన్లూ, భోజనాలు తీసుకొచ్చి మప్పడం కొత్తగాదు. అయితే, యీ పనులు చిన్న అర్టిస్టులు చెయ్యరు. వాళ్లకి ఎవరిపైన మోజుగా వుంటుందో, వాళ్ళని యిళ్లకు పిలుస్తారు. యీ పద్మలత తల్లి కారియర్ స్టూడియోకి పంపింది.

"నాకు మధ్యాహ్నం, "హెవీపుడ్" యిష్టం వుండదు. హెవీగా తింటే నిద్రొస్తుంది." అన్నాడు రామచంద్రం నవ్వుతూ.

పద్మలత మాట్లాడకుండా నిల్చుంది. ఆమె కళ్ళలో నిరాశ స్పష్టంగా కనిపిస్తుంది.

"ఇవ్వాళకి వదిలేయ్! ఎప్పుడన్నా మీ ఇంటికొచ్చి తింటాలే!" అన్నాడు రామచంద్రం.

ఆ రోజునుంచి పద్మలత రోజూ అడిగేది, "మా యింటికి రారా! అమ్మ "బిరియానీ" చేస్తుంది, రండి" అని. తమ యింట్లో అతను పాదం పెడితేనే ఆ యిల్లు పావనమవుతుంది అన్నట్లు వుండేవి పద్మలత చూపులు.

ఆఖరుకి ఒక సాయంత్రం పద్మలత యింటికెళ్ళాడు రామచంద్రం.

రామచంద్రం ఈ మధ్యనే కారు కొన్నాడు. అతనికి డ్రయివింగ్ రాదు. నేర్చుకునే ఉత్సాహమూ లేదు. డ్రయివర్లు రవణమ్మ ధాటికి తట్టుకోలేక వారానికి ఒకరు చొప్పున మారుతున్నారు. అంతక్రితం రోజునే కొత్త డ్రయివరు వచ్చాడు. రామచంద్రం సాయంత్రం ఆరుగంటలవేళ కోడంబాకం దాటుకుని, యించుమించు ఆళ్వార్ తిరునగర్ దరిదాపుల్లో వున్న పద్మలత యింటికొచ్చాడు.

"చుట్టూ ముళ్ళతీగె, మధ్యన చిన్న యిల్లు. ఇల్లు శుచిగా, శుభ్రంగా వుంది. పద్మలత గేటు దగ్గిర నిల్చుని చూస్తున్నది. తనకోసం. చిన్నగేటు అవటం చేత కారు రోడ్డుమీదనే ఆపాడు డ్రయివర్. గేటుదగ్గిర నిల్చున్న పద్మలత

ఆగిన కొత్తకారు వంక, కారులోంచి దిగుతున్న రామచంద్రం వంక "కలయో, వైష్ణవ మాయయెూ" అన్నట్లు చూస్తున్నది. ఆమె కళ్ళలో ఆరాధన, భయం-సంతోషం చోటుచేసుకున్నాయి. గబగబా కారు దగ్గర కొచ్చింది. ఆమె కారు తలుపు తెరుస్తుంటే, "యింటిమేట్" పరిమళం గుప్పుమంది. తలలో మల్లెపువ్వులు ఘక్కుమన్నాయి. పద్మలత వైలెట్ రంగు ఫారెన్ జార్జిట్ కట్టుకుని, తెల్లని జాకెట్ వేసుకుంది. వంగి తలుపు తెరుస్తున్నప్పుడు ఆమె లోనెక్ జాకెట్-సినిమా లోకంలోని "వాంప్సని" మరిపిస్తున్నది. ఎన్నోసార్లు ఆ వంపులని, ఆ లోనెక్ జాకెట్ల పొంగులని, రామచంద్రం తన కెమేరాలో బంధించాడు. వర్క్ చేస్తున్నప్పుడు - అవి కేవలం ప్రేక్షకుని దృష్టిలో పెట్టుకున్న "యాంగిల్స్"గా కనిపిస్తాయే తప్ప, అతనిని ఏ విధంగానూ కదలించవు.

పద్మలత వొంగి కారు తలుపు తీసింది. రామచంద్రం మరోసారి ఆమె మెడకింద వంపులవైపు దృష్టి మరల్చి, కారు దిగాడు. పద్మలత-జార్జెట్ చీరెలోనుంచి ఆమె నడుం భాగం తెల్లగా మెరుస్తున్నది. ముదురు రంగు వైలెట్ మీద ఆమె శరీరపు కాంతి ఇంకా పచ్చగా కనిపిస్తున్నది. చెవులకి రింగులు పెట్టుకుంది. మెడలో సన్నని గొలుసు. సినిమాలకని కత్తిరించిన ఆమె కనుబొమ్మలు దిద్దిన ఆర్చీల్లా వున్నాయి. కళ్ళకి సన్నగా కాటుక పెట్టుకుంది. చేతికి రిస్టువాచీ, గాజుల లేవు.

"రండి, రండి! ఎన్ని రోజులు మీకోసం ఎదరుచూశామో! నేను సరిగా పిలవలేదని అమ్మ తిట్టింది." అంది పద్మలత.

"నాకు తీరికలేక రాలేదు." అన్నాడు రామచంద్రం లోపలికి నడుస్తూ.

ముందు చిన్న హాలు-అందులోనే సోఫాలూ-పక్కటేబుల్ మీద రేడియో! ఇల్లు దర్జాగా లేదుగాని, శుభ్రంగా వుంది. లోపలినుంచి తాయారు చెయ్యి తుడుచుకుంటూ బయటకొచ్చింది. "బాబుగారు మా సంగతి మర్చిపోయారేమో అనుకున్నాను. ఎన్నిసార్లు చెప్పినా మా మొద్దుకి తెలివిలేదు-మర్యాదగా పిలవటం రాదు" అంది.

రామచంద్రానికి కాస్త యిబ్బందిగావుంది. ఈ ఇల్లూ, యీ వాతావరణం అతనికి నచ్చటం లేదు. ఇంట్లో ఎవరూ మొగవాళ్లు ఉన్నట్లు లేదు. ఇద్దరు ఆడవాళ్లు. ఈ సాయంత్రంవేళ- చీకటిపడ్డాక తను రావడం అంత మంచిపని కాదేమోననిపిస్తుంది. వచ్చేటప్పుడు ఇన్ని ఆలోచించలేదు-తీరా వచ్చాక కాస్త చికాగ్గా వుంది.

తయారు లోపలికెళ్ళిపోయింది.

పద్మలత తల వంచుకుని కూచుంది. అతనికి మాట్లాడటానికి ఏమీ విషయాలు కనపడటం లేదు. అయిదు నిముషాలు నిశ్శబ్దం. దూరాన ఎక్కడో ఒక పిట్టకాబోలు కూస్తున్నది. ఏం పిట్టో? ఊరికి దూరం కాబట్టి-ఇక్కడింకా వీధి దీపాలు పడలేదు. ఈ ఇంట్లో మటుకు కరెంట్ వుంది.

రామచంద్రం టేబుల్‌మీద వున్న పత్రిక చేతులోకి తీసుకున్నాడు. పద్మలత సిగిరెట్ పాకెట్ తీసుకొచ్చింది లోపలనుంచి.

"సిగిరెట్ కాల్చుకోరా?" అడిగింది సిగరెట్ తీస్తూ.

తను నిత్యం కాల్చే గోల్డ్‌ఫ్లేక్ పాకెట్.

అతను చెయ్యిజాపాడు, సిగిరెట్ చేతిలోకి తీసుకుని నోట్లో పెట్టుకున్నాడు. పద్మలత అగ్గిపుల్ల గీసి సిగిరెట్ అంటించింది పక్కకి వచ్చి. ఆమె వొళ్ళు వెచ్చగా అతని భుజాలకి ఆనింది. మెత్తగా వున్నాయి, ఆనీ ఆనని ఆ శరీర భాగాలు. యింటిమేట్ పరిమళంతో కూడిన మెత్తని స్పర్శ. ఆమె అతనివంక కన్నార్పకుండా చూస్తున్నది. రామచంద్రం తిరిగి చూసేటప్పటికి భయంతో కళ్ళు వాల్చుకుంది.

"నన్ను చూస్తే నీకు భయమా?" అడిగాడు రామచంద్రం.

పద్మలత తల ఎత్తలేదు. తల వంచుకుని అవునన్నట్లు తల వూపింది.

"ఎందుకని?" అడిగాడు కుతూహలంగా.

"మీరు పెద్దవారు, గౌరవనీయులు. మేము సినిమా వాళ్ళం."

"నేను మటుకు సినిమావాడిని కాదా?"

"మీరు మొగవాళ్ళు. పెద్ద కుటుంబంలోంచి వచ్చారు....మేము... మేము...." ఆగిపోయింది, ఎలా చెప్పాలో తెలియక.

రామచంద్రానికి పద్మలత ఆంతర్యం అర్థం అవుతున్నది. తను గొప్ప కెమేరామాన్‌ని అని భయపడటంలేదు. గౌరవనీయుడూ, పెద్ద యింటివాడూ అని భయపడుతున్నది. తనని చూసి, ఒక ఆడపిల్ల భయపడుతోంది. ఇదివరలో యశోదకూడా ఇలానే భయపడింది. అయితే యశోద తనని చూసి కాదు, తనలో గుప్తమైన ఆకర్షణ చూసి భయపడింది. ఈ ఆకర్షణ ఎక్కడికి తీసుకెడుతుందో అని భయపడింది. ఈ పిల్లకి తనని గురించి కాదు భయం, తన గౌరవ మర్యాదల గురించి.

"నువ్వు చదువుకున్నావా?" అడిగాడు రామచంద్రం.

"లేదు."

"అసలు స్కూల్ కెళ్ళలేదా?"

"స్కూలు కెళ్ళాను, కాన్వెంటు కెళ్ళలేదు. ఇంగ్లీషురాదు."

"అదా!" నవ్వాడు రామచంద్రం.

పద్మలత సంతోషంగా చూసింది అతను నవ్వినందుకు. ఆ నవ్వుతో తన జన్మ పావనమైనట్లు చూసింది.

"డాన్సు నేర్చుకున్నావా?"

"నేర్చుకున్నాను. కాని నాకు బాగా రాలేదు."

"ఎంచేత?"

"నాకు ఇష్టం లేదు."

"ఇష్టం లేనప్పుడు మానెయ్యకపోయావా?"

"అమ్మ కోప్పడుతుంది. డాన్సు రాకపోతే సినిమాల్లో చేర్చుకోరని అమ్మకి భయం."

"నీకు లేదా?"

"లేదు."

రామచంద్రం ప్రశ్నార్ధకంగా చూశాడు.

"నాకు ఈ డాన్సూ, సినిమాలు ఇష్టం లేదు. అమ్మ కేకలేస్తుందని జేరాను."

"ఏం?"

"నాకు పెళ్ళి చేసుకుని- మర్యాదగా వుండాలని ఇష్టం."

"నువ్వు పెద్దస్టార్వి కావాలని లేదా?" కార్లు, ఇళ్ళు - గ్లామరు యివేం వద్దా!"

"ఒద్దు."

"ఎందుకని?"

"ఆ సినిమా బతుకు ఎలా వుంటుందో చూశాను. ప్రతివాడూ తన స్వంతమన్నట్లు మాట్లాడుతాడు. నాకు ఇల్లూ - పిల్లలూ యిలాంటివి కావాలి. దబ్బూ, పేరూ వొద్దు."

"మరి మీ అమ్మకు చెప్పకపోయావా?"

"చెప్పాను - చెప్పినా వినదు. నన్నో పెద్ద స్టార్‌ని చెయ్యాలని తాపత్రయం. నాకు యాక్టింగ్ రాదు, నాలో టాలెంట్ లేదు."

"ఎవరు చెప్పారు?"

"చాలామంది అన్నారు. అయినా మా అమ్మకి అదో వెర్రి. నాకు హాయిగా పెళ్ళి చేసుకుని మర్యాదగా వుండాలని వుంది." అంది పద్మలత.

రామచంద్రానికి యశోద జ్ఞాపకం వచ్చింది. యశోద ఉద్యోగం, హోదా - ముఖ్యమనుకుంది. ప్రేమా, ప్రశాంత జీవనం ముఖ్యం కాదనుకుంది. ఈ పద్మలత పెళ్ళీ, ఇల్లూ కావాలనుకుంటున్నది - గ్లామరూ, డబ్బూ వద్దనుకుంటున్నది.

తను యశోదతో స్త్రీలందరూ ఒకటేనని అన్నాడు. అది పొరబాటు. శారీరక ఆకృతిలో - దేహ నిర్మాణంలో స్త్రీలందరూ ఒకటే అవచ్చు. మానసికంగా ఒక స్త్రీతో మరొక స్త్రీకి పోలిక లేదు. మనోధర్మంలో ఏ ఇద్దరకీ పోలిక లేదు. పువ్వు పువ్వుకీ వైవిధ్యం ఉన్నట్లే స్త్రీకి, స్త్రీకి మధ్య వైవిధ్యం వుంది.

వంట అయిందంటూ తాయారు లోపలినుంచి కబురు తీసుకొచ్చింది.

అక్కడే సోఫాల దగ్గిరే - పెద్ద బల్ల తీసుకొచ్చి పెట్టారు. దాని పైన అరిటాకు పరిచింది తాయారు. పద్మలత టవల్ తీసుకొచ్చి, ఆకు తుడిచింది అతి శ్రద్ధగా.

"ఇదేమిటి -నాకొక్కడికేనా? నువ్వు తినవా? అడిగాడు రామచంద్రం.

"మీరు తిన్న తరువాత నేనూ, అమ్మా తింటాం. డ్రయివర్‌ని ఎక్కడికీ వెళ్ళద్దని చెప్పండి. అతనికికూడా పెడతాను, మీరు తిన్నాక." అంది పద్మలత.

రామచంద్రానికి రవణమ్మ జ్ఞాపకం వచ్చింది. రవణమ్మ నాలిక తెగినా పనివాళ్ళకి అన్నం పెట్టదు. పెట్టినా, వాళ్లు ఛస్తే తినరు, చారు పోసి తినమంటుంది. ఆఖరుకి ఊరగాయకూడా వెయ్యదు. అందుకనే కంపెనీ డ్రయివర్లు తమ యింటికొచ్చినా బయట తినమని పంపేస్తాడు డబ్బులిచ్చి.

"మీకు - నాన్‌వెజ్ అభ్యంతరం లేదనుకుంటాను."

నీకెలా తెలుసు అన్నట్లు చూశాడు రామచంద్రం.

"మీరూ డైరెక్టరుగారూ కలసి ఒకరోజున చికెన్ తెప్పించుకుని తిన్నారు."

"ఎప్పుడూ? నాకు జ్ఞాపకం లేదే!"

"మీకు జ్ఞాపకం లేకపోవచ్చు. కాని, నేను మిమ్మల్ని చాలా

రోజులనుంచీ ఎరుగుదును. మీ యిష్టాలు మీ కోపాలు అన్నీ గమనించాను."

రామచంద్రానికి తమాషాగా వుంది. ఈ పద్మలతని తను చాలాసార్లు చూసివుండవచ్చు. ఈమె తన దృష్టిని ఆకర్షించాలని ఏనాడూ ప్రయత్నం చేయలేదు. వాళ్లమ్మ పరిచయం చేసినరోజు తప్ప - మిగతా షూటింగ్ టైములోకూడా తనవంక అనవసరంగా చూసేదికాదు- అలాంటిది యివన్నీ ఎలా గమనించిందబ్బా!

పద్మలత - లోపలినుంచి లిక్కరు సీసా, సోడా బాటిలూ తీసుకొచ్చింది. "మా యింట్లో ఫ్రిజ్‌లేదు. చన్నీళ్ళలో పెట్టాను. మీరెంత కలుపుకుంటారో డోసు తెలియదు. సోడా వోపెన్ చెయ్యనా?" అడిగింది.

అతనికి ఏం చెప్పాలో తోచలేదు. వద్దు అనాలా? పుచ్చుకోవాలా? పుచ్చుకోవాలనే అనిపించింది. అది విదేశీ సరుకులా కూడా వుంది. పద్మలత స్పెన్సర్సు సోడా వోపెన్ చేసింది. అతి కొద్దిగా "బ్లాక్‌డాగ్" వొంచాడు. సోడా కలిపి పుచ్చుకున్నాడు.

పద్మలత రెండోసారి పోసుకునే అవకాశం యివ్వకుండా సీసా లోపలికి తీసుకెళ్లింది.

పావుగంటలో వడ్డన ముగిసింది. ఆ విస్తరిలో పదార్థాలు చూస్తే రామచంద్రానికి మతిపోయినట్లయింది. అరిటాకులో మధ్య స్టీలు పళ్లెంలో - అందులో రోస్ట్ చేసిన కోడి పీసెస్, వెజిటబుల్ బిరియానీ, కొబ్బరి అన్నం, క్రైమా వడలు, పెరుగు పచ్చడి, గోంగూరపచ్చడి, గుత్తివంకాయ కూర, సాంబారు, వెల్లుల్లి చారు, గడ్డ పెరుగు, రసగుల్లా - ఒక్క రసగుల్లా తప్ప మిగతా అన్నీ యింట్లో అతిశ్రద్ధగా చేసిన పదార్థాలు.

"బాబోయ్ యిన్ని వెరైటీస్ - నేను రేపు పొద్దుట లేవాలా, వద్దా?"

"మీకు ఇష్టమైనవి - మీకు కావాల్సినంత వడ్డించుకోండి. నేను బలవంత పెట్టను." అంది పద్మలత. కానీ, తరిమి తరిమి వడ్డించింది అన్ని పదార్థాలూ. అప్పుడు కరగబెట్టిన నెయ్యి వడ్డించింది. అది వాళ్ళ ఇంట్లో పాడిట. పాలు అమ్మినా, వాళ్ళమ్మ తిండికి మాడి అమ్ముకోదుట.

ఒక్కొక్క పదార్థమూ-వరస వరసగా అతనిచేత రుచి చూడమంటూ తినిపించింది. పదార్థాలు చాలా రుచిగా కూడా వున్నాయి. "బుహారి" నాన్‌వెజ్‌కి, ఇంట్లోచేసిన కోడిరోస్ట్‌కి ఇంత తేడా వుంటుందని అతనికి తెలియదు.

పద్మా! పదార్థాలు చాలా రుచిగా వున్నాయి. ఇన్ని చెయ్యకుండా వుంటే, ఒకటి రెండయితే నేను ఇంకా ఎంజాయ్ చేసేవాడిని."

"అయితే రేపు ఒక్క బిరియానియే చేస్తుందిలెండి."

"రేపుకూడా నాకు భోజనం పెడతారా? అయితే మీ ఇల్లు వదలను" అన్నాడు రామచంద్రం.

"మీరు వదలకూడదనే నా కోరిక. ఎల్లకాలం ఇక్కడే వుండిపోవాలని నా ఆశ." అంది పద్మ మెల్లగా.

అతను తలెత్తి చూశాడు. పద్మ తలవంచుకునే వుంది. తనకోసం వీళ్లు ఉచ్చులు పన్నుతున్నారా? అని క్షణకాలం సందేహం వచ్చింది. తన ద్వారా పద్మలత "స్టార్" అవాలని అనుకుంటున్నది. అది సూటిగానే చెప్పారు. ఇంకా ఉచ్చులెందుకు? పద్మలతకి తనమీద మోజు? ఏం చూసుకుని? తనేం ఫిలిం ఆర్టిస్టా, డబ్బున్న ప్రొడ్యూసరా? దేనికి? కెమేరామాన్ అన్న అభిమానంతోనా?

భోజనం అయాక, "చాలా ఎక్కువ తినిపించేశావ్. భుక్తాయాసంగా వుంది" అన్నాడు రామచంద్రం మర్చిపోయిన బ్రాహ్మణ్యపు ధోరణిలో.

"అంటే-? అడిగింది పద్మ."

"పొట్ట బరువుగా వుంది" అన్నాడు.

"అదా! - పచ్చకర్పూరంవేసి కిళ్లీ కట్టాను, వేసుకోండి. త్వరగా జీర్ణమవుతుంది మీరెళ్ళి అలా గదిలో రెస్ట్ తీసుకోండి. మీ డ్రైవర్‌కి భోజనం పెడతాను."

"ఫరవాలేదు - ఇక్కడే కూచుంటాను" అని సోఫాలో జారగిలపడ్డాడు రామచంద్రం. పద్మలత ఇచ్చిన కిళ్లీ సుగంధ పరిమళంతో-ఘుమ ఘుమలాడుతోంది. అతను మిఠాయి కిళ్ళీ, బందరు కిళ్ళీ చాలాసార్లు వేసుకున్నాడు. మీఠాపాన్, ఒకటి రెండుసార్లు జరదా కిళ్ళీ కూడా వేసుకున్నాడు కాని, అవి ఇంత సువాసనగా లేవు.

"ఈ కిళ్ళీలో ఏం వేశావు, చాలా బాగుంది." అడిగాడు సిగరెట్ అంటిస్తూ. అతను తాగిన మంచినీళ్లగ్లాసు తీసుకెడుతూ "కిళ్ళీలో వేసే సామాను ఢిల్లీనుంచి తెప్పించాను, చాలా బాగుంటుంది. మరో కిళ్ళీ ఇవ్వనా!"

"వొద్దు" అన్నాడతను.

"కాసేపు వుండి వేసుకుందురుగాని. ఇంకా వున్నాయి" అంటూ లోపలికి వెళ్ళింది.

పద్మ మాటల్లో సంకోచం లేదు; అనవసరమైన బిడియమూ లేదు. మామూలుగా వున్నాయి ఆ మాటలు.

డ్రయివర్‌కని తీసుకెడుతున్న భోజనం వంక క్రీగంట చూశాడు రామచంద్రం. తనకు వడ్డించిన అన్ని పదార్థాలు - స్వీటుతోసహా అతనికి తీసుకెళ్లి పెడుతుంటే - రామచంద్రానికి ఆశ్చర్యంవేసింది. రవణమ్మ ఏనాడూ పనివాళ్ళకేకాదు యింట్లోవాళ్ళకి కూడా, యింత మనస్ఫూర్తిగా భోజనం పెట్టదు. మొగదిక్కులేని యీ ఆడవాళ్ళిద్దరూ ఎంత ధారాళంగా ఉండగలుగుతున్నారో!

"మీరెల్లి కాసేపు రెస్ట్ తీసుకోండి."

"వద్దు ఇక్కడ బాగానే వుంది."

"మీ కోసం కాదు మీరిక్కడ కూచునుంటే మీ డ్రయివర్ కడుపునిండా తినడు. మొహమాటపడతాడు. మీరు గదిలో విశ్రాంతి తీసుకుంటుంటే తొందరలేదని నిదానంగా భోంచేస్తాడు." అంది పద్మలత.

"రామచంద్రం లేచాడు. ఆమె అతన్ని గదిలోకి తీసుకెళ్లింది. గదిలో పూర్వకాలపు పట్టెమంచం, దానిపైన డన్‌లప్ పిల్లో పరుపు. తెల్లని మల్లెపువ్వు లాంటి దుప్పటి పరచి వుంది. గదిలో ఒక మూలగా టేబుల్‌ఫాన్ - రెండోమూల గాడ్రెజ్ బీరువా, మధ్యగా గోడవార డ్రస్సింగ్ టేబుల్, వాటిపైన పద్మలత టాయిలెట్ సామాన్లు కాబోలు మరీ ఆడంబరంగా లేవు. ఆ డ్రస్సింగ్ టేబుల్‌మీద యింటిమేట్ స్ప్రే - పెద్ద సైజు బాటిల్ వుంది.

అతనికి మంచంమీద పడుకోవాలంటే కాస్త సంకోచంగా వుంది.

"ఫరవాలేదు పడుకోండి. ఈ గదిలోకి ఎవ్వరూ రారు. ఇది నా గది." అంది పద్మ.

అతను మంచం మీద పడుకున్నాడు. పద్మ టేబుల్‌ఫాన్ ఆన్ చేసింది. అది రివాల్వింగ్ ఫాన్. తల యిటూ అటూ తిప్పుతూ-తిరుగుతున్నది. రామచంద్రం మనసుకూడా ఆ ఫాన్ లాగానే యిటూ అటూ వూగుతోంది. ఈ పరిచయానికి పర్యవసానం ఏమిటి? భోంచేశాడు, ఈ మెత్తని పక్కమీద పడుకున్నాడు. ఇది యిక్కడితో ఆగుతుందా? తను వెనకముందులు ఆలోచించకుండా భోజనానికి వచ్చాడా? తను ఎక్కడికి వెడుతున్నాడు? వూబిలోకి దిగబడిపోతాడా?

కళ్ళు మూసుకుని ఆలోచిస్తున్నాడు. అతని కాళ్ళమీద మెత్తని చేతులు. వులిక్కిపడి కళ్లు తెరిచాడు రామచంద్రం. కాళ్ళ దగ్గిర - పద్మ కూచుని అరికాళ్ళు రాస్తున్నది. ఆమె చేతులు మెత్తగా, మృదువుగా ఉన్నాయి.

"అదేమిటి లే లే, - అన్నాడు కాళ్ళు వెనక్కి తీసుకుంటూ."

"కాళ్ళు రాస్తుంటే త్వరగా నిద్రపడుతుంది. మా నాన్నకి అలాగే రాసేదాన్ని." అంది పద్మ మామూలుగా.

"నాకు అలవాటు లేదు."

"మీ యింట్లో కాళ్ళు పట్టరా! మీ ఆవిడ గాని, పిల్లలుగాని.."

"ఊహూ, మాకలాంటివి అలవాటులేదు"

"కడుపునిండా భోజనం పెట్టి - నిద్రపట్టేదాకా కాళ్లు పడితే అంతకంటే పుణ్యంలేదుట."

"ఎవరన్నారు?"

"మా అవ్వ."

"నాకు చేస్తే నీకు పుణ్యం ఎందుకొస్తుంది - చేసుకున్నవాడికి గాని-తండ్రికిగాని చేస్తే వస్తుందేమో ! నేను పరాయివాడిని."

"నేను అలా అనుకోవడంలేదు. మీరు, మీరు...." చెప్పలేక ఆగిపోయింది పద్మ. ఆమె రెండుచేతులూ అతని పాదామీద వున్నాయి.

అతనికి ఇదంతా విచిత్రంగా వుంది. ఏం చెప్పాలో తెలీక, "చాలా పొద్దుపోయింది, నేను వెళ్ళాలి" అన్నాడు.

వొద్దు - మీరు వెళ్ళకండి. చాలా పొద్దు పోయింది తెల్లవారి వెళ్లిపోదురుగాని."

"డ్రయివర్...'

"అతను కార్లో పడుకుంటాడు. మీరు యీ వొక్క రాత్రి వుండి పోండి" అంది పద్మలత.

ఇది వేడికోలో - తనని పడగొట్టేందుకు వేసిన పన్నాగమో అతనికి బోధపడలేదు. పద్మ చేతి మృదుత్వం, తనని తాకుతూ కూచున్న ఆమె స్పర్శ, భోజనాలముందు తన భుజాలకి తాకిన ఆ మెత్తని భాగాలు, మల్లెపూలూ, యింటిమేటూ కలిసిన పరిమళం అతను వెళ్ళలేకపోయాడు. పద్మని తనవైపుకి లాక్కున్నాడు. అతని శరీరం ఆమె స్పర్శకోసం తొందరపడుతున్నది. కానీ,

మనసు మటుకు "తస్మాత్ జాగ్రత్త!" అంటున్నది. ఆ చీకటిలో మనసు నిద్రపోయింది. అతని శరీరం మేల్కొంది.

ఒక రాత్రివేళ మెళుకువ వచ్చి చూస్తే, పద్మ అతని కాళ్లు రాస్తూనే వుంది. రామచంద్రానికి జాలేసింది. ఈ పిల్లకి ఘట్టి పడికట్టురాళ్లు లేకపోవచ్చు. తన శరీరంతో యితరులని ప్రలోభపెట్టనూ వచ్చు. కాని, కాని, ఆమెలో ఒక అమాయకత, తనేదో అపూర్వమైన వరం పొందినట్లు కృతజ్ఞత, నిజానికి తనే ఆపిల్లపట్ల కొంత కృతజ్ఞత చూపాలి. ఇంటికి పిలిచి విందు భోజనం పెట్టింది. తనకి తానుగా అర్పించుకుంది. అయినా తానేదో తక్కువదాన్ని అన్నట్లు కాళ్లు పడుతూ వుంది.

"ఇంకా నిద్రపోలేదా!" అడిగాడు రామచంద్రం.

"లేదు - కాళ్ళు రాయడం ఆపితే మీరు ఇటూ అటూ కదిలారు. మెళుకువ వచ్చి, నిద్ర చెడిపోతుందని రాస్తూ కూచున్నాను." అంది పద్మ.

అది నటనా, నిజమా? అన్న అనుమానం వచ్చింది.

"ఇలా ఎంతమంది కాళ్ళు రాశావు?" అనుకోకుండా ఆ ప్రశ్న అతని నోటినుంచి వెలువడింది.

పద్మ తల ఎత్తలేదు.

"నేనేం అనుకోనులే. కాళ్ళు రాయడం నీ అతిథి మర్యాదలో మూడో భాగమా?" అడుగుతున్నాడు.

ఈ ప్రశ్నలు ఎందుకు అడుగుతున్నాను అని తనలో తాను ప్రశ్నించుకుంటున్నాడు. ఆ ప్రశ్నలకి జవాబు చెప్పుకోలేకుండా వున్నాడు. పద్మని ఏదో అడగాలి - ఇలా ఎంతమంది యీ మంచంమీద పడుకుని వుంటారు? ఎంత మందికి భోజనం పెట్టి వొళ్ళప్పగించి వుంటుంది?

"చెప్పు-నేనేం బాధపడునులే. ఇది నీకు కొత్తగాదు, నాకూ కొత్తగాదు." అడుగుతున్నాడు రామచంద్రం.

పద్మ తలఎత్తలేదు. టప్పున అతని కాలిమీద నీటి బొట్టు పడింది. అది పద్మ కన్నీటిబొట్టు.

రామచంద్రానికి సిగ్గువేసింది. తనమీద తనకే అసహ్యం కలిగింది. తనని ఇంటికి పిలిచింది. అతి ఆదరణతో అన్నం పెట్టింది. తనకి సర్వస్వం ఇచ్చుకుంది. నిద్రపోకుండా తన కాళ్ళు పడుతోంది. అయినా తనకెందుకీ కోపం, ఎందుకీ అసంతృప్తి?

"పిచ్చిదానా - ఏడుస్తున్నావా? ఇలారా !" చెయ్యి జాచాడు రామచంద్రం.

పద్మ భయంగా చెయ్యి అందించింది. ఆమెని గుండెలమీదకి లాక్కుని ఊపిరి సలపకుండా చేశాడు. అతన్ని ఏదో ఆవేశం ఆవహించింది. ఈ పద్మ ఎంతమందితోపోతే తనకేం? ఈ రాత్రి తన మనిషి. తనకి సంతోషాన్నిచ్చిన మనిషి. పద్మ మాట్లాడలేదు. పిల్లిపిల్లలా అతని చేతుల్లో యిమిడిపోయింది. ఆమె దేహం - మెత్తగా, వెచ్చగా వుంది. "నా కోపాన్ని చూసి నీకు భయంగా వుందా?" అడిగాడు.

"అవును" అన్నట్లు వూపింది పద్మ.

"దేనికి?"

"కోపం వస్తే మీరు వదలి వెళ్ళిపోతారని భయం. నన్ను ఎన్నన్నా అనండి-కొట్టండి, తిట్టండి - నన్ను వదలి వెళ్లిపోకండి" పద్మ అతని మెడని గట్టిగా కావిలించుకుంది. ఎప్పటికీ వదలనన్నట్టు అతని గుండెల్లో తలదాచుకుంది.

"నేను వదలి వెళ్ళిపోతే నీకేం? నాలాంటి వాళ్ళు ఇంకా చాలామంది వున్నారు."

"ఊహూ - నాకు వాళ్ళంతా వద్దు, మీరే కావాలి."

"ఎంచేత?"

"నాకు తెలియదు. కాని చాలారోజులనుంచి మీ మీద యిష్టం. దూరంనుంచి చూస్తూ వుండేదాన్ని. మీరు ఒక్కసారికూడా నావంక చూడలేదు-నన్ను పలకరించలేదు" చిన్నపిల్లలా వెక్కెక్కి ఏడుస్తున్నది పద్మ.

రామచంద్రం ఆమెని అనునయిస్తున్నాడు, బుజ్జగిస్తున్నాడు. ఈ పద్మకి నిజంగా తనమీద యిష్టమా? అతని దేహమూ-మనసూకూడా అలిసిపోయాయి. నిద్రలోకి జారుకున్నాడు రామచంద్రం. తెల్లవారి అతనికి మెళుకువ వచ్చేటప్పటికి ఎనిమిదయింది, కళ్ళు తెరిచి చూశాడు. పద్మ తలదువ్వుకుంటున్నది. డ్రస్సింగ్ టేబుల్ అద్దంలోంచి, అతని ప్రతిబింబం చూసి - భయం భయంగా నవ్వింది.

"మెళుకువ వచ్చిందా? బెడ్ కాఫీ తాగుతారా? టీయా, ఏది తెచ్చివ్వను?" అడిగింది పద్మ సగం అల్లుకున్న జడను అలానే వదిలి.

"ఇప్పుడేమీ వద్దు. ఇంటికెళ్ళి, పళ్ళుతోముకోవాలి. నాకు బెడ్ కాఫీ అలవాటు లేదు" అన్నాడు రామచంద్రం వొళ్ళు విరుచుకుంటూ.

పద్మ పెద్ద చెంబుతో వేడినీళ్ళూ, కొత్త బ్రష్, టంగ్‌క్లీనరూ తీసుకొచ్చింది "మా వాష్ బేసిన్‌లో నీళ్లురావు. చేతులమీద నీళ్ళు పోస్తాను, మొహం కుడుక్కోండి." అంది బ్రష్‌మీద పేస్టు వేసి చేతికి అందిస్తూ.

రామచంద్రం మతిపోయినట్టు చూశాడు. ఇంట్లో కొత్త బ్రష్‌లు స్టాక్ చేసుకుంటుందా పద్మ? రాత్రి వచ్చే అతిథుల మర్యాదలో యిదికూడా ఒక భాగమా? ఆ ఆలోచనకే సిగ్గుగా వుంది.

బాత్‌రూమ్‌కి వెళ్ళి వచ్చాక - పక్కన నిల్చుని పద్మ వేడినీళ్ళు చేతులమీద పోసింది. రామచంద్రం మొహం కడుక్కున్నాడు. అతను మొహం తుడుచుకుంటుంటే - పొగలు గక్కే కాఫీ ట్రేలో పెట్టుకొచ్చింది.

"నువ్వు తాగావా?" అడిగాడు అంతక్రితం వచ్చిన ఆలోచనకి పరిహారంగా.

"ప్రొద్దున్నే అయిపోయింది. అప్పుడే పిండిన గేదెపాలు ఒక్కసారి వెచ్చచేసి కాఫీతాగుతే చాలా బాగా వుంటుంది. ఈ సారి మీకు అలాంటి కాఫీ యిస్తాను" అంది పద్మ.

కాఫీ తాగాక అతను వెళ్తానని బయలుదేరాడు. "టిఫిన్ రెడీగా వుంది తిని వెళ్ళండి."

"ఇప్పుడా! నేను గడ్డం గీసుకోవాలి, స్నానం చేయాలి, చాలా పనులున్నాయి."

"డ్రయివర్‌ని బజారుకి పంపి, షేవింగ్ సామాన్లు తెప్పిస్తాను. స్నానం అదీ చేసి వెళ్ళండి."

"వద్దు - ఇంటికెళ్లి చేస్తాను."

మీ యిష్టం. పోనీ టిఫిన్ తినండి. మీకు పెసరట్టు యిష్టమని - అమ్మ పెసలు రుబ్బింది.

"ఇవన్నీ నువ్వెప్పుడు తెలుసుకున్నావు?" అడిగాడు.

"మీరు విజయవాడ షూటింగ్‌కి వెళ్ళినప్పుడు పెసరట్లు కావాలని స్పెషల్‌గా వేయించారట. ఆరోజు షూటింగ్ ఆలస్యమైందిట." అంది పద్మ

రామచంద్రం నవ్వాడు.

"దేనికి నవ్వుతున్నారు?"

"ఇంతకాలం-ఒక్క తారల విషయమే అంతా పట్టించుకుంటారని అనుకున్నాను. నేనుకూడా చాలా ముఖ్య వ్యక్తినన్నమాట!"

"కాక? మీరెంతమందిని పెద్దతారల్ని చేశారో మీక తెలియదు. మీరే లేకపోతే వాళ్ళంత అందంగా కనపడేవారా? ఏ "యాంగిల్"లో ఏ తార అందంగా వుంటుందో మీకుతప్ప యింకెవరకీ తెలియదు. ఆ విషయం అంతా చెప్పుకుంటారు."

"అయితే-నీకు పెద్దతార కావాలని వుందంటావ్?"

"నాకు లేదు. మా అమ్మకి."

"మీ యిద్దరూ ఒకటి కాదా?"

"కాదు. నాకయితే-మీరు నా దగ్గిరుంటే చాలు, యింకేం వొద్దు."

"సినిమాలుకూడా వద్దా?"

"వద్దు. నాకు ఇల్లు-సంసారం యివి కావాలి." అంది పద్మ.

"ఈ పద్మ తనలో ఏం చూసి భ్రమపడుతోంది? మధ్యవయసు కొచ్చిన తనకు, యీనాడు పెద్దరూపం లేదు, యవ్వనంలేదు, పెద్దహోదా లేదు. ముగ్గురు పిల్లల తండ్రిని, తనమీద ప్రేమంటుందేమిటి? ప్రేమ అని నోటితో అనటం లేదు, కాని వ్యామోహపడుతోంది.

అందిరితో యిలాగే మాట్లాడుతుందా? చలనచిత్ర సీమలో పైకి రావడానికి తననో ఆధారంగా వాడుకుంటున్నదా? అసలు కారణందాచి ఈ తియ్యని మాటలతో భ్రమపెడుతున్నదా?

సన్నగా ఉల్లిపొర కాయితంలాగా వున్న పెసరట్టు ప్లేట్లో పెట్టుకొచ్చింది. స్పెషల్ దోసె సైజులో, పేపరు దోసెలాగా గుండ్రంగా చుట్టి తీసుకొచ్చింది. మరో ప్లేట్లో ఉప్మా, పెసరట్టు లోపల సన్నగా తరిగిన అల్లం ముక్కలు, ఉల్లిపాయకోరు, పచ్చిమిర్చి, జీలకర్ర కరకరలాడుతూ చాలా రుచిగా వుంది.

"పద్మా! పెసరట్ చాలా బాగుంది. క్లాస్ నంబర్ వన్. నువ్వా-మీ అమ్మగారా, ఎవరు చేశారు?"

"అమ్మ పిండి రుబ్బింది, తను పల్చగా పొయ్యలేదు-నేను వేసి తెచ్చాను. మరొకటి తీసుకొస్తాను. పెనంమీద పిండివేసి యిలా వచ్చాను-వుండండి." అంటూ వంటింట్లోకి పరుగెత్తింది పద్మ.

అయిదు నిమిషాల్లో మరో పెసరట్టు - శుభ్రంగా మడిచి తీసుకొచ్చింది. అతను వద్దంటున్నా వినక - దగ్గిర కూచుని తినిపించింది.

"ఇలా తిన్నానంటే రోలింగ్‌లా అయిపోతాను."

"మంచిదేగా, మిమ్మల్ని చూసి ఎప్పుడూ అనుకునేదాన్ని. ఈయనికి సరిగా పోషణలేక యింతసన్నగా వున్నారని. ఇలా అంటున్నానని ఏమీ అనుకోకండి."

అనుకునేందుకు ఏమీలేదుగాని, ఈ టిఫిన్‌తో మధ్యాహ్నం భోజనం మానెయ్యాలి, అంతే!

"రాత్రికి-శుభ్రంగా తిందురుగాని, మా అవ్వ అంటూండేది తల్లి పొట్ట తడుముతుంది, భార్య జేబు తడుతుందని నాకు మీ పొట్ట తెలుసు."

"ఒక్క పూటలోనే తెలుసుకున్నావా? నువ్వు ఆ రెండూకావే-" అన్నాడు రామచంద్రం.

పద్మ కళ్లు-బాధగా వాలిపోయాయి. అతనికి తనమీద తనకే కోపంగా వుంది. పద్మని ఎందుకిలా మాటల్తో బాధిస్తున్నాడు? అనుకోకుండా తన నోట్లోంచి ఎందుకిలాంటి మాటలొస్తున్నాయి?

పద్మని ఎలా నేను సంతోషపెట్టాలనిపించింది. "రాత్రి కట్టిచ్చిన కిళ్ళీలాంటిది యివ్వు, మధ్యాహ్నం స్టూడియోలో వేసుకుంటాను. స్టూడియో అంతా ఘుమఘుమలాడిపోతుంది" అన్నాడు పద్మవంక చూస్తూ.

పద్మ లోపలికెళ్ళి గబగబా కిళ్ళీకట్టి తీసుకొచ్చి చేతులో పెడుతూ "మళ్ళీ ఎప్పుడొస్తారు?" అడిగింది నెమ్మదిగా.

"ఎప్పుడు రమ్మంటావ్?" అడిగాడు రామచంద్రం.

"సాయంత్రం రండి-రాత్రి వుండిపోయేటట్లు రండి."

"చూస్తాను....." అన్నాడు.

"ఎదురు చూస్తూ వుంటాను."

"వద్దు బహుశా వీలవదు." అంటూ కారెక్కేసాడు. పద్మ చిన్నబోయిన మొహంతో గేటుదగ్గిర నిల్చుని చూస్తున్నది. అతనికి "గిల్టీ"గా వుంది. రాత్రి వెళితే ఏం? ఇంట్లో తను చేసే రాచకార్యం ఏముంది? రవణమ్మ ఆరు అయేటప్పటికి భోంచేస్తుంది-కరెంటు ఖర్చవుతుందేమోనని భయం. ఒక్కటంటే ఒక్క లైటు హాల్లో మటుకు వేస్తుంది. అక్కడే పెద్దపిల్లలు చదువుకుంటారు. వాళ్ళు చదువుకునేదాకా చాప పరుచుకు పడుకుంటుంది. ఆ తరువాత అందరూ బెడ్‌రూంలో పడుకుంటారు. సాధారణంగా తమ యింట్లో ఒక్క లైటుకంటే వెలగదు.

ఈ లైట్ల విషయంలో తను హోరాహోరి దెబ్బలాడి వోడిపోయాడు. ముందు వరండాలోని ట్యూబ్‌లైట్ తెల్లవార్లూ వేసి వుంచమని, కనీసం తను వచ్చేవరకయినా వుంచమని అనేకసార్లు చెప్పాడు.

"మీరు రోజూ యింటికొచ్చి పడుకుంటారా ఏవన్నానా! వచ్చినా ఏ అర్ధరాత్రికోగాని రారయ్యే! అ మాత్రం దానికి కరెంటు దండగ దేనికి?" అని అడిగింది రవణమ్మ యీ లైట్ల గురించిన వాదనలో.

"చిమ్మచీకటిగా వుంటే, యింట్లో మనుషులు లేరని ఏ దొంగవాడైనా తలుపులు బద్దలుగొట్టి చొరబడచ్చు."

"ఏమీరాడు, వస్తేమటుకు నేను లేనా?" అంది రవణమ్మ సవాల్ చేస్తూ.

"అవును దొంగకు మటుకు భయం వుండదా? ఆ ఆకారం, ఖంగుమనే ఆ కంఠం వినేసరికి దొంగకేగాదు ఆఖరికి ఆ యమదూతలుకూడా దడుసుకుని పారిపోతారు. పద్మ "రండీ" అని పిలిస్తే-తను "రాను" అన్నాడు. రాను అని చెప్పి, వెడితే లోకువయిపోతాడు. అందుకని ఏమైనాసరే యీ రోజు వెళ్ళకూడదు" అని అనుకున్నాడు రామచంద్రం.

9

అతను యింటికెళ్లే వేళకి రవణ వంట పూర్తి అయిపోయినట్లుంది. షేవ్ చేసుకుని, స్నానం చేసి బయకొచ్చే వేళకి రవణమ్మ, "అన్నం పెట్టనా? తింటారా?" అని అడిగింది. రవణమ్మ "అన్నం తినండి. తింటేగాని వల్లకాదు" అని బలవంతపెట్టదు. "తింటారా?" అని ప్రశ్నతోనే ముగిస్తుంది."వద్దు" అంటే తిరిగి అడగదు.

"వొద్దు - మధ్యాహ్నం కూడా భోజనానికి రాను." అన్నాడు రామచంద్రం కారెక్కుతూ.

"సాయంత్రం "జగదాంబ" సినిమా వేస్తున్నారుట, కారు పంపండి నేనూ, పిల్లలూ వెళ్తాం." అంది రవణమ్మ.

తను కారు పంపకపోతే, రవణమ్మ కారు పంపమని ఆ ప్రొడ్యూసర్‌కి ఫోన్ చేస్తుంది. అంచేత కారు పంపటమే మర్యాదయిన విషయం.

ఆ తరువాత వారం రోజులదాకా రామచంద్రం పద్మలత యింటి ఛాయలకు వెళ్ళలేదు. అతనికి వెళ్ళాలని చాలాసార్లు అనిపించింది ఆ కోర్కెని

బలవంతాన ఆపుకున్నాడు. ఆ రోజున పద్మలత - జూనియర్ ఆర్టిస్టు చేత ఉత్తరం పంపింది.

ఆ ఉత్తరం చూసుకున్నాక - రామచంద్రానికి నవ్వొచ్చింది. పద్మలత రాసిన అక్షరాలు చిన్న పిల్లల అక్షరాల్లా వంకరటింకరగా వున్నాయి. తెలుగు ఉత్తరంలోనే రెండు మూడు అక్షరాలు ఎగిరిపోయినాయి.

ఆ సాయంత్రం రామచంద్రం టాక్సీలో వెళ్ళాడు. ఎందుకంటే, డ్రయివర్ మానేశాడు. కొత్తవాడు యింకా కుదరలేదు. గుమ్మంలో కారు ఆగిన శబ్దం వినగానే పద్మలత ఉత్సాహంగా బయటకొచ్చింది. కారులోంచి దిగుతున్న అతన్ని చింపిచాటంత మొహంతో రిసీవ్ చేసుకుంది.

అతను సోఫాలో కూచున్నాక - లోపలికెళ్ళి పకోడీలు తీసుకొచ్చింది.

"అరే - అప్పుడే టిఫినా? నేను వస్తున్నట్లు తెలుసా?"

"వస్తారేమోనని ఆశ. ఉత్తరం చూశాకన్నా రారా అని!" కాఫీ అందిస్తూ అన్నది.

పద్మలతకి ఆ సినిమాలో పోర్షన్ అయిపోయింది. మళ్ళీ ఎందులోనూ వేషం దొరికినట్లులేదు.

"సరాసరి స్టూడియోనించి వచ్చారా?" అడిగింది పద్మలత.

"ఏం? ఎందుకలా అడుగుతున్నావ్?"

"స్నానం చేస్తారేమోనని. వేడినీళ్లు రడీగా ఉన్నాయి."

"నీళ్ళుకూడా నా కోసమేనా?" నవ్వుతూ అడిగాడు.

"అదికాదు-మా వంటగదిలో ఒక పక్క నీళ్లు కాగుతూ ఉంటాయిలెండి. అది మీ యిళ్ళలో వీలవదు"

"ఎందుకని?"

"మీకు అంటూ-మడీ! మాకు అవి వుండవుగా, నీళ్ళు పోసుకోండి, హాయిగా వుంటుంది.

"మార్చుకునేందుకు బట్టల్లేవే-స్నానంచేసి విడిచినవి వేసుకోవాలంటే చికాగ్గా వుంటుంది."

"అదేం అక్కర్లేదు. మీకోసం లక్నో లాల్చీ-లుంగీలు తెచ్చాను. బనీనులు కూడా రెండు పట్టుకొచ్చాను. షావువాడు మీ సైజుకి సరిపోతాయన్నాడు.

"నాసైజు నీకెలా తెలుసు?" నవ్వుతూ అడిగాడు.

"అచ్చు-మీలాగే సన్నగా - ఓ సేల్స్‌మాన్ ఉన్నాడు. అతన్ని చూపించి అడిగాను, యిచ్చాడు. మూడురోజులయింది. మీ రెప్పుడొస్తారా, ఎప్పుడు వేసుకుంటారా అని ఎదురు చూస్తున్నాను" అంది పద్మలత ఉత్సాహంగా. ఆ రోజు పద్మలత ముదురు ఆకుపచ్చ టెర్లిన్‌శారీ కట్టుకుంది. తెల్లజాకెట్ లోనెక్‌ది వేసుకుంది. బాక్ వోపెనింగ్ జాకెట్. ఆ రోజు ఆమె దగ్గిర మంచి గంధపు పరిమళం వస్తున్నది. అక్షరంముక్క అబ్బలేదుగాని, ఆకర్షణా అలంకారం బాగా వచ్చును-అనుకున్నాడు రామచంద్రం.

వేడినీళ్ళు స్నానంచేసి, పద్మలత తీసుకొచ్చిన లాల్చీ లుంగీ కట్టుకున్నాడు. సరిగ్గా సరిపోయింది లాల్చీ. అతని శరీరంమీదనుంచి వస్తున్న శాండిల్ సోపు పరిమళం - అతనికే గిలిగింతలు పెడుతుంది. ఆ రోజు పద్మలత బంగాళాదుంపల వేపుడు, వంకాయి యిగురుతో భోజనం పెట్టింది. భోజనానికి ముందు ఓ పెగ్గు మందుకూడా సప్లయ్ చేసింది. ఆ రాత్రి అతను యింటికి వెళతానని అనలేదు. చాలాసేపు అతని అరికాళ్ళు రాస్తూ కూచుంది. రామచంద్రం "వద్దూ" అన్నా వినలేదు.

"నాకు మీ అరికాళ్ళు రాస్తే బాగుంటుంది. పగలల్లా ఆ కెమేరా దగ్గర నిల్చుని వుంటారు. నేను కాళ్ళు రాస్తే మీకు త్వరగా నిద్రపడుతుంది. నా మాటమీద నమ్మకం లేకపోతే - మీకే తెలుస్తుంది, పావుగంటలో గుర్రుపెడతారు" అంది నవ్వుతూ.

ఘుమఘుమలాడే కిళ్ళీ నములుతూ, అతను పావుగంటలో నిద్రలోకి జారేడు. ఒక రాత్రివేళ మెలుకువ వచ్చి చూస్తే - పద్మలత క్రింద చాప పరుచుకుని నిద్రపోతున్నది. అతనికి ఆ పిల్లని చూస్తే అనిర్వచనీయమైన జాలికలిగింది. "పిచ్చి మొద్దు - కాళ్ళు రాసి రాసి పడుకుంది" అనుకుని లేచి మంచందిగి "పద్మా-పద్మా" అంటూ పిలిచాడు. పద్మ కళ్ళు తెరిచింది.

"అతను చెయ్యి అందించాడు. పద్మ ఆ చెయ్యి పట్టుకుంది. ఆమెని పైకి లేవనెత్తి మంచంమీదకి లాక్కున్నాడు రామచంద్రం.

"ఏయ్ పిచ్చి మొద్దులా అలా కిందపడుకున్నావేం?" అడిగాడు చెవి దగ్గర నోరుపెట్టి. ఆమె మెడమీంచి మంచిగంధం సువాసన గుబాళిస్తున్నది. శరీరం వెచ్చగా, మెత్తగా వుంది.

"మీరు నిద్రపోతున్నారు. మంచం కదిలిస్తే నిద్ర చెడిపోతుందని కింద పడుకున్నాను."

"యు సిల్లీ ఫూల్" అంటూ ఆమెని దగ్గరకు లాక్కున్నాడు.

"మీరు వచ్చి వారం రోజులయింది. మీకు నామీద కోపం వచ్చిందా? నేనేమన్నా తప్పు చేశానా?"

"లేదు. ఏదో పనిమీద వుండి......"

"నిజంగానే పనివల్ల రాలేదా? నా మీద కోపం వచ్చిందనుకున్నాను."

"దేనికి?"

"మీకు తగినదాన్ని కాదని? నాకు చదువులేదు పెద్దపెద్ద విషయాలు తెలియవు. అయినా మీరు నామీద అభిమానం చూపిస్తున్నారు. మా యింటికి వస్తున్నారు. నేనంటే, మీకు అసహ్యమని నాకు తెలుసు."

"అసహ్యమా - దేనికి."

"నేను చాలా ఛీప్ ఉమన్" అని. మీకు సేవచేసినట్లు చాలామందికి చేసి వుంటానని, మీకు నామీద తేలిక భావం-"

"ఛ - అదేం లేదు.

"ఉన్నా తప్పులేదు. మా అమ్మకోసం నేను యిష్టంలేకపోయినా కొన్నిసార్లు తప్పులు చెయ్యాల్సివచ్చింది. కాని మీలా, మిమ్మల్ని యిష్టపడినట్లు, మీ పైన యిష్టం కలిగినట్లు నాకెవరిమీదా కలగలేదు."

"నామీద ఎందుకు కలిగింది? ఏం చూసి కలిగింది?" అడిగాడు రామచంద్రం కుతూహలంతో.

"నాకు తెలియదు. మీ ముఖం చూస్తే నాకు జాలిగా వుండేది. చాలాసార్లు మీరు విచారంగా కనపడేవారు - ఎప్పుడోగాని నవ్వేవాళ్లు కాదు."

"చదువుకోలేదంటున్నావు. పిచ్చిదాన్నంటున్నావు మరి యివన్నీ ఎలా కనిపెట్టావ్?"

"మీ వంక చాలాసార్లు చూస్తూ వుండేదాన్ని- షాటుకీ షాటుకీ మధ్య-మేము దూరంగా కూచున్నప్పుడు మిమ్మల్ని పరీక్షగా చూసేదాన్ని."

"దేనికి?"

"నాకు చూడాలని అనిపించేది - చూసేదాన్ని."

"మిగతావాళ్ల గురించి అనిపించేదికాదా. ప్రొడ్యూసరు, డైరెక్టరు, పెద్ద హీరోలు-వీళ్ళందరూ చాలామంది వున్నారుగా!"

"ఊహూ - వాళ్లందరూ బాగానే వుండేవారు. మీరే చాలా సీరియస్‌గా-విచారంగా వున్నట్లుండేవారు. మీకు ఇంట్లో ...." ఆగిపోయింది పద్మ.

అతను సంభాషణ పొడిగించలేదు. ఇలా తన సంసారజీవితం గురించి ఎటువంటివి వినాల్సి వస్తుందోనన్న శంకతో, ఆమె పెదవులని-తన పెదవులతో మూసేశాడు. చేతికి నిండుగా, మెత్తగా తగులుతున్న ఆమె దేహాకృతి అతనికి ఒకరకమైన తృప్తిని ఇస్తున్నది. మనసూ, దేహముకూడా చాలా ప్రశాంతంగా వున్నాయి.

అతను తెల్లవారి కళ్ళు తెరిచేటప్పటికి పద్మలత పక్కన కూచుని, అతని వంకే చూస్తున్నది. టైము ఎనిమిది. అతను పళ్ళు తోముకునేరికి-పద్మలత కాఫీ కప్పుతో రెడీగా వుంది. పక్క చిన్న టేబుల్‌మీద షేవింగ్ సామానూ, అద్దం రెడీగా వున్నాయి.

"అరె-ఇవన్నీ ఎప్పుడు తెప్పించావ్!" అడిగాడు రామచంద్రం ఆశ్చర్యంగా.

"మొన్న లుంగీలు తెచ్చినప్పుడే తీసుకొచ్చాను." అంది పద్మలత.

"ఆమె శ్రద్ధ, ఆమెకి తనపైగల ఆరాధన-యివన్నీ చూసినపుడు అతనికి తానెంత అల్పుడనోననే భావం కలుగుతున్నది. తన వయసులో సగం వయసున్న ఈ పిల్ల తననెందుకు పట్టుకు దేవుళ్ళాడుతోంది? దేని కోసం?

పద్మలత పనిమనిషిని టాక్సీకి పంపింది. అది బస్‌లో కోడంబాకం వెళ్ళి టాక్సీ తీసుకుని రావాలి. అతని కోసం పద్మలత గారెలు చేయించింది. అప్పుడే వండిన వేడివేడి గారెలు, అల్లంపచ్చడితో తీసుకొచ్చింది.

"ఇప్పుడివన్నీ ఎందుకూ?" అన్నాడతను.

"మీరు మధ్యాహ్నం భోంచెయ్యరు, అందుకని బాగా కడుపునిండా టిఫిన్ తినాలి."

"భోంచెయ్యనని నీ కెలా తెలుసు?"

"తెలుసు. మీకు యింటినుంచి కారియర్ రాదు - ఆ హోటల్ తిండి మంచిదికాదు. చాలాసార్లు మీరు ఏమీ తినకుండా వుంటం చూశాను" అంది పద్మలత.

పద్మలత తను అనుకున్నంత పిచ్చిది కాదు. తన అలవాట్లని బాగా శ్రద్ధగా గమనించింది. తన భార్యామణికి కీర్తిచంద్రికలు యీ పద్మ చెవులపడేవుంటాయి.

"మీకు రోజూ ఆమ్లేట్ వేసిపెడతాను."

"రోజూ యిక్కడే వుండిపొమ్మన్నావా?"

"ఏం వుండకూడదా?"

"నీ భవిష్యత్-నీ పేరూ వీటిని మర్చిపోతున్నావా? సినిమాల్లో వేషాలెయ్యవా?"

"నాకు వెయ్యాలని లేదు."

"డబ్బు?"

"ఫరవాలేదు. వేషాలు వెయ్యకపోయినా గడుస్తుంది."

"పద్మా, యీ డబ్బు వుంచు" అంటూ వందరూపాయిలు యివ్వబోయాడు.

పద్మ దెబ్బతిన్నట్లు చూసింది. ఆమె కళ్ళలో బాధ సుళ్లు తిరుగతున్నది.

రామచంద్రం నోటు జేబులో పెట్టేసుకున్నాడు. అతను అపరాధిలాగా ఫీలయ్యాడు. టాక్సీ వచ్చింది.

"మళ్లీ ఎప్పుడొస్తారు?" అడిగింది పద్మ.

"ఎప్పుడు రమ్మంటావ్?" అడిగాడు రామచంద్రం.

"సాయంత్రం రండి."

"అల్లాగే వస్తాను" అన్నాడతను, తళుక్కుమన్న పద్మలత కళ్ళలోకి చూస్తూ. టాక్సీ కదిలింది.

10

పద్మలత యింటికి వెళ్ళటం అతనికి నిత్యకృత్యమై పోయింది. ఒకటి రెండుసార్లు బయటఊళ్ళకి వెడుతూ, రైలు దిగి సరాసరి పద్మయింటికే వెళ్ళాడు. దాంతో బట్టల సమస్యకూడా వుండేది కాదు. పద్మలత ప్రతిరాత్రి అతని అరికాళ్ళు రాస్తూవుండేది. అలా అరికాళ్ళు రాయించుకుంటే తప్ప నిద్రపట్టనంత అలవాటయిపోయింది అతనికి. రోజూ ఉదయంపూట టిఫిన్‌తోపాటు ఆమ్లేట్ వేసిపెట్టేది. తలకి చమురు రాయడం, స్నానంచేసి వచ్చాక వీపుకి పౌడరు రాయడం, అతను బయటకి కట్టుకెళ్ళే బట్టలు, ఇస్త్రీవి రెడీగా వుంచటం, ఆఖరికి లాల్చీ గుండీల దగ్గిరనుంచి పెట్టివుంచేది. మొదటనుంచీ రామచంద్రం తనపని తను చేసుకునేవాడు-షేవింగ్ సెట్ కడుక్కునేవాడు. ఆఖరికి చినిగిన

బట్టలు కుట్టుకున్న రోజులుకూడా వున్నాయి. పెండ్లయి రవణమ్మ కాపరానికి వచ్చాక, అతను మామూలు గృహస్థు పొందేటువంటి సేవలుకూడా పొందలేదు. ఎంతకీ డబ్బుకాపీనం తప్ప రవణమ్మ అతని సౌకర్యం గురించి ఏనాడూ ఆలోచించలేదు. ఇలా తన భర్తకు సేవ చెయ్యడంలో ఒక ఆనందం వుందన్న భావం ఆమెకి ఎన్నడూ తట్టలేదు.

పద్మలత తన ప్రతి అవసరాన్ని కనుక్కుని తనకి యింతశ్రద్ధగా సేవ చెయ్యడం అతనికి తమాషాగా వుంది. మొదట్లో కొత్తగా వుండేది. తరువాత అలవాటు అయ్యింది. మంచి భోజనం, మానసికమైన విశ్రాంతి, దైహికమైన తృప్తి-వీటితో అతను కాస్త వొళ్ళు చేశాడు-తెల్లబడ్డాడు. కళ్ళలో తృప్తి, మనిషిలో తెగువా వచ్చాయి.

రామచంద్రం పదిహేనూ-యిరవై రోజులయితేగాని యింటికి వెళ్ళటంలేదు. ఇన్నాళ్లు భర్త యింటికి రాకపోవడంవల్ల రవణమ్మకి ఆర్థికంగా పెద్ద యిబ్బందేమీలేదు. పైపెచ్చు - కాఫీ ఖర్చు, భోజనం ఖర్చూ కూడా తగ్గింది. కాని, "మొగుడు ఎక్కడుంటున్నాడు? యిన్నాళ్ళు ఎవరింట్లో వుంటున్నాడు." అన్న ఆరాలూ-అజలూ కావలసి వచ్చాయి.

"మళ్లీ ఎవత్తెను మరిగారు? పెళ్ళాం, బిడ్డలూ అక్కర్లేదా?" పదిరోజుల తరువాత యింటికొచ్చిన మొగుణ్ణి అడిగింది రవణమ్మ.

"నా యిష్టం. నాకు ఎప్పుడు రావాలనివుంటే అప్పుడొస్తాను."

"మేము ఏమైపోతాం అన్న బాధకూడా లేదా?"

"ఏం, బాగానే వున్నారుగా. ఏం కాలేదుగా?"

"ఏమన్నా అయితేగాని ఇంటికి రారన్నమాట! ఇల్లూ, పెళ్లాం అక్కర్లేదా?"

"అక్కర్లేదు నిన్ను కట్టుకున్నాను కాబట్టి, నీకు, పిల్లలకి తిండి పెడుతున్నాను. ఇల్లుంది-ఉంటున్నారు. నెలనెలా నీకు ఖర్చులకు యిస్తున్నాను. అంతకుమించి నీకూ, నాకూ సంబంధం లేదు."

"లేదూ? కట్టుకున్నదాన్ని వదిలి మరోదాంతో కులుకుతారా? మిమ్మల్ని ముప్పతిప్పలు పెట్టి మూడు చెరువులు తాగిస్తాను. మా నాన్న ప్లీడరు. మర్చిపోకండి."

"అయితే ఏం చేస్తావే?"

"కేసు పెట్టిస్తాను."

"పెట్టించుకో. నిన్ను పోషిస్తున్నాను. నా యింట్లో ఉండనిస్తున్నాను. ఇష్టంలేని మొగవాడిచేత ఏ కోర్టూ బలవంతపెట్టి సంసారం చేయించలేదు నీకు దిక్కున్నచోట చెప్పుకో."

"చెప్పుకుంటాను. దానింటికెళ్లి - జుట్టుపట్టుకు బయటకు లాక్కొస్తాను."

"లాక్కురా. నేను అన్నింటికీ తెగించాను. వాళ్ళమ్మ ఉంది చూడూ, అది నీలాటివాళ్ళని పదిమందిని, ఒక్క దెబ్బతో నోరు మూయిస్తుంది. నీకే నోరువుందని మురిసిపోకు. నామీద అరిచినట్లు ఊళ్ళోవాళ్ళ మీద అరిస్తే, నీ పొగరు కాస్త వదలకొడతారు."

"మీరు నాకు అన్యాయం చేస్తున్నారు. నాకు పుస్తెకట్టి ఏడిపించుకు తింటున్నారు."

"నేను నిన్ను ఏడిపించుకు తింటున్నానా? పెళ్లి అయాక ఒక్క రోజున నా మాట విన్నావా? ఒక్క రోజున కడుపునిండా తిండిపెట్టావా? నీ జన్మంతా కొబ్బరికాయలు అమ్ముకోవడంతోనే సరిపోయింది. నీకు మొగుడూ, పిల్లలూ ఎవరూ అక్కర్లేదు-డబ్బు కావాలి, ఆస్తి కావాలి. నా ప్రాణం తీసి ఇల్లు కొనిపించుకున్నావ్. ఇంకా నీకూ నాకూ సంబంధం లేదు..." అన్నాడు రామచంద్రం.

రవణమ్మ మతిపోయినదానిలా చూడటం మొదలు పెట్టింది. రామచంద్రానికి యింత ధైర్యం ఎలా వచ్చింది? ఎవరిని చూసి యింత ధీమాతో మాట్లాడుతున్నాడు. ఎవరి మద్దతువల్ల ఇంత కంఠం వచ్చింది.

"ఇదిగో యిప్పుడే చెపుతున్నా! మీరు రోజూ రాత్రిళ్ళు ఇంటికి రాకపోతే ఉరివేసుకుని చచ్చిపోతాను."

"చావు - నీకూ నాకూ పీడా వదుల్తుంది."

"మీరే చంపారని ఉత్తరం రాసి మరీ చస్తాను".

"నేను ఇప్పుడే పోలీసుల్ని పిల్చుకొస్తాను. వాళ్ళముందే చెప్పిస్తాను, నువ్వు చేయబోయే పనిని. పిచ్చిపట్టిందని జైల్లో వేస్తారు." అన్నాడు రామచంద్రం తన బట్టలు సర్దుకుంటూ.

రవణమ్మ పెద్దపెట్టున సోకన్నాలు మొదలుపెట్టింది. అతను వినిపించుకోదలచుకోలేదు. పిల్లలూ, భార్యా అన్నిటినీ వదిలేసుకుని పద్మలత

దగ్గిర ఉండిపోవాలని నిశ్చయించుకున్నాడు. పుట్టిన తరువాత యిన్నాళ్ళకి అతను సుఖంగా, సంతృప్తిగా ఉండగలుగుతున్నాడు.

"నెల నెలా నీకు మూడొందలు పంపుతాను. ఇక్కడుంటావో, హైదరాబాద్‌లో వుంటావో నీ ఇష్టం. నువ్వు యీ యింట్లో వున్నన్నాళ్ళూ-యీ యింటి ఛాయలకి కూడా రాను. ఆ విషయం మర్చిపోకు." అన్నాడు రామచంద్రం.

రవణమ్మ ఆడపులిలా అతనిమీదకి దూకి, చొక్కా పట్టుకుని చింపబోయింది. రామచంద్రం వొడుపుగా కారులో కూచున్నాడు - డ్రయివర్ కారు స్టార్టు చేసేశాడు. రవణమ్మ వేస్తున్న కేకలూ, చేస్తున్న భాగవతం చుట్టుపక్కల యిళ్ళవాళ్ళు కుతూహలంతో చూస్తున్నారు. ఇదివరలో అయితే అతను సిగ్గుపడేవాడు. నలుగురికి తెలుస్తుందని భయపడేవాడు. కాని, యిప్పుడా భయాన్నీ, సిగ్గుని వదిలేశాడు. ఎలానేనా రవణమ్మని వదుల్చుకుని, పద్మలత నీడని జేరుకోవాలి అని తహతహపడుతున్నాడు.

రవణమ్మ పిల్లల్ని తీసుకుని యించుమించు అన్ని సినిమా కంపెనీలకు వెళ్లింది. తన మొగుడు తనని ఇంట్లోంచి తరిమేశాడని చెప్పుకుంది. అతనిని ఎవరూ కెమేరామాన్‌గా పెట్టుకోవద్దని "కేన్వాస్" చేసింది. నలుగురూ కలిసి తన మొగుడికి బుద్ధి చెప్పమని మొరబెట్టుకుంది.

రవణమ్మ గయ్యాళితనం, ఆమె పిసినారితనం అప్పటికే చాలా ప్రఖ్యాతినొందాయి సినిమా ప్రపంచంలో. ఈమె లీలలు పనివాళ్ల ద్వారా, డ్రయివర్ల ద్వారా అంచెలు అంచెలుగా ప్రచారం పొందాయి. రవణమ్మ చెప్పిన మాటలు కొందరు విన్నారు-కొందరు ఇంట్లో వుండే లేదనిపించారు. ఒక మూడు నెలలపాటు అన్ని కంపెనీల చుట్టూ ప్రదక్షిణ చేసింది. రామచంద్రం ఫ్లోర్‌లో వుంటే, ఈమెని రానివ్వకుండా కట్టుదిట్టాలు చేశారు చాలామంది. మూడు నెలల అనంతరం రవణమ్మ పిల్లల్ని తీసుకుని హైదరాబాద్ వెళ్ళిపోయింది. ఇంట్లో పాత్రసామాను దగ్గిరనుంచీ, పట్టుకెళ్లిపోయింది - మంచాలు, సోఫాలూ దగ్గిరనుంచీ, అన్నీ ఖాళీచేసి వెళ్లిపోయింది. ఆమెని ఎవరూ అడ్డుపెట్టలేదు.

రవణమ్మ తండ్రీ, అన్నగారూ రామచంద్రాన్ని కలుసుకుని రాజీచెయ్యాలని ప్రయత్నించారు. కాని అక్కడ రాజీ చెయ్యాల్సిన విషయం

కనిపించలేదు. ఎందుకంటే, నెలనెలా డబ్బు పంపుతున్నాడు, వుండటానికి యిల్లుంది. కరెంటు ఖర్చు, ఫోన్ బిల్సూ కడుతున్నాడు. అంచేత తను భార్యాపిల్లల్ని మాడుస్తున్నాడని, తిండిపెట్టక చంపుతున్నాడని అనే ఆస్కారం ఎవరికీ లేకపోయింది. కోర్టుకెళ్లినా యివే పాయింట్లు వస్తాయి. రామచంద్రం మొండితనానికి ఏ కోర్టులోనూ ఆపీలు లేదన్న విషయం అందరికీ బోధపడింది. రవణమ్మ అతని అసహాయ వాదానికి తట్టుకోలేక వోడిపోయి, హైదరాబాద్ వెళ్ళడానికి నిశ్చయించుకుని, వెళుతూ తమ్ముడూ, తండ్రి సహాయంతో ఇల్లంతా పూర్తిగా వలుచుకు వెళ్లింది. కిటికీలూ, తలుపుటూ తప్ప అన్ని సామాన్లూ తీసుకుని వెళ్ళిపోయింది.

రవణమ్మ మద్రాసులో వున్నన్నాళ్ళు రామచంద్రం ఆడయారు ప్రాంతాలకు రాలేదు. అయితే అతను పద్మలత యింట్లో ఏ బాధా లేకుండా వున్నాడని కాదు. పద్మలత ప్రవర్తనలో ఎక్కడా తేడాలేదు. మొదటిరోజున ఎలావుందో, ఆరునెలలు అయినా అలానే వుంది. కాని తాయారుకి మటుకు యీ ఏర్పాటు అంతగా రుచించడంలేదు. రామచంద్రంద్వారా పద్మలత పెద్ద స్టార్ అవుతుందని కలలుకంది. అతని ప్రాపకం వుంటే - పెద్ద వేషాలు దొరుకుతాయి, కూతురు గొప్పస్టారు అవుతుంది-అనుకుంది. కాని పద్మలతకిగాని రామచంద్రానికి గాని ఆ విషయంలో ఉత్సాహం వున్నట్లు లేదు. అతను పెట్టే బేడాతో ఎప్పుడూ యిక్కడే వుండటం కాస్త చికాగ్గా వుంది.

రామచంద్రంతోపాటు-గుమ్మంలో ఎప్పుడూ కారు వుంటం ఒక విధంగా దర్జాగానే వుంది. ఈ మధ్య పద్మలతగాని తాయారుగాని బస్‌లమీద వెళ్లటం లేదు. టాక్సీలు కూడా మర్చిపోయారు. ఎక్కడికి కావాలన్నా రామచంద్రం కారు సిద్ధంగా వుంటుంది. అయినా తాయారుకి అసంతృప్తిగా వుంది.

"ఏమే, పద్మా - వేషాలు యిప్పించమని అడిగావా? వూరికే అయినకాడికి అతనిసేవలు చెయ్యడమేనా?" అడిగింది తాయారు.

"అమ్మా, నాకు వేషాలూ వద్దు, గీషాలూ వద్దు. నాకు రంగు పూసుకుని - యాక్ట్ చెయ్యడమంటే - కాళ్ళు వొణుకుతున్నాయి. నాకు "టాలెంట్ లేదు"

"ఎవరన్నారే-మహా ఆ ముండలందరికీ వున్నట్లు. "టాలెంట్" వుండి ఎవరు పైకొచ్చారే-ఎవడో ఓ పెద్దవాడి ప్రాపకంతో రావాలిగాని."

"నాకు వేషాలు వెయ్యాలని లేదు. ఆయనకీ యిష్టంలేదు."

"ఎవడే ఆయన? నీ మెళ్ళో పుస్తె కట్టాడా? నీ మీద మోజు తీరేదాకా యిట్లాగే అంటాడు– ఆ పైన నీ ఖర్మ నీదంటాడు."

"ఆయన అట్లాంటి వారు కాదు. భార్యనీ, పిల్లల్నీ వొదులుకు వచ్చేశారు."

"రావడానికేం తేలిగ్గావస్తాడు. వెళ్లిపోవడం కూడా అంత తేలిగ్గానూ వెడతాడు. నువ్వు అతన్ని వేషాలు యిప్పించమని అడుగు. కాస్త బెట్టు చూపిస్తే సరి! అతనే దిగుతాడు."

"నా కిష్టంలేదు."

"ఎందుకని?"

"నలుగురు నా వంక అలా చూస్తే ఆయనకు బాగోదుట."

"ఇన్నాళ్లనుంచీ చూడలేదా?"

"అది వేరు. ఇప్పుడు నేను ఆయన మనిషిని–"చీప్ వుమన్"ని కాదు"

"ఏమిటేవ్ పెద్ద ఇంగ్లీషు మాట్లాడుతున్నావ్? పోనీ నిన్నేం పెళ్ళి చేసుకుంటాడా? అడుగు రేపు నీమానాన నిన్ను వొదిలేస్తే ఎక్కడికి పోతాం? ఆడవాళ్ళం మనకేం సంపాదనా, పాడా? నువ్వేదో సినిమాల్లో వేషాల వేస్తావని. బంగళాలు, కార్లూ కొంటావని ఆశపడితే ఆ మనిషే మనింట్లో తిష్టవేశాడు. ఈ పలావులూ, గిలావులూ నేను చేసి పెట్టలేనమ్మా"

"నేను వండుకుంటాను."

"డబ్బెక్కడిదే, మాటలనుకున్నావా? ఒక కిలో నీచుకొని చూడు తెలుస్తుంది."

"ఆయన ఇంటి ఖర్చుకి ఎప్పుడో ఇస్తానన్నారు. నేనే వద్దన్నాను. అమ్మా, ఇకనుంచీ మాకు నువ్వు ఖర్చు పెట్టకు." అంది పద్మ కోపంగా.

"అప్పుడే - మేమూ మీరూ అయ్యామా? అంటే నేను పరాయిదాన్ని, మీ ఇద్దరూ స్వంతవాళ్ళూనా? బాగుందే, చాలా బాగుంది."

"నాకు ఈ వేషాలూ, గీషాలూ ఇష్టం లేదు. మర్యాదగా బ్రతకడం ఇష్టం. నా పుణ్యంకొద్దీ ఆయన దొరికారు. పెళ్లి చేసుకున్నా చేసుకోక పోయినా – ఆయనే నా మనిషి. ఆయనకి ఇష్టంలేని పని నువ్వే కాదు, ఎవరు చెప్పినా చెయ్యను. సరా?" అంది పద్మ ఖచ్చితంగా.

ఈ ఆఖరి మాటలు పద్మ అంటుంటే రామచంద్రం ఇంట్లోకి వస్తున్నాడు. అతను "సైలెంట్‌గా గుమ్మంలో నుల్చున్నాడు. పద్మ మాటలు స్పష్టంగా, బిగ్గరగా వినిపిస్తున్నాయి.

"ఒక్క క్షణం ఆగి, అప్పుడే వచ్చినట్లు ఇంట్లోకి వచ్చాడు. తల్లీ కూతుళ్లిద్దరూ, కాస్త ఖంగారుగా చూశారు-తమ మాటలు అతను విన్నాడేమోనని! రామచంద్రం ఎరగనట్లు గదిలోకి వెళ్ళిపోయాడు. వెనకాలే పద్మ కాఫీ, టిఫినూ తీసుకుని వచ్చింది.

"మీకు ఇష్టమని పకోడీలు చేశాను. ముందు కాఫీ తాగి తరువాత పకోడీలు తినండి, కాఫీ చల్లారిపోతుంది." అంది పద్మ కేన్ కుర్చీకి దగ్గరగా టీపాయ్‌మీద పకోడీల ప్లేటు పెడుతూ. రామచంద్రం విశ్రాంతిగా కూచోడానికి పద్మ వాలుకుర్చీ కేన్‌ది తెప్పించింది. సీలింగ్‌ఫాన్ బిగించింది రూమ్‌లో.

"నువ్వు తిన్నావా?" అడిగాడు అతను పరధ్యాన్నంగా అతనికి తెలుసు తను తినకుండా పద్మ తినదని. "రా ఇద్దరం కలిసి తిందాం" అన్నాడు రామచంద్రం.

పద్మ సంబరపడిపోయింది. సాధారణంగా అతను తిన్నాక, తల్లితో పాటు తింటుంది పద్మ. ఎప్పుడోగాని పక్కన కూచుని తినమనడు.

"పద్మా ! మనం గుళ్ళోకెడదాం, మీ అమ్మనికూడా రమ్మను."

"ఎందుకు?" అడిగింది పద్మ. అతను ఎప్పుడోగాని తనని బయటకు తీసుకెళ్ళడు. ఎప్పుడైనా రెండో ఆట సినిమాకి తీసుకెడతాడు. ఒకటి రెండుసార్లు బీచ్‌కి తీసుకెళ్ళాడు.

"ఇవ్వాళ పండగా? ఏదన్నా విశేషమా?" అడిగింది.

"ఏమీలేదు. గుళ్ళోకి తీసుకెళ్ళి నీ మెళ్ళో పసుపుకొమ్ము కడతాను." అన్నాడు మామూలుగా.

పద్మ నమ్మలేనట్లు చూసింది - గభాలున అతని కాళ్ళ దగ్గర చతికిలబడింది. "మీరు పసుపుకొమ్ము కట్టకపోయినా నేను ఏమీ అనుకోను. మా అమ్మ మాటలు విన్నారా? మా అమ్మ పిచ్చిది. తన మాటలు లెక్క పెట్టుకోకండి."

"అదికాదు, నువ్వు నా మనిషివి - అని చెప్పుకోడానికి ఏం చెయ్యాలో చెప్పు. పోనీ బజారులో పుస్తెలు అమ్ముతారాట, అవి కొనుక్కు తీసుకురమ్మను. అవి నీ మెళ్ళో కడతాను." అన్నాడు రామచంద్రం.

"నిజంగానా? నిజంగా నన్ను పెళ్ళి చేసుకుంటారా!"

"కానీ "లీగల్" గా నాకు నువ్వు భార్యవి కాలేవు. రవణమ్మా పిల్లలు తప్ప - నువ్వేమీ కాలేవు." అన్నాడు విచారంగా.

అతను చెపుతున్నది పద్మకి బోధపడటం లేదు. పద్మ ఆకృతి విస్తృతం అయింది గాని - మెదడు కొంచెం కూడా ఎదగలేదు.

"ఇదుగో వెయ్యి రూపాయిలు మీ అమ్మకి యివ్వు. ఈ నెలనుంచీ ఇంటి ఖర్చు నువ్వు చెయ్యి - మీ అమ్మ పెద్దదవుతున్నది. మనం చూడకపోతే ఎవరు చూస్తారు." అన్నాడు రామచంద్రం. పద్మ అతని కాళ్ళు పట్టుకుని అలానే కూచున్నది. తలకాయ ఎత్తలేదు. అతని పాదాల మీద కళ్ళనీళ్లు పడ్డాయి.

"దేనికి ఏడుస్తున్నావ్?"

"మీ దగ్గర డబ్బు తీసుకుంటే - నన్ను "థీఫ్ వుమన్" అనుకుంటారు నేను అలాంటి దాన్ని కాదు."

"యూ ఫూల్, నువ్వు "థీఫ్ వుమన్" వైతే పసుపుకొమ్ము కడతానా? నేను నీ మొగుణ్ణి, నీ యజమానిని. అంచేత నేను చెప్పినట్లు నువ్వు వినాలి. వినకపోతే తన్నులు తింటావ్!" అన్నాడు నవ్వుతూ. పద్మకి ఆ భాష త్వరగా అర్ధమయింది. అంతలోనే హరివిల్లులా నవ్వింది.

కాలం గడిచినకొద్దీ రామచంద్రానికి కోపం, చికాకు ఎక్కువ కాజొచ్చాయి ఎందుకనో! అతను మందు సేవిస్తున్నప్పుడు పద్మ విధిగా పక్కన కూచునేది. అతను రెండు గ్లాసులు తాగగానే-సీసా తీసుకెళ్ళి గాడ్రెజ్‌లో పెట్టి తాళం పెట్టేది.

ఒకటి రెండుసార్లు - యింకోగ్లాసు పొయ్యమని బతిమాలాడు. ఆరోజు పద్మలత పొయ్యనంది. ఒకే ఒక్క గ్లాసని బతిమాలుకున్నాడు. పద్మలత మొండిగా వూరుకుంది. జవాబు చెప్పలేదు తల వంచుకుని కూచుంది బొడ్లో తాళాలు పెట్టుకుని. పద్మలత ఇంట్లో కూచోవటంవల్ల బాగా వొళ్లు చేసింది. శరీరంలో వెనుకటి లావణ్యం తగ్గింది. కాని, వొంపులు మటుకు అలానే వున్నాయి. గున్నమామిడి చెట్టులాగా కుదిమట్టంగా కూచున్న పద్మలతని చూస్తే అతనికి ఎందుకోగాని పట్టరాని కోపం వచ్చింది. మందు ఇవ్వను అంటానికి ఇది ఎవరు? తన ప్రాపకం కోసం పాకులాడే బజారుమనిషి.

"యిస్తావా - యివ్వవా?" తీవ్రంగా అడిగాడు రామచంద్రం.

"ఇవ్వను."

"ఇవ్వవా?"

పద్మలత మాట్లాడలేదు. రామచంద్రం గభాలున లేచి నిల్చుని తల వంచుకు కూచున్న పద్మ వీపుమీద ఒక్క గుద్దు గుద్దాడు పద్మ ఈ హటాత్ పరిణామానికి విస్తుపోయి చూసింది. ఒక్కమాట మాట్లాడలేదు, నోట్లోంచి శబ్దం రాలేదు. అలా గుడ్లనీళ్ళు కుక్కుకుని కూచుంది. ఆమె కళ్ళలో కోపంలేదు-తిరగబడదామనే క్రోధమూ లేదు. దెబ్బతిన్న జంతువులా -యజమాని కోపాన్ని అర్ధం చేసుకోలేక, మూగగా చూసే పెంపుడు జంతువులా తెల్లబోయి చూసింది.

రామచంద్రానికి ఆ వొచ్చిన కోపం తాటాకుమంటలా చల్లారిపోయింది. తనమీద తనకే అసహ్యం వేసింది. ఎంత దెబ్బలాడుకున్నా, ఎన్నిసార్లు తిట్టుకున్నా రవణమ్మమీద తానేనాడూ చెయ్యి చేసుకోలేదు; చేసుకోవాలనే ఉద్దేశంకూడా రాలేదు. ఈ పద్మలత తనలోని మృగాన్ని మేలుకొలుపుతున్నది. ఆమెని కొట్టాలని ఎందుకనిపించింది? తను ఎందుకు కొట్టాడు? అతనికి పద్మమీద అమితమైన జాలి వేసింది.

"పిచ్చిమొద్దూ ! తాగనులే. నిన్ను కొట్టాను కదూ, అయామ్ సారీ ! ఇంకెప్పుడూ విసిగించకు" అన్నాడు పద్మని దగ్గరకు తీసుకుంటూ. పద్మ మందబుద్ధిలాగా తల వూపింది. ఆ రాత్రి రామచంద్రం పద్మలత చుట్టూ చేతులు వేసి ఎంతో అనునయించాడు. మెత్తని ఆమె శరీరాన్ని తడిమి తడిమి ఆనందించాడు. పద్మ తన శరీరం అతని ఆనందంకొరకే అన్నట్లు, అతని ఆనందంలో - తన జన్మ ధన్యమైనట్లు సంబరపడింది.

అలవాటు ప్రకారం కాళ్ళు రాయబోతే, "వద్దు యివ్వాళ నీచేత కాళ్ళు రాయించుకోను." అన్నాడు ప్రేమగా.

"నా మీద కోపం వచ్చిందా? మీ ఆరోగ్యం చెడిపోతుందని తాగొద్దన్నాను, మీకు కోపం పోలేదా?" అడిగింది పద్మ.

"నీ మొహం, కోపంలేదు-గీపంలేదు. పక్కన పడుకో...' అన్నాడు అతను చిన్నపిల్లని గదమాయించినట్లు.

"కాళ్లు రాసి పడుకుంటాను" అంది పద్మ రెండు చేతులకీ కోల్డు క్రీమ్ రాసుకుంటూ.

రవణమ్మ మద్రాసు వదిలి వెళ్లిపోయాక ఆడయారులోని యింటి స్వంతదారు రామచంద్రానికి ఫోన్ చేశాడు. "ఇల్లు ఖాళీ అన్నా చెయ్యండి, కాపురం అన్నా పెట్టండి-అలా పాడుబెడితే వూరుకోనని."

ఆ యింట్లో రామచంద్రం పదేళ్ళుగా వుంటున్నాడు. రవణమ్మ దొడ్లో వున్న కొబ్బరిచెట్ల మొదట్లో తన ప్రాణమంతా రంగరించి పోసింది. ఆ కొబ్బరికాయలనీ, మట్టలనీ కూడా అమ్ముకుని ఆనందించింది. ఇంటి యజమానికి ఆడయారులో చాలా యిళ్ళున్నాయి. అతనికి నెలనెలా అద్దె ముట్టుతున్నది కరక్టుగా. రామచంద్రాన్ని అద్దె పెంచమనలేదు-ఇల్లు పాడుబెట్టొద్దు అన్నాడు.

రామచంద్రం ఒకటిరెండురోజులు ఆలోచించి,"పద్మా ! అడయార్‌లో యిల్లుంది, అక్కడికెళ్లిపోదాం" అన్నాడు ఒకరోజు.

పద్మకి ఏనుగెక్కినంత ఆనందంగా వుంది. కోడంబాకంలో మారుమూల పూరిళ్ళలో తనలాంటి అమ్మాయిలు వందల సంఖ్యలో తిండికోసం అడ్డమైనవాళ్లకి శరీరాలు అప్పచెపుతున్నారు. అలా అయి, వాళ్ళు దినదినగండంగా బ్రతుకు వెళ్ళదీస్తున్నారు. ఈ రామచంద్రం తనకి పుస్తె కడతానన్నాడు, తన యింటికి రమ్మంటున్నాడు. చదువూ, సంధ్యా లేని తనలాంటి "ఛీప్ ఉమన్"కి ఒక అంతస్తూ గౌరవం కలిగిస్తున్నాడు. ఇంతకంటే ఏం గావాలి?

"అమ్మా ! మనం అడయారు వెళ్ళిపోదాం. మాతోపాటు నువ్వూనూ" అంది పద్మలత.

తాయారుకి యీ ఏర్పాటు కొంత బాగుంది, కొంతబాగాలేదు. పద్మలత పెద్ద స్టార్ కాలేకపోయిందన్న కొరత ఆమెని వేధిస్తున్నది. ఈ రామచంద్రం పద్మలతని ఇలా బానిస చేసుకుంటాడని తెలిస్తే, అతని కాళ్లమీద వడేని ఉండేదికాదు, ఈ మొద్దేవెూ అతన్ని పట్టుకు పాతివ్రత్యం వొలకపోస్తున్నది-అని కోపంగాకూడా వుంది. మరుక్షణంలో పద్మలత యిలా ఒక పెద్ద కెమేరామాన్‌కి భార్యగా వ్యవహరించడం, పెద్దపెద్ద వాళ్లంతా రామచంద్రం కోసం తమ యింటికి రావడం, రామచంద్రం కారు, అతను యిస్తున్న డబ్బూ-ఇవి బాగానే వున్నాయి. అతను పద్మలతని వొదిలేసి పారిపోయే వ్యక్తిలాగ అనిపించడంలేదు. ఏది ఏమైనా పాల అమ్మకంమీద నికరంగా వచ్చే ఆదాయాన్ని వొదులుకోవడం తాయారుకి ఇష్టంగా లేదు. మనషుల్ని నమ్ముకునేకంటే-నోరూ వాయీలేని ఆ గొడ్లని నమ్ముకోవడం మంచిదని గతం ఆమెకి పాఠాలు నేర్పింది.

"నేను రాను. మీ ఇద్దరూ వెళ్లండి. నాకు పాడీ, పాలూ కావలసినంత కామాటం"

"నువ్వు ఒక్కదానివి వుండగలవా?"

"నాకేం భయమే. పదిహేనేళ్ళనుంచి యిక్కడున్నాను. నేను యీ స్థలంలో పాక వేసుకునేనాటికి-చుట్టుపక్కల ఒక్క యిల్లు పడలేదు - చెట్లూ, పుట్టలూ తప్ప. రోజుకో పామును చంపేదాన్ని. నాకేం భయంలేదు" అంది తాయారు.

"అదికాదే, నువ్వు మాతో వుంటే బాగుంటుంది."

"చూడు పద్మా ! నీకింకా లోకం తెలియదు. తెల్లనివన్నీ పాలు అనుకుంటున్నావు. అవి పాలు అవచ్చు, సున్నపు నీరూ కావచ్చు. నాకు ఏ ఆధారం లేనపుడు యీ గొడ్లు యింత అన్నం పెట్టాయి. ఇంట్లో కూచుని హాయిగా నెలకి నాలుగొందలు సంపాయించుకుంటున్న నేను యిది ఎందుకు వదులుకోవాలి? నేనురాను."

"నేను ఒక్కదాన్ని...."

"భయం దేనికి? వుస్తే కట్టకపోయినా అతను నీ మొగుడనుకున్నావు-వెళ్ళు. నిన్ను అన్యాయంచేస్తే ఆ పాపం అతన్నే కట్టికుదుపుతుంది." అంది తాయారు.

"కారు వుంటుంది. రోజూ మీ అమ్మగార్ని చూడటానికి రావచ్చు, ఆవిడ మనింటికి రావచ్చు. మీరొచ్చి ముందు ఏర్పాట్లు చెయ్యండి." అన్నాడు రామచంద్రం.

"చేస్తూ చేస్తూవున్న కాపురం, వంటసామాన్లు అవీ వుండే వుంటాయి." అంది తాయారు మీరు వెళ్లి చూడండి. ఇంట్లో నాకేం సామాన్లు కనిపించలేదు." అన్నాడు రామచంద్రం నెమ్మదిగా.

ఆ మధ్యాహ్నం పద్మలతా, తాయారూ ఆడయార్ వెళ్ళారు. తలుపు తాళంతీసి చూస్తే-యిల్లు ఆవురుమని నోరు తెరుచుకుని చూస్తోంది. ఇంట్లో ఒక్క సామానులేదు. అన్ని రూములూ ఖాళీగా వున్నాయి.

"అమ్మనాయనో, నీ సవితి ఆడదికాదే, బ్రహ్మరాక్షసి. చీపురుపుల్ల లేకుండా అన్నీ పట్టుకుపోయింది." అంది తాయారు.

"పోన్లే, అమ్మా-ఎన్ని వట్టకెళ్ళిపోయినా ఆయన్నివుంచి పోయిందిగా!" అంది పద్మలత.

"అది వుంచడమేమిటే, అతను వెళ్లలేదు. పాపం, తిండికికూడా మొహం వాచాడుట. తిండి పెట్టేదికాదుట-కాల్చుకు తినేదిట."

"మనకెందుకు ఆ గొడవలన్నీ. అమ్మా నా గాడ్రెజ్ యిక్కడికి తెచ్చుకుంటాను, మంచం కూడాను." అంది పద్మ పుట్టింటినుంచి సారె తెచ్చుకునే కొత్త పెళ్ళికూతురిలా.

రామచంద్రం యింట్లోకి కావలసిన పాత్రసామానుకి లెక్క అడక్కుండా డబ్బిచ్చాడు పద్మచేతికి. ఫర్నిచర్ కూడా ఆర్డర్ చేశాడు. మరో గాడ్రెజ్ బీరువా, డైనింగ్ టేబుల్ సెట్టూ-ఫాన్సూ యిలా అన్నీ పునఃప్రతిష్ట చేసుకున్నాడు. అవన్నీ కొన్నాక, పద్మతో అన్నాడు. "పద్మా! సామాన్లన్నీ కొన్నాను. నీతో కాపురం పెట్టాను, రేపు ఎవరన్నా వొచ్చి యీ ఇల్లు నాది, యీ సామాను నాది, అని డబాయిస్తే నువ్వు బెదిరిపోకూడదు."

"ఎవరొస్తారు?" బెరుగ్గా అడిగింది పద్మ.

"మీరేం భయపడకండి. మా పద్మ పిచ్చిమొద్దు గాని-నాకు ఎవరికి ఎలా బుద్ధి చెప్పాలో బాగా తెలుసు." అంది తాయారు అతని మాటల్లోని అంతరార్థం గ్రహించుకుని.

కాని, అటువంటి అవసరం రాలేదు. ఎందుకంటే రవణమ్మ వొదిన గారు చచ్చిపోయింది. అన్నగారికి ముగ్గురు పిల్లలు. రవణమ్మ ఆ సంసారభారం తన నెత్తిన వేసుకుని, హైదరాబాద్‌లోని స్వంత యింటికి తమ్ముడు దగ్గిరనుంచి అద్దె వసూలు చేస్తున్నది. హైదరాబాద్ యింటి దొడ్లో రవణమ్మ వేసిన కరివేపాకుచెట్టూ, నిమ్మచెట్టూ, కొబ్బరిచెట్లూ రూపాయిల గుడ్లు పెడుతున్నాయి. ఇవిగాక గులాబీ పువ్వులు కూడా స్కూలు పిల్లలకి పువ్వు అయిదేసి పైసల చొప్పున అమ్ముతోంది. వీటితోపాటు నెలనెలా రామచంద్రం పంపే డబ్బూ! మొగుడుమీద హక్కుని, జెలసీని కూడా జయించగలిగిన స్థితప్రజ్ఞురాలయింది రవణమ్మ. డబ్బు కూడబెట్టే ఏకోన్ముఖ లక్ష్యంలో ఆమె భర్తా, కాపురంవంటి బంధనాలన్నిటినీ త్యజించి, ఆకుంఠిత దీక్షతో పైసలని రూపాయలుగా, రూపాయలని కట్టలుగా, "ఫిక్సడ్" డిపాజిట్లుగా మారుస్తోంది. అంచేత ఆడయారులో పద్మలత అనే గున్న ఏనుగు వునికిని విస్మరించింది.

రామచంద్రం జీవితం ఒక గాడిలో పడింది. పద్మలత యిల్లంతా చక్కగా సర్దింది. అతనికి యిష్టమైన వంటలు, టిఫిన్లూ చేస్తుండేది. ఆమెకి జీవితంలో రామచంద్రానికి సేవ చెయ్యడంలో తప్ప మరో ధ్యేయంలేదు. ఇంటికి ఎవరైనావస్తే, అర్ధరాత్రి అయినా కాఫీయో, కూల్‌డ్రింకో చేసి యిచ్చేది.

పూర్వంలాకాక-రామచంద్రం యిప్పుడు స్నేహితులని, తనకి ఆతిధ్యం యిచ్చిన పరిచయస్తులని-యింటికి పిల్చుకువస్తున్నాడు-వాళ్ళకి భోజనాలూ అవీ పెడుతున్నాడు.

ఆ వచ్చిన వాళ్ళకి పద్మలత తరిమి తరిమి వడ్డిస్తుంటే అతనికి ఒకోసారి చికాగ్గా వుండేది, లోనెక్ జాకెట్ వేసుకుని, ఆమెరికన్ జార్జెట్ చీరె కట్టుకుని, తలనిండా మల్లెపువ్వులు పెట్టుకుని పద్మలత అతిథిమర్యాద చేస్తున్నప్పుడు మొదట్లో గర్వంగా, తృప్తిగా వుండేది, కాని, రానురాను పద్మలత అవతలవారిని ఆకర్షించాలని తాపత్రయపడుతోందా? కావాలని వొంగి వడ్డిస్తున్నదా, తమలపాకులు అందిస్తున్నప్పుడు ఆమె తన వేళ్ళని ఎదుటివారి వేళ్ళకి కావాలని తగిలిస్తున్నదా? ఇత్యాది అనుమానాలు వచ్చేవి. పద్మ తనని ఆకర్షించిన విధంగానే వచ్చిన అతిథినికూడా ఆకర్షించేందుకు ప్రయత్నిస్తున్నదన్న సంశయం కలిగేది. ముఖ్యంగా అతనీమధ్య పార్టీకి ఫ్రెండ్స్‌ని యింటికి తీసుకొస్తున్నాడు. ఆ పార్టీలో డ్రింక్ ధారాళంగా ప్రవహిస్తూ ఉండేది గ్లాసుల్లోకి. సహజంగా ఇటువంటి పార్టీల్లో ఆడవారు ఉండేవారుకాదు. అతిధులంతా మొగవాళ్ళే కావడం, పద్మ ఆ యింటి గృహిణి హోదాలో వుండటంచేత, టిఫిన్లూ వగైరా చేసి యివ్వటానికి వుండాల్సి వచ్చేది. అటువంటి సమయంలో రామచంద్రం జెలసీతో వుడికిపోయేవాడు. వొచ్చినవాళ్ళంతా యీ పద్మవంక ఆకలిగా, ఆశగా చూస్తున్నారని బాధపడేవాడు.

అల్లాంటి డ్రింక్ పార్టీ అయాక అతిథులంతా వెళ్ళిపోయాక -రామచంద్రం పద్మని ప్రశ్నలు వేసి వేధించేవాడు. "వీడివంక చూశావు-వాడు నీవంక చూశాడు" అంటూ సాధించి, చిట్టచివరికి చితకబాదేవాడు-తాగుడు మైకంలో! పద్మ నోరు మెదిపేదికాదు శబ్దంరాకుండా, గుడ్లనీళ్ళు కుక్కుకుని భరించేది ఆ దెబ్బల్ని. అన్ని దెబ్బలూ తిని, ఆమె కాళ్ళురాస్తుంటే జాలితో మీదకి లాక్కునేవాడు. ఇంకెప్పుడూ కొట్టనని "ప్రామిస్" చేసేవాడు.

అలాంటి పార్టీలు యింట్లో పెట్టద్దని పద్మ దెబ్బలాడింది-ఒకటి రెండుసార్లు "నాయిష్టం, నా యిల్లు. నువ్వేం చేసుకున్న పెళ్ళానివా? నా ఫ్రెండ్స్‌కి తాగుడుపోసే అధికారం నాకుంది. నువ్వు ఫలహారాలు చెయ్యక పోయావో, వాళ్ళు చీరేస్తాను" అని బెదిరించేవాడు.

"మీ వొళ్ళు చెడిపోతుంది. వాళ్ళంతా తేరగా తాగటానికి వస్తున్నారు." అంది ఒకసారి పద్మ ధైర్యంగా.

"నా ఫ్రెండ్స్‌ని అనేంత గొప్పదానివయ్యావా? నీ కిష్టం లేకపోతే బయటకుపో - నదిలోపడి చావు" అని తిట్టేవాడు.

గదిలో కూచుని బయటకి రాకపోతే అతనికి అవమానంగా వుండేది. "కట్టుకున్న పెళ్లాంచేత-వుంచుకున్న ముండచేతకూడా మాట వినిపించుకోలేనంత చవటనని నలుగురిచేత నవ్వించాలనుకుంటున్నావా?" అంటూ పట్టుకుకొట్టాడు ఒకరోజు.

పద్మకి ఏం చెయ్యాలో పాలుపోయేది కాదు. అతన్ని ఎదిరించే శక్తి లేదు - ఆ దెబ్బలు భరించే శక్తి మటుకు వుండేది. ఇన్ని దెబ్బలు తినీ, ఎంత రాత్రయినా అతనికోసం కాచుకు కూచుని. కాళ్ళు రాసి, పడుకునే దాకా మెలకువగా ఉండి, ఆ పైన నిద్రపోయేది. అలాంటప్పుడు అతనికి తనమీద తనకే అసహ్యంగా వుండేది. పద్మమీదకూడా కోపం వచ్చేది. తిరగబడితే బాగుండును అనిపించేది.

"ఆ వెధవ జార్జిట్‌చీరె కట్టుకుని నలుగురి ముందుకు రాకపోతే ఏం? నీ షోకంతా నలుగురూ చూడాలా? చూసినవాళ్ళు చాలదా?" అని తిట్లు మొదలుపెట్టాడు ఒక రోజు. ఆ రాత్రి ఇద్దరు "ఫైనాన్సర్స్" డిన్నర్ కొచ్చారు. పద్మ బిరియానీ, క్రైమా ఉండలు వగైరాతో మంచి డిన్నరు తయారు చేసింది. తెల్ల జార్జిట్ చీరె, నల్లని లోనెక్ బ్లౌజ్ - తలలో మల్లెలు పొడుగాటి దండ. వంగి వడ్డిస్తున్నప్పుడు ఆ "ఫైనాన్సర్" ఆకలి చూపులు, ఆమె జాకెట్ మీద నిలవడం ఒకటి రెండుసార్లు గమనించాడు రామచంద్రం.

అతను అలా సాధించినప్పుడు, కొట్టినప్పుడు పద్మకి కోపంగా వుండేది కాదు. తన మొగుడు, తన మనిషి కాబట్టి అతనికి తిట్టేహక్కు, కొట్టేహక్కు వున్నాయని అనుకునేది. ఒక విధంగా గర్వంగా కూడా వుండేది. ఈ అసూయ అతనికి తనపైగల ప్రేమకి గీటురాయి అన్నట్లుగా కూడా అనుకునేది.

ఆ తరువాత ఎవరినన్నా డిన్నర్‌కి పిలిస్తే పద్మ చీరె కట్టుకుని భుజాలు రెండూ కప్పుకుని పక్కా గృహిణిలా వడ్డించేది. అలా వడ్డించినపుడుకూడా రామచంద్రానికి తృప్తిగా వుండేది కాదు. అదేదో నటన అనుకునేవాడు.

"ఇదిగో నువ్వేదో పెద్ద గృహిణిలా ఫోజుపెట్టకు. భుజాలనిండా పమిట కప్పుకున్నంత మాత్రాన మర్యాదస్తురాలివి అయిపోవు-ఎంత కప్పుకున్నా నీ అసలు రంగు తెలియక మానదు" అన్నాడు ఆమె తెల్ల పట్టుచీరె కట్టుకుని వడ్డించిన రాత్రి.

ఆనాడు పద్మ వెక్కివెక్కి ఏడ్చింది. అతని దెబ్బలూ, తిట్లూ వీటన్నింటికంటే యీ మాటలే ఆమెని ఎక్కువ బాధిస్తున్నాయి. "తను మర్యాదస్తురాలు కాదని క్షణక్షణానికి ఎందుకు జ్ఞాపకం చేస్తున్నాడు? తానేం తప్పు చేసింది?

"మీకు నా మీద యిష్టం లేదు" అంది వెక్కివెక్కి ఏడుస్తూ.

"ఏవరు చెప్పారు?"

"నాకే తెలుస్తుంది. నేను "ఛీప్ వుమన్" అని మీకు అవమానంగా వుంది. అందుకే ఎవరొచ్చినా నేను బయటకు రానంటాను. మీరు వూరుకోరు-నన్ను చూసి అందరూ నవ్వుతున్నారని మీకు అనుమానం" అంది పద్మ వెక్కుతూ.

రామచంద్రం క్షణంపాటు - మాటలేకుండా నిల్చిపోయాడు. స్తబ్దులావుండే ఈ పద్మలో కూడా ఆలోచనా శక్తి వుంది. తన మనోభావాన్ని, తన మనసులో అట్టడుగున వున్న ఆ భావాన్ని వెతికి పట్టుకుంది.

"నీ మొహం - నిన్ను చూసి ఎందుకు నవ్వుతారు-నవ్వమను, పళ్లు రాలగొడతాను."

"వాళ్ళు నవ్వటంలేదు. వాళ్ళు నవ్వుతున్నారని మీరు అనుకుంటున్నారు". అంది పద్మ మామూలుగా

"ఇదిగో, ఆ అమ్మవారి వేషం తీసేసి - మామూలు చీరె కట్టుకో నా కాళ్ళు మండుతున్నాయి. నాలుగు రోజులనుంచి వొకటే మంటలు." అన్నాడు రామచంద్రం.

"డాక్టరుగారికి చూపించండి-డాక్టరు దగ్గరికెళ్ళండి. అలా కాళ్లు మంటలు వుండకూడదు."

"సర్లే - ముందు కాళ్ళు రాయి" అన్నాడు రామచంద్రం.

పద్మ కొబ్బరినూనె అరిచేతులకి రాసుకుని రెండు అరికాళ్ళని మర్దన చేస్తున్నది. అతనికి పద్మని చూస్తే జాలిగా వుంది, ఎంతో ప్రేమగానూ వుంది. "పిచ్చిమొద్దు. ఎన్ని తిట్టినా, ఎంత కొట్టినా నోరుఎత్తదు. ఎంతకీ తన సేవలో తరిద్దామనుకుంటుంది. ఇలాంటిదాన్ని తానెందుకు హింసిస్తున్నాడు? పద్మని

బాధించాలని తనకెందుకు అనిపిస్తున్నది? నోరులేని జంతువులాంటి ఈ సాధువుని తనెందుకింత చెండుకుతింటున్నాడు?"

"మీరు రేపు తప్పకుండా డాక్టరు దగ్గిరకెళతారు కదూ?" అడిగింది పద్మ.

"వెళ్ళకపోతే?" అడిగాడు రామచంద్రం.

"నేనే ఫోన్ చేసి యింటికి పిలిపిస్తాను. అరికాళ్ళ మంటలు మంచివి కావు, యూరిన్ పరీక్ష చేయించుకోండి."

"నీకివన్నీ ఎలా తెలుసు?"

"మా నాన్నకి అరికాళ్ల మంటలుండేవి. "డయాబెటీస్" అన్నారు"

"నీకు మీనాన్న గుర్తున్నాడా?"

"ఉన్నాడు-కొద్దిగా జ్ఞాపకం."

"నీకెంతమంది నాన్నలుండేవారు - ఒక్కడేనా......యింకా-" ఆగి పోయాడు రామచంద్రం.

పద్మ చెయ్యి క్షణకాలం అచేతనంగా వుండి, మళ్ళీ కదిలింది. మెకానికల్‌గా రాస్తున్నది అరికాళ్లని.

"పద్మా - నామీద నీకు కోపంరాదా? అసహ్యం వెయ్యదా?"

"దేనికి?"

"నిన్ను యిలాంటి మాటలంటున్నప్పుడు?"

పద్మ మాట్లాడలేదు.. నిశ్శబ్దంగా రాస్తున్నది. ఆమె చేతులు మృదువుగా, అతని పాదాలని వొత్తుతున్నాయి. ఆ స్పర్శలో ఎంతో హాయివుంది. కాళ్లమంటలు తగ్గిపోయినట్లు వున్నాయి. పద్మచేతులు ఒక క్రమతలో, సంగీతంలోని తాళంవలే, లయబద్ధంగా కదులుతున్నాయి. ఆ చేతుల కదలిక రామచంద్రాన్ని అతని బాల్యంలోకి తీసుకెళ్లిపోయింది. చిన్నప్పుడు అతిచిన్నపుడు తన తల్లి యిలానే, చిచ్చుకొట్టి నిద్రపోగొట్టేది. ఆమె చిచ్చికొడుతున్నపుడు చేతులు లయబద్ధంగా కదిలేవి.

"పద్మా!" అని పిలిచాడు రామచంద్రం - అతని గొంతు మార్దవంగా వుంది.

"ఏమిటి - దాహంగా వుందా? మంచినీళ్లు కావాలా?" అడిగింది ఆత్రంగా.

"ఇలారా -" అంటూ పైకి లాక్కున్నాడు ఆమెని.

11

రామచంద్రం ఫ్లోర్‌లో వున్నప్పుడు కబురువచ్చింది - తాయారుకి చాలా జబ్బుగావుందని. పద్మ తల్లి దగ్గరకెళ్ళి, డ్రయివర్‌ని పంపించింది స్టూడియోకి. రామచంద్రం అసిస్టెంటుకి పని వొప్పజెప్పి వెంటనే వెళ్ళాడు. పద్మ యింతవరకూ ఎన్నడూ స్టూడియోకి మనిషిని పంపలేదు. రవణమ్మ వెళ్ళాక యింటి గొడవలు షూటింగ్‌లోకి రావడంలేదు. ఎంతో అవసరం అయితేగాని పద్మ కబురు పంపదు.

కారులో కూచున్నాక - డ్రయివర్‌ని అడిగాడు ఏమిటని?

"రాత్రినుండి డోకులూ-విరోచనాలూట. తగ్గిపోతుందని వూరుకున్నారు. పాలవాడు పాలు పిండటానికివస్తే - లేవలేక పోయారుట. మాట కూడా సరిగ్గా రావటంలేదు. వాడు ఫోన్ చేశాడు-అమ్మగారు, నేనూ వెంటనే వెళ్ళాం."

"ఎలావుంది?"

"లాభం లేదు. కలరా అంటున్నారు."

"డాక్టరుని పిల్చుకొచ్చారా?"

"తండియాడిపేటకి తీసుకెళ్ళమంటున్నారు. అందుకనే అమ్మగారు భయపడి మిమ్మల్ని తీసుకు రమ్మని పంపారు. అమ్మగారికి చెప్పకండి. తాయారమ్మ యింక బతకదు-సాయంత్రందాక వుంటే గొప్పే!" అన్నాడు డ్రయివర్.

రామచంద్రం వెళ్ళేటప్పటికి-పద్మ తల్లి పక్కని శుభ్రం చేస్తున్నది. తాయారు-కళ్ళు తెరుచుకునే వుంది. కాని మాట చాలా క్షీణంగా వస్తున్నది. చుట్టూ డెట్టాలుపోసి కడిగిస్తున్నది పద్మ. డ్రయివర్ చెప్పింది నిజమే. తాయారుకి పైనించి పిలుపు వచ్చేసింది.

"అంబులెన్స్‌కి ఫోన్ చేస్తాను" అన్నాడు రామచంద్రం పక్కకి దగ్గిరగా నిల్చుని.

"వొద్దు" అన్నట్లు తాయారు సంజ్ఞ చేసింది.

పద్మ పక్కబట్టలు మూటగాకట్టి - దొడ్లోకి తీసుకెళ్ళింది-నిశ్శబ్దంగా ఏడుస్తున్నది.

తాయారు రామచంద్రాన్ని దగ్గిరకు రమ్మన్నట్లు సంజ్ఞచేసింది. అతను మంచం దగ్గిరగా వచ్చాడు. ఇంకా దగ్గిరకు రమ్మన్నట్లు చెయ్యి బలహీనంగా ఎత్తి ఆడించింది. అతను ఆమెమీదకి వంగాడు "పద్మని మీ చేతుల్లో పెట్టి పోతున్నాను-దానికి ఎవరూలేరు. దాన్ని అన్యాయం చెయ్యకండి" రహస్యం చెపుతున్నట్లు క్షీణంగా వుంది మాట.

"అట్లాగే" - అన్నట్లు తలవూపాడు.

తాయారు చెయ్యి జాచింది. చెయ్యి చల్లగా మంచుగడ్డలా వుంది. "ఈ యిల్లు-నగలు అన్నీ దానివే. అవన్నీ జాగ్రత్త! దాన్ని మటుకు వదిలెయ్యకండి, పిచ్చిది అన్యాయమైపోతుంది-మిమ్మల్నే నమ్ముకుంది."

"మీకేం ఫర్వాలేదు."

"నాగురించి కాదు. పద్మ గురించే నా దిగులు. మీరు వొదిలేస్తే అది అన్యాయమైపోతుంది. ఈ యిల్లూ, నగలూ పట్టుకుపోతారు. జాగ్రత్త !" అంది తాయారు. వోపిక లేనట్లు కళ్ళు మూసుకుంది. నాలికతో పెదిమలు తడుపుకుంటుంటే, పద్మ చెమ్చాతో నోట్లో నీళ్లు పోసింది. ఆ నీళ్ళు లోపలికి పోలేదు. పద్మ గొల్లుమంది. ఆ మధ్యాహ్నం పన్నెండింటివేళ తాయారు - యీ లోకంనుంచి వెళ్ళిపోయింది. ఆమెకి రామచంద్రమే తలకొరివి పెట్టాడు.

ఆ రోజల్లా హెల్తు డిపార్టుమెంటు - ఫినాయిలూ, బ్లీచింగ్ పౌడరూ ఈ వాసనల్తో కొట్లుకున్నారు. రాత్రి పద్మని అక్కడ వుంచటం మంచిదికాదని, రామచంద్రం బలవంతాన ఆడయారు తీసుకొచ్చాడు. గొడ్లపాకలో వున్న నాలుగు గేదెలనీ పాలుపిండేవాడు తోలుకెళ్లాడు తాత్కాలికంగా. రెండురోజులపాటు యిద్దరూ కలరా యింజక్షన్స్, జ్వరంతో పక్కమీంచి లేవలేకపోయారు.

తాయారుకి అన్నం పెట్టిన నాలుగు గేదెలని ఒక ప్రొడ్యూసర్ కొనుక్కుంటానని ముందుకొచ్చాడు. నాలుగు గేదెలకీ ఆరువేలు యిచ్చాడు. ఆ డబ్బు పద్మ పేర బ్యాంకులో వేసి-పాస్‌బుక్ తీసుకొచ్చి చేతికిచ్చాడు రామచంద్రం.

పద్మ పాస్‌బుక్‌ని తెరచికూడా చూడలేదు. ఎంతడబ్బుకి అమ్మారని అడగలేదు. తల్లిపోయిన దుఃఖంలోకూడా, రామచంద్రం సదుపాయాలు ఆమె మర్చిపోలేదు.

పాస్‌బుక్ వొళ్లోపడేసినప్పుడు పద్మ "ఏమిటి?" అని అడిగింది ఆశ్చర్యంగా.

"తెరిచి చూడు" అన్నాడు రామచంద్రం.

"నాకు ఇంగ్లీషు రాదని నవ్వుతున్నారుకదూ?" అడిగింది అమాయకంగా.

"రామచంద్రానికి జాలేసింది-"ఓసి పిచ్చిమొద్దూ, పాస్‌బుక్‌లో అంకెలు చూడటానికి ఇంగ్లీషు రానక్కర్లేదే - గేదెలమ్మిన డబ్బు నీ పేరన బ్యాంకులో వేశాను."

"ఎందుకు?"

"డబ్బు ఎందుకు అని అడిగిందాన్నే నిన్నొక్కదాన్ని చూస్తున్నాను - నీకు ఖర్చులుంటాయని."

"మీరిస్తున్నారుగా. చీరెలు కొంటున్నారు, బయటికి తీసుకెళుతున్నారు-యింట్లో ఖర్చుకి యిస్తున్నారు. యింకేం కావాలి?"

"నీ డబ్బు అని అక్కర్లేదా?"

"దేనికి?"

"నీకు ఏవన్నా అవసరాలు వస్తే"

"మీకు తెలియని అవసరాలు నాకేం వస్తాయి?" అడిగింది పద్మ.

"ఈ పద్మ పిచ్చిదో, అమాయకురాలో అతనికి అర్థమయేదికాదు అప్పుడప్పుడు బుర్రలేదని కూడా అనిపించేది. కాని పద్మకి తనపైన అపారమైన నమ్మకం. డబ్బు గురించి వ్యామోహం లేదు. డబ్బుమీద కాపీనం లేదు. ఇదే రవణమ్మయితే ఆ పాసుబుక్కు పుచ్చుకుని - ఆనందనటనమాడి వుండేది. ఇంతటి అమాయకత, ఇంతటి నమ్మకం-యివికూడా ప్రమాదకరమైనవే." అనుకున్నాడు రామచంద్రం.

రెండేళ్ళుగా అతను పద్మతో కలిసివుంటున్నాడు. నగలుకావాలి, నాణాలుకావాలి అని ఏనాడూ అడగలేదు. చీరెలు కూడా మరీ ఖరీదైనవికావు. మామూలు నైలాన్‌నూ, జార్జిట్లూ కట్టేది-తనే రెండుమూడు పట్టుచీరెలు కొన్నాడు. నగలమీదా, డబ్బు మీదా యింతటి నిరాసక్తత కనబరిచే స్త్రీలు వుంటారా?- అన్న సందేహం వస్తుండేది అతనికి.

తాయారు వంటిమీద నాలుగుపేటల గొలుసూ, ఎనిమిది జతల గాజులూ వున్నాయి. అవి పద్మ వేసుకునేదికాదు. బీరువాలో లాకర్‌లో పడేసి పెట్టింది. ఒక్కగాజున్న పద్మ చేతిని చూస్తే, అతనికి రవణమ్మ మోచేతులదాకా చేయించుకున్న బంగారుగాజులు జ్ఞాపకం వచ్చేవి. మామూలు అతి సామాన్య

కుటుంబంలోంచి వచ్చిన పద్మకి నగలమీద, ధనంమీద వ్యామోహంలేదు. సంప్రదాయమైన కుటుంబంలోంచి వచ్చిన రవణమ్మ ప్రాణానికి-డబ్బుకి లంకె. తాయారమ్మ యిల్లు అద్దెకిచ్చారు. “ఎవరికి అద్దెకిచ్చారు? ఎంతకి అద్దెకిచ్చారు?” అని పద్మ ఒక్కరోజునా అడగలేదు-అతనూ చెప్పలేదు. తల్లి పోవడంతో పద్మ పూర్తిగా రామచంద్రం మీద ఆధారపడిపోయింది. ఇంచుమించు అతన్ని పట్టుకు వేళ్లాడుతుండే స్థితికి వచ్చింది.

రామచంద్రాన్ని ఆమె డబ్బుకి వేధించేదికాదు, సాధించేది కాదు-ప్రేమతో శ్రద్ధతో వుక్కిరిబిక్కిరి చేసేది. అతనికీమధ్య “డయాబెటీస్” కూడా వచ్చింది. అందుచేత అహర్నిశలూ అతని పత్యం-పానం, యివి తినొచ్చు, అవి తినకూడదు-యిలా తపన పడుతూండేది. ఆమె ఆరాటం ఒకపుడు నవ్వుతూ భరించేవాడు, ఒకప్పుడు తనని యింత ప్రేమించే స్త్రీ వుందికదా అని గర్వించేవాడు. ఒకోసారి విసుగొచ్చి చితక్కొట్టేవాడు. అన్నిటినీ నిశ్శబ్దంగా భరించేది పద్మ. ఎన్ని దెబ్బలు తిన్నా అతని సేవలో తనను తాను మర్చిపోయేది.

ఆరోజు మహేశ్వరావు ఊరినుంచి వచ్చాడు. ఈ మధ్య అతను తరచుగా మద్రాసు రావడంలేదు. అతని “బిజినెస్” కాస్త దెబ్బతింది. పిల్లలు పెద్దవాళ్ళవుతున్నారు. అందుకని సమస్యలు పెరుగుతూ వున్నాయి.

ఆరోజు స్టూడియోకి ఫోన్‌చేశాడు మహేశరావు, అతనికి మొదటినుంచీ అదే అలవాటు, రామచంద్రం ఏ కంపెనీలో పనిచేస్తుంటే-దానికి ఫోన్‌చేసి-అతను వెతికి పట్టుకుంటూ వుంటాడు. ఇంటికి ఫోన్ చెయ్యడం అతనికి మొదటినుంచీ అలవాటులేదు.

“ఏరా ఎప్పుడొచ్చావ్- హోటల్లో ఎందుకు దిగావ్? యింటికి రాకపోయావా?” అని అడిగాడు రామచంద్రం.

మహేశరావుకి యీ పిలుపు కొత్తగా వుంది. యింటికి సరాసరి పిలుస్తున్నాడు.

“మనకి అలవాటు లేదే?”

“ఇప్పుడు అలవాటు చేసుకో.”

“ఏరోయ్ - చాలా ధైర్యం వచ్చిందే - వీరుడవయ్యావా?”

“వీరుడనికాదు- గీరుడనికాదు. మా సైతాన్ యిక్కడుంటంలేదని నీకు తెలియదా?”

"ఊహూ - నా గొడవల్లో నేనున్నాను."

"అయితే హోటల్‌కి కారుపంపుతాను, పెట్టే బేడాతో వచ్చేయ్."

"పెట్టేబేడా కాదుగాని, ఇంటికొస్తాలే - చాలా కబుర్లున్నాయ్! కాసేపు కూచుని హోటల్‌కి వచ్చేద్దాం."

"హోటలెందుకు? - మాయింట్లో భోంచేసి - తెల్లవారేదాకా కబుర్లు చెప్పుకోవచ్చు" అన్నాడు రామచంద్రం.

అతని కంఠంలో వుత్సాహం - ధైర్యం రెండూ కనిపించాయి.

కారు శబ్దంవిని రామచంద్రం బయటకొచ్చాడు. అతను లుంగీ కట్టుకుని, బనీను వేసుకుని వున్నాడు. మనిషి లావయ్యాడు, తెల్లబడ్డాడు. మొహంలో సంతృప్తి - కనిపిస్తున్నది. ఇదివరలో ఎప్పుడు చూసినా రామచంద్రం వుసూరుమని వుంటూండేవాడు. ఆ కళ్ళు రెండువిధాల ఆకలితో చుట్టూ పరిభ్రమిస్తూండేవి.

"లోపలికి రారా-ఏమిటి, నేనేరా....కొత్తవాడిని చూస్తున్నట్లుగా - నిల్చున్నావు."

"క్షణంసేపు గుర్తుపట్టలేకపోయాను." అన్నాడు మహేశ్వర్రావు నవ్వుతూ.

"రా-చాలా కబుర్లున్నాయిలే." అంటూ, "పద్మా - టిఫిన్ రడీ అయిందా?" అని కేకేశాడు లోపలికి.

మహేశ్వర్రావు ఇంటిలోకి వచ్చాడు. అతనికి ఆ యింట్లో, ఆ పరిసరాల్లో కొట్టవచ్చినట్లు మార్పు కనిపించింది. కిటికీలన్నిటికీ- లేత రంగు తెరలు, హాల్లో శుభ్రంగావున్న సోఫా, మొజాయిక్ కనిపిస్తూ - తళ తళలాడుతున్న నేల, టేబుల్‌మీద యాష్ట్రే, టీపాయ్‌మీద తెలుగు సినిమా పత్రికలు, ఇంట్లో మనషులు నివసిస్తున్నట్లు అనిపించింది.

లోపలినుంచి పద్మ అనే మందగమన రావడాన్ని ఆశ్చర్యంగా గమనించాడు మహేశ్వర్రావు.

"లావుగా పచ్చగా వున్న పద్మని తొలిసారిచూసి- ప్రశ్నార్థకంగా రామచంద్రం వైపు తిరిగాడు మహేశ్వర్రావు.

ట్రేలో ముందు ఐస్‌వాటరు తెచ్చింది. ఆపైన ఒక ప్లేటులో బాదంహల్వా - రెండు ప్లేట్లలో పకోడీలు తీసుకొచ్చింది పద్మ.

పద్మ వొంగుని స్వీట్ అందిస్తున్నప్పుడు లోనెక్ జాకెట్‌లోంచి ఆమె అవయవాల వుబుకు కనిపిస్తున్నది. మహేశ్వర్రావు చటుక్కున దృష్టి తిప్పుకున్నాడు జాగ్రత్తగా.

"నీకేదిరా - స్వీటు?" అడిగాడు.

"మనకి ప్రాప్తంలేదు. నాకు "డయాబెటీస్" రా బాబూ!"

"ఖర్మ-ఆరోగ్యంగా వున్న రోజుల్లో చేసి పెట్టే వాళ్ళులేరని ఏడ్చావు-ఇప్పుడు చేసిపెట్టేవాళ్ళు వున్నా తినలేకుండా వున్నావు. ఒరేయ్, పోయినజన్మలో నువ్వు ఎవరికో తిండిపెట్టక మాడ్చివుంటావ్ - ఇప్పుడనుభవిస్తున్నావ్" అన్నాడు మహేశ్వర్రావు.

"ఇక్కడ నేను యింత జాగ్రత్తగా వుంటానా స్టూడియోలో టిఫిను తెప్పించుకు తింటున్నారుట."

"నీకెవరు చెప్పారు? అన్నీ అబద్ధాలే!"

"డ్రయివర్ చెప్పాడులెండి. అతన్ని తిట్టకండి, నేనే అడిగాను" అంది పద్మ లోపలికి వెడుతూ. మరోసారి వేడి వేడి పకోడీలు తీసుకొచ్చి మారు వడ్డించింది. కమ్మని కాఫీ కలిపి తెచ్చింది - రామచంద్రానికి చక్కెరలేకుండా తీసుకొచ్చింది.

"ఇప్పుడు చెప్పరా - రెండేళ్ళనుంచీ ఎందుకు రాలేదు?"

"ఏదో కుటుంబ గొడవల్లే! అమ్మాయి ఎవరూ? పెళ్ళి చేసుకున్నావా? మీ ఆవిడా పిల్లలూ - ఎక్కడున్నారు?" అడిగాడు మహేశ్వర్రావు.

రామచంద్రం కథంతా చెప్పుకొచ్చాడు. "యించుమించు మూడేళ్లవుతుంది. మా సైతాన్ హైదరాబాద్‌లో వుంది. నెలనెలా డబ్బు పంపుతున్నాను."

"పిల్లలో?"

"వాళ్లూ అక్కడే వున్నారు."

"నీకు చూడాలని అనిపించదా? వాళ్ళ చదువులూ అవీ?"

"అక్కడే చదువుకుంటూ వుంటారు. నిజం చెప్పమన్నావా? నాకు వాళ్లమీద ప్రత్యేకమైన పాశంగాని, ప్రేమగాని లేవు."

"అది అసహజం కాదా?"

"అయివుండవచ్చు. నా "కోల్డ్‌నెస్"కి - యిన్‌డైరెక్టుగా నా భార్య కారణం అవచ్చు, దానిమీద వున్న అసహ్యం, కోపం వాళ్లమీద వుదాసీనంగా మారివుండవచ్చు."

"రవణమ్మ తిరిగి రాదా?"

"తను రావాలని అనుకోవచ్చు. కానీ, నేను బతికుండగా ఆ పని జరగదు."

"ఈ మనిషి శాశ్వతంగా నీతో వుంటుందా?"

"ఉంటుందనే నా నమ్మకం. పురాణాల్లో చెపుతుంటారే - సుమతీ, సావిత్రీ - వాళ్ళకి ఏమాత్రం తీసిపోదు యీ పద్మ. దానికి నా మీద గుడ్డినమ్మకం, ప్రేమ, ఆరాధన."

"ఇవి ఎల్లకాలం వుంటాయా?"

"నాకు జాలీ, మోజూ వుండకపోవచ్చుగాని, దానికి వుంటాయి. భార్యాభర్తల మధ్య మటుకు ఇవి ఎల్లకాలం ఉంటాయా అని ."

"అదీ నిజమే అనుకో. సాంఘికమైన ముద్ర వుంటుంది. "సోషల్ సెక్యూరిటీ" అన్నాడు మహేశ్వర్రావు.

"ఎవరిక్కావాలి ఆ "సెక్యూరిటీ?" నేను రవణమ్మని వద్దు అనుకున్నాను. ఎవరేం చెయ్యగలిగారు?"

"నేను నీ గురించి కాదు - ఆ అమ్మాయి గురించి అడుగుతున్నాను."

"తనకి నువ్వు అన్న "సోషల్ సెక్యూరిటీ" లేకపోవచ్చు. డబ్బు కోసం యింకోళ్ళమీద ఆధారపడక్కర్లేదు. వాళ్ళమ్మ యిల్లుంది; డబ్బూ నగలూ ఉన్నాయి" అన్నాడు రామచంద్రం.

"ఇటువంటి మనిషితో కాపురం చెయ్యడం అవమానంగా లేదా?"

"లేదు-వుంది."

"నీతో యిదే చిక్కు. ఏదీ సరిగ్గా తేల్చుకోలేవు." అన్నాడు మహేశ్వర్రావు.

"ఒకానొకప్పుడు కాస్త అవమానంగానే వుంటుంది. చాలాసార్లు ఆ "ఫీలింగ్" రాదనుకో. కొన్ని సమయాల్లో కాస్త వెకిలిగా ప్రవర్తిస్తుంది. అప్పుడు చికాకు పుడుతుంది. కాని, చాలా మంచిమనిషిరా! ఆ తల్లివల్ల సినిమాల్లోకి వచ్చిందిగాని, దానికి యిలాంటివి యిష్టంలేదు." అన్నాడు రామచంద్రం. అతను పద్మలతని వెనుకేసుకొస్తున్నాడు. నిజానికి మహేశ్వర్రావు పద్మగురించి పొరపాటుగా ఒక్కమాట అనలేదు.

"ఈ మధ్య యశోదగార్ని చూశాను." అన్నాడు మహేశ్వర్రావు తాపీగా.

రామచంద్రం వులిక్కిపడి - సర్దుకొని, నిటారుగా కూచున్నాడు.

"నీకు ఆమెగురించి తెలుసుకోవాలని లేదా?"

"ఆ ప్రశ్నే నేనూ అడగొచ్చుగా. ఆమెకి నా గురించి తెలుసుకోవాలని లేదా అని."

"ఉంది. అందుకే యీ ప్రస్తావన తీసుకొచ్చాను. నీ దగ్గిరనుంచి ఒక్క ఉత్తరంకూడా లేదుట. నీకు కోపం వచ్చి వెళ్లిపోయవుట. తను మీ యింటికి ట్రంకాల్ చేస్తే, రవణమ్మ రిసీవర్ ఎత్తి నానామాటలు అందిట" అన్నాడు మహేశ్వర్రావు.

"ఎప్పుడూ నాతో చెప్పనుగూడా లేదే?"

"రవణమ్మ చెప్పి వుండదని, నేను అనేదాకా ఆమెకి తట్టలేదు. తను ఫోన్‌చేసినట్లు తెలిసికూడా నువ్వు నిర్లక్ష్యంగా వూరుకున్నావనుకుంది."

"రామచంద్రానికి "గిల్టీ"గా వుంది. ఈ మధ్య యశోద అంతగా జ్ఞాపకం రావటం లేదు. మొదటి ఆరునెలలూ తానెంత బాధపడ్డాడో, ఆమె కోసం ఎలా ఎదరుచూశాడో ఎవరికి చెప్పడం - ఎలా చెప్పడం?

"ఎక్కడుంది-రాజమండ్రిలోనా? ఒక ఉత్తరం అయినా రాయకపోయిందా."

"రాస్తే - మీ ఆవిడ చించదా?"

"తను రైలెక్కి రాకపోయిందా?"

"చాలాసార్లు "టెమ్ట్" అయారుట. కాని తనని తాను నిగ్రహించుకున్నారు. వాళ్ళ నాన్న పోయారు."

"అయామ్ సారీ ! నాకు తెలియనే తెలియదు."

"నాకూ తెలియదు. మా ఊరికి ట్రాన్స్‌ఫర్ అయింది. అంచేత కనిపిస్తూ వుంటారు నాకు."

"ఎలావుంది?"

"బాగానే వున్నారు. తమ్ముడు కాలేజీలో జేరాడు. వాళ్ళిద్దరే వుంటున్నారు. రామచంద్రం, నువ్వు చాలా అన్యాయంగా ప్రవర్తించావ్."

రామచంద్రానికి క్షణం పాటు భయం వేసింది. యశోద తమ మధ్యన నడిచిన ఆ సంఘటన చెప్పేసిందా?- అని! మహేశ్వరరావువంక చూశాడు కాని, అతని కళ్ళు మామూలుగానే వున్నాయి.

"ఆమెకి నీమీద అభిమానం పోలేదు. కనిపించినప్పుడల్లా అడుగుతుంటారు నీగురించి. ఇంతకీ మీ మధ్య ఎందుకు అభిప్రాయభేదాలొచ్చాయి- ఏం జరిగింది?" అడిగాడు మహేశ్వర్రావు.

"ఏమీలేదు. ఎల్లకాలం తనని ఆరాధిస్తూ, అలా "ప్లేటోనిక్" గా ప్రేమించమని తన ఉద్దేశం. నేను మొగవాడిని. గయ్యాళి పెళ్ళాంతో వేగుతున్న మొగవాడిని. సినిమాల్లో తిరిగేవాడిని. నాకు అలా ఆరాధించడం సాధ్యమా? అందుకే దూరంగా వచ్చేశాను."

"మరి మొదట్లో గొప్ప వెలుగన్నావు, ఆరాధన అన్నావు. జన్మజన్మల తపస్సు అన్నావు." అడిగాడు మహేశ్వరరావు.

"అవును, అవన్నీ అనిపించిన మాట వాస్తవమే. కాని, నాకు జబ్బుచేసినప్పుడు వెళ్ళేందుకు స్థలం లేకపోతే నువ్వు తీసుకెళ్లి అట్టేపెట్టుకున్నావ్-యశోదకాదు."

"కానీ తను ఆడది - నాలా చెయ్యటం సాధ్యంకాదు."

"ఎందుకు కాదు? పద్మలత చూడు, తనమెళ్ళో పుస్తె కట్టమని ఒక్కరోజు అడగలేదు. పైపెచ్చు నేను పసుపుతాడు కడతానంటే, అక్కర్లేదంది. తను నాకు సర్వస్వం అర్పించింది. దబ్బుని, మనసుని, శరీరాన్ని అన్నటినీ నిస్సంకోచంగా అర్పించింది."

"పద్మలతా యశోదా వొకటేనా? వాళ్లిద్దరినీ ఒకే దృష్టితో చూడటం న్యాయంకాదు."

"ఇద్దరూ ఆడవాళ్లే. పద్మలతవంటి దానికి వూరు, పేరూ, మానం మర్యాద లేదనుకుంటున్నారు. యశోదకి చదువూ-మర్యాద వుద్యోగం యివన్నీ వున్నాయంటున్నారు. మంచిదే. యశోదని తనకున్న సాంఘిక అంతస్తుని భద్రంగా దాచుకోమను! పద్మలతకి ఏమీ లేకపోయినా మనసుంది, మొగవాణ్ణి సుఖపెట్టగల నేర్పుంది. నాకు అటువంటి ఆడది చాలు. అందుకే యశోదకి దూరంగావున్నా, వచ్చేశాను."

"యశోదగారిని పెళ్లిచేసుకుంటానని అడిగావా?" ప్రశ్నించాడు మహేశ్వర్రావు.

"అడిగాను. ఆమె ఏమాత్రం ప్రోత్సహించినా ఎలాగో అలా విడాకులు తెచ్చుకుని వుండేవాడిని. ఆమె ఉద్యోగం ప్రతిష్టా ముఖ్యమనుకుంది."

"అప్పుడనుకుని వుండవచ్చు. ఇప్పుడు నువ్వు అడిగితే అన్నీ వదులుకు వస్తుంది."

"కానీ ఈ జీవిత చదరంగంలో గళ్ళు ఎల్లప్పుడూ ఖాళీగావుండవు. ఎప్పటికప్పుడు గడి నిండుకుపోతూ వుంటుంది. పద్మలతతో నా జీవితం సుఖంగా గడిచిపోతున్నది. ఇంక నాకెవరూ వద్దు. యిట్ యీజ్ టూ లేట్!" అన్నాడు రామచంద్రం.

చీకటిపడింది. పద్మలత లోపల ఎక్కడో వున్నట్లుంది, ముందు హాల్లోకి రాలేదు.

"మీ వాళ్లందరికీ ఈ మనిషి విషయం తెలుసా?"

"తెలిసే వుంటుంది."

"అయితే వాళ్ళెవరూ ఏమీ అనరా?"

"అనేందుకేముంది? నా పెళ్లాం వుండగా గుమ్మం తొక్కే అస్కారం ఎవరికీ వుండేదికాదు. మా అమ్మకి ఎప్పుడూ పంపించినట్లే, డబ్బు పంపిస్తున్నాను. ఎప్పుడయినా వెళ్లి చూసివస్తుంటాను. వాళ్ళెవరూ నా విషయాలు అడగరు-నేను చెప్పను. సినిమావాడిని అవటంచేత నాకు కొంత లైసెన్సు యిచ్చేశారు" అన్నాడు రామచంద్రం.

ఇంట్లోంచి మంచి మసాలా వాసన వస్తున్నది. పద్మలత అగరొత్తులు వెలిగించి ముందుగదిలోకి తీసుకొచ్చి పెట్టింది. లైటువేసి వెళ్లింది. మళ్ళీ లోపలకి. ఆమెవచ్చి వెళుతుంటే సన్నగా "యింటిమేట్" పరిమళం మహేశ్వర్రావు ముక్కులకి సోకింది.

"వంట అయిపోయింది - ఎప్పుడు వడ్డించమంటే అప్పుడు వడ్డిస్తాను" అంది రామచంద్రంతో.

"గాడ్రేజ్ తియ్యవా?" అడిగాడు రామచంద్రం నవ్వుతూ.

"ఊహు" అంది పద్మలత.

"మావాడొచ్చాడు. ఒక్కటంటే ఒక్కసారి తీసుకుంటాను. వాడికి నాలాగా రోగాలూ, రొష్టులూ లేవు. పట్రా" అన్నాడు రామచంద్రం.

పద్మలత ట్రేలో షోడా సీసాలు, జిన్ బాటిలూ పట్టుకొచ్చింది.

"జిన్‌కాదు - స్కాచ్ పట్రా-" అన్నాడు రామచంద్రం.

"వొద్దు, నామాట వినండి, జిన్ అంత ఫరవాలేదుట." అంది పద్మలత బ్రతిమలాడుతూ.

"ఒరేయ్ - నాకు "జిన్" కావాలిరా, స్కాచ్ వొద్దు. కాస్త కడుపులో మందంగా వుంది. ఒక గంట ఆగి భోంచేద్దాం-" అన్నాడు మహేశ్వర్రావు.

పద్మలత సోఫాలో కూచుంది-రామచంద్రానికి పక్కన. గ్లాసుల్లో జిన్‌పోసి, షోడావొంచి ఒక గ్లాసు మహేశ్వర్రావుకీ, మరోగ్లాసు రామచంద్రానికి అందించి, సీసా పక్కన పెట్టుకు కూచుంది.

రామచంద్రం నవ్వుతూ -"చూశావా-మా "వాచ్‌డాగ్"ని నేను యింకోగ్లాసు తాక్కుండా కాపలా కూచుంది?" అన్నాడు.

ఆ రాత్రి మహేశ్వర్రావు భోజనం చేశాడు. అతను పదార్థాలను మెచ్చుకుంటూ తిన్నాడు. పద్మలత వంట బాగా చేస్తుంది. తరిమి తరిమి వడ్డిస్తుంది-కట్టి రెడీగా వుంచిన స్పెషల్ కిళ్ళీల ఘుమఘుమ సువాసనలతో రాత్రి రెండింటిదాకా కబుర్లు చెప్పుకున్నారు. రెండింటికి డ్రయివర్ కార్లోదించాడు మహేశ్వర్రావుని. హోటల్‌కి వస్తూ మహేశ్వర్రావు అనుకున్నాడు "ఇన్నాళ్ళకి రామచంద్రం సుఖపడుతున్నాడని."

"ఆ సంవత్సరమే రామచంద్రం తను వుంటున్న యిల్లు కొన్నాడు. ఆ యింటి స్వంతదారు ఎనభైవేలు చెప్పాడు. రామచంద్రం ఆ యిల్లు కొనాలా వద్దా అని మధనపడుతున్నాడు. ఒక విధంగా యీ యిల్లు అతనికి అచ్చివచ్చింది. ఇల్లు కొనలేకపోతే ఆ యిల్లు ఖాళీ చెయ్యాలి - ఎందుకంటే స్వంతదారు బేరం పెట్టాడు.

"కోడంబాకంలో యిల్లు అమ్మేయండి." అంది పద్మ.

"ఆ యిల్లు అమ్మనా? మీ అమ్మ యిచ్చింది-"

"ఇస్తే...? నా కోసమేగా ! నేను వుంటానా, పెడ్తానా? స్టూడియోలో చెప్పండి. ఆ పక్క సెటిల్ అవుదామనుకున్న వాళ్ళు చాలా మంది వుంటారు." అంది పద్మ.

రామచంద్రానికి అంత దూరానవున్న యిల్లు అమ్ముడు పోతుందన్న నమ్మకం లేదు. కాని ఆ వైపు యిళ్ళు కావాలనుకునేవారు ఒకరిద్దరు ఆ యిల్లు కావాలని యిరవై వేలుదాకా యిచ్చి కొనుక్కున్నారు. పద్మ వాళ్ళమ్మ యిచ్చిన నగలన్నీ అమ్మేసింది. రామచంద్రం కారుకూడా అమ్మేశాడు బ్యాంకులో డబ్బుకూడా తీసియిచ్చింది పద్మ. మొత్తంమీద ఆ యిల్లు కొన్నాడు రామచంద్రం.

"పద్మ యిల్లు ఎవరిపేరన కొన్నారనిగాని. ఎంతకి కొన్నారనిగాని ప్రశ్నించలేదు. ఆమె స్వభావం అతనికి విచిత్రంగానూ, విపరీతంగానూ, అనిపించింది. ఇంత డబ్బూ యిచ్చి, ఎలా వూరుకుంది? తనమీద పద్మకింత

గుడ్డి నమ్మకం ఎందుకు కలిగింది? ఆ నమ్మకాన్ని తాను నిలుపుకోగలడా?" అనికూడా అనిపించింది.

ఈ మధ్య రామచంద్రానికి ఆరోగ్యం అంత బాగుండటంలేదు. అతనికి సినిమాలుకూడా పల్చబడినాయి. డబ్బుకి యిబ్బంది లేదుగాని పూర్వమంత రాబడి వుంటంలేదు. చీటికి మాటికి మందులూ - డాక్టర్లూ అని చాలా ఖర్చు అవుతున్నది. అతని సేవలో పద్మ ఎటువంటి అశ్రద్ధా చూపేది కాదు. ఒక్కోరోజు తెల్లవార్లూ కూచుని కాళ్ళుపట్టేది. కొన్ని సమయాల్లో మంచం మీదనే అన్ని అవశిష్టాలూ తీర్చుకునేవాడు. ఇంత సేవ చేస్తున్నా, ఇంత దైహికమైన శ్రమపడుతున్నా - పద్మలత వీసమంత కూడా చిక్కలేదు. ఆమె గుండుగా, గమ్మటంలాగా తిరుగుతుంటే, రామచంద్రానికి కారం రాచినట్లుండేది. తను చీటికి మాటికి జబ్బుతో పడుకుంటే - ఇది తిని బాగా బలుస్తోంది - అని కసిగా వుండేది.

ఆరోగ్యంగా వున్నప్పుడుకంటే, అనారోగ్యంగా వున్నప్పుడే రామచంద్రానికి కోపం, కసి ఎక్కువవుతూండేవి. అతను పక్కమీద పడుకునే పద్మని కొడుతూ వుండేవాడు. తాగుతున్న గ్లాసు మొహంమీద విసరటం, కాళ్లుపడుతుంటే యీడ్చి తన్నటం, ఇవి నిత్యకృత్యమయిపోయాయి. అలా హింసిస్తున్నప్పుడు అతనికి ఒకోసారి భయంవేస్తుండేది. ఈ దెబ్బలు భరించలేక పద్మ ఎక్కడికయినా పారిపోతేనో అన్న జంకు కలుగుతుండేది. వెంటనే ఎక్కడికీ పోదు, దీనికి నేను తప్ప దిక్కులేదు; నోరుమూసుకు పడివుంటుంది - అన్న ధైర్యం కలిగేది. వెనువెంటనే జాలికూడా వేసేది ఆమె మీద.

12

"ఒదినా ! మేము వెళ్లిపోతాం, పదోరోజుకి మళ్ళీవస్తాం" అంది రామచంద్రం చెల్లెలు.

రవణమ్మ బదులు చెప్పలేదు. అటుతిరిగి పడుకుంది. అత్తగారూ, ఆడబడుచూ వెళ్లిపోతే బావుండుననే వుంది. దస్తావేజు చేజిక్కించుకుంది. అత్తగారు ఎక్కడ ఆ విషయం ఆరా తీస్తారోనని జంకు.

"మా అమ్మని నాతో తీసుకెడతాను. మళ్ళీ కావాలంటే వస్తాం." అంది రామచంద్రం చెల్లెలు. ఆమెకి రవణమ్మ విషయం తెలియనిది కాదు.

ఈ పదిరోజుల్లో తల్లికే గాదు-యింట్లో ఎవరికీ తిండి పెట్టదు. అందుకే వెళ్లిపోవాలని అనుకుంటున్నది.

"ఒరేయ్ తమ్ముడూ ! దొడ్లో కొబ్బరిగెలలు దింపించకుండా వచ్చానురా, టెలిగ్రామ్‌చూసి కాళ్ళు ఆడలేదు."

"అయితే ఏమంటావ్?" అడిగాడు రవణమ్మ తమ్ముడు విసుగ్గా.

"నువ్వు ఉత్తరం రాయి. పిల్లలు స్కూలుకెళితే ఎవరన్నా కోసుకుపోతారు. అన్నయ్యకి రాయి. పొద్దున దొడ్లో గెలలు చూస్తే జ్ఞాపకం వచ్చాయి. వీటినికూడా దింపిస్తే మంచిది. నలుగురూ వస్తూ పోతుంటారు"

వసారాలో నిల్చున్న మహేశ్వర్రావువంక అర్థవంతంగా చూస్తున్నది రామచంద్రం చెల్లలు. ఆమెకి సిగ్గుగా వుంది, చెట్టంతమనిషి పోతే, యీ వొదినగారు కొబ్బరికాయలు లెక్కపెడుతుంది. "మీరు ఉంటారా?" అడిగింది మహేశ్వరరావుని.

"లేదు-నేనూ పదోరోజుకి వస్తాను. టికెట్లు తెచ్చి పెట్టమన్నారా," అడిగాడు మహేశ్వర్రావు.

"అమ్మయ్య" అనుకుంది రామచంద్రం చెల్లెలు.

"తమ్ముడూ ! మీ పెద్దబావని తీసుకెళ్ళి ఆ కంపెనీ వాళ్ళని అడగరా. పదిరోజుల ఖర్చూ వాళ్ళే యిస్తామన్నారుట. యూనియన్ నుంచి యిప్పిస్తారుట" చెపుతోంది రవణమ్మ.

మహేశ్వర్రావు గబగబా గేటుదగ్గరకొచ్చాడు. గేటు దగ్గిర టాక్సీ ఆగింది. అందులోంచి క్రితంరోజు హడావుడి చేసిన సుజాత దిగింది.

మహేశ్వర్రావు యిబ్బందిగా నిల్చున్నాడు.

"మీరేకదూ మహేశ్వర్రావుగారంటే .... మా బావగార్కి ఫ్రెండుట. అక్క చెప్పింది" అంది సుజాత, గేటు దగ్గిర నిల్చుని.

ఈ వరుసలు వింటుంటే మహేశ్వర్రావుకి చింతామణి నాటకం జ్ఞాపకం వచ్చింది.

"అవును - ఏం పని మీద వచ్చారు?"

"చూడండి, మా అక్కని కట్టుబట్టల్తో యింట్లోంచి తరిమారు. మారు చీరకూడా లేదు. అక్క సామాన్లూ, నగలూ, అవన్నీ యిక్కడున్నాయి. మీకు చెపితే యిప్పించగలరంది మా అక్క."

"అవన్నీ నాకు తెలియవు. రవణమ్మ గారిని అడగండి."

"వారిని అడిగి ప్రయోజనం లేదు. రాత్రికి రాత్రి గేట్లకి తాళం పెట్టించారు. మా అక్క ఉత్త వెర్రిబాగుల్ది. నగలూ, చీరెలు, ఆస్తీ అంతా మా బావగార్కి యిచ్చింది. ఇప్పుడేమో మీరంతా కలిసి తనని బయటకు తరిమేస్తున్నారు. మీరు చేస్తున్నది న్యాయంగా లేదు."

"నేనేం చేయను. నేను రామచంద్రానికి స్నేహితుడిని మాత్రమే ! స్నేహధర్మంగా వచ్చాను. ఈ యిల్లూ, ఆస్తీ అంతా అతని భార్యదీ-పిల్లలదీను."

"కాదని ఎవరూ అనటంలేదు. మా అక్క ఆస్తి పాస్తులు అడగలేదు. తన చీరెలూ, నగలూ యివ్వమనండి."

"ఏం నగలు?" అడిగాడు మహేశ్వర్రావు, ఎంత నిజం చెపుతుందో వినాలని.

"ఉన్న నగలన్నీ వొల్చి యిచ్చేసిందండీ. అక్క యిల్లూ - నగలూ అమ్మి యీ యిల్లు కొన్నారు. మీకు తెలుసో తెలియదో, మరో ఆడదయితే తనపేర పెట్టించుకునేది. వెర్రిబాగుల్ది కాబట్టి అన్నీ వొలిచి యిచ్చి, యిప్పుడు ఏడుస్తోంది. ప్లాస్టిక్ డబ్బాలో గొలుసూ, గాజులూ వున్నాయిట, బీరువాలో చీరలున్నాయిట, ఆ బీరువా తనదేట. అవన్నీ యిప్పించండి" అంది సుజాత నెమ్మదిగా.

అదెంత అసాధ్యమైన పనో మహేశ్వర్రావుకి తెలుసు.

"చూడండి ! నేను చుట్టంచూపుగా వచ్చాను. ఈ యింట్లో సామానూ, యిల్లు చట్టరీత్యా రామచంద్రంగారి భార్యకి చెందుతాయి. "మా సామాను వుంది - నగలువున్నాయి" అని మీరు పేచీ పెట్టుకుంటే ప్రయోజనం వుండదు. నెమ్మదిమీద మీ సామాన్లు పట్టుకెళ్ళాలి తప్ప. ప్రస్తుతానికి చీరెలు పట్టుకెళ్ళండి, ఇస్తారేమో అడిగి చూస్తాను." అన్నాడు నెమ్మదిగా.

సుజాతని చూడంగానే తోకతొక్కిన తాచులాగా లేచాడు రాజారావు. "క్రితంరోజు నలుగురి ఎదుటా తనని ఎదిరించి రామచంద్రం మెళ్ళో దండవేయించింది - ఆ బజారుముండచేత ! అప్పుడయితే పెద్ద ఫిలిమ్‌స్టార్లని వెంటపెట్టుకొచ్చింది. ఇప్పుడు ఎవరొస్తారో చూడాలి?-" అనుకుంటూ కదనరంగంలోకి దూకాడు.

"మా అక్క నగలూ, చీరెలూ వున్నాయి" పట్టుకెళ్ళడానికొచ్చాను." అంది సుజాత.

"మీ అక్క ఎవరో, మీరెవరో మాకు తెలియదు. ఇది మర్యాదస్తుల యిల్లు. మేమంతా పుట్టెడు దుఃఖంలో ఉన్నాము. దయచేసి వెళ్లిపోండి." అన్నాడు రాజారావు.

"మా అక్క చీరెలు, నగలూ యిస్తేగాని కదలను."

"పోలీసులను పిలపిస్తాను."

"పిలిపించి చూడండి. ఆరేళ్ళనుంచీ మా అక్క యీ ఇంట్లో వుంటున్నది. ఆ విషయం మెడమీద తలకాయున్న ప్రతివాడిచేతా సాక్ష్యం యిప్పించగలను."

"ఇప్పిస్తే?"

"దాని సామానూ, నగలూ మీరు లాక్కున్నారని యూనియన్‌లో చెపుతాను. మా బావగారికి రావల్సింది మీరెల్లా వసూలు చేసుకుంటారో నేనూ చూస్తాను. ఇదేం నోరులేని రాజ్యం అనుకున్నారా? అక్క సామాన్లు యిస్తేగాని కదలను" అంది సుజాత.

"మీ అక్క ఎవరో మాకు తెలియదు."

"తెలియకపోతే - మీరంతా ఎలా వచ్చారు? ఆ పిచ్చి మొద్దుకదూ, మీకు టెలిగ్రాం యిప్పించింది. దాని డబ్బంతా వూళ్ళాక్కుని, దానియిల్లు అమ్మించి సర్వనాశనం చేశాడు నీ బావ. అది దిక్కులేక ఏడుస్తోంది. దాని సామాను, బట్టలూ యిచ్చారా సరే, లేదంటే మీ మర్యాద దక్కదు."

"దక్కకపోతే ఏం చేస్తావ్?"

"చెప్పానుగా-కంపెనీకి వెళ్ళి మీరు చేసిన అన్యాయం చెపుతాను. యూనియన్ చేత చెప్పిస్తాను, ఆడది, దిక్కులేనిది అనుకుంటున్నారేమో-నిన్న చూశారుగా - మళ్ళీ అలాంటి పనే జరుగుతుంది జాగ్రత్త !" అంది సుజాత అపర కాళికాదేవిలాగా.

రాజారావు తగ్గాడు. లోపలికెళ్ళి రవణమ్మని ఒప్పించి - పద్మలత జార్జిట్ చీరెలు, జాకెట్లు వగైరా తెచ్చి యిచ్చాడు. రవణమ్మ ప్లాస్టిక్ డబ్బా యివ్వడానికి చచ్చినా వొప్పుకోనంది-పట్టుచీరెలు తనవేనని దబాయించింది. సుజాత ఆ చీరెలు తీసుకొని వెళ్ళిపోయింది.

సుజాత యింటికి వెళ్ళేటప్పటికి - పద్మలత అలానే పడివుంది. క్రితం రోజు నుంచీ - ఎంగిలిపడలేదు. ఎన్నోసార్లు బ్రతిమలాడాక కాస్త

కాఫీ తాగింది. లోకమంతా చీకటి అయిపోయినట్లు వెక్కి వెక్కి ఏడుస్తుంది. ఆ ఏడుపు చూస్తుంటే సుజాతకి జాలిగా వుంది. మధ్య మధ్య కోపంగాకూడా వుంది - ఆ మానవుడు యీ పిచ్చిదాన్ని దిక్కులేని పక్షినిచేసి పోయాడు. అన్నీ దోచుకుపోయాడు. ఇది యింకా ఆ చచ్చినవాడిని తలుచుకు ఏడుస్తున్నది.- అని చికాకు పడింది.

"అక్కా నువ్విల్లా ఏడుస్తూ కూచుంటే ఊరుకోను."

"ఏం చెయ్యను? యింక ఏం చూసుకు బతకను ఎవరి కోసం బతకను?"

"నీకోసం బతుకు. చచ్చిపోలేవుగనుక బతుకు" అంది మొండిగా సుజాత.

"చచ్చిపోగలను - నాకు బతకాలని లేదు."

"బతకాలని వుండటం, లేకపోవడం నీ చేతుల్లోలేదు. ఇలా చీటికి మాటికి చస్తానంటే పోలీసులకి వొప్పగిస్తాను. ఆత్మహత్య చేసుకునే వాళ్ళకి శిక్ష వేస్తారు. ఆరునెలలు జైల్లో కూచోపెడతారు-నీకు తెలుసా?" అడిగింది సుజాత.

పద్మలత భయంభయంగా చూసింది. గున్న ఏనుగులా ఉన్న యీ స్థూలకాయురాలి బుఱ్ఱలో వీసమంత తెలివికూడా లేదని సుజాతకి తెలుసు.

"ఆయన పోయాక- నేనెలా బతకను?" ఏడ్చింది పద్మలత.

"ఏం, ఆయన పెళ్ళాం బతకడంలేదా? నీకేం పుస్తెకట్టాడా? చేసుకున్న పెళ్ళానికన్నా ఎక్కువదానివా?" సుజాత కావాలనే యీటెల్లాంటి మాటలంటున్నది.

పద్మలత దెబ్బతిన్నట్లు చూసింది. పంజరంలోని పక్షిలా చూసింది. ఆ కళ్ళు నిస్సహాయంగా వున్నాయి.

సుజాతకి జాలేసింది. "అక్కా నీకు బావమీద ఎంత ప్రేమ వుందో నాకు తెలియదనుకున్నావా? బావకి నీ మీద ఎంత ప్రేమవుందో కూడా తెలుసు. ఆ పెళ్ళానికి, నీకూ పోలికలేదు. కాని, ముందు కర్తవ్యం ఆలోచించాలిగా. అందుకనే కాస్త మోటుగా అన్నాను."

"నాకేం తెలియటంలేదు. ఏం చెయ్యాలో, ఎక్కడికెళ్లాలో కూడా తెలియటంలేదు. ఇదివరకంతా అమ్మ చెప్పినట్లు చేసేదాన్ని. అమ్మపోయాక ఆయన ఎలా చెపితే అలా విన్నాను. సుజాతా, నాకు బతకడం చేతకాదే -

బతకాలంటే భయంగావుందే!" సుజాత వొళ్ళో తల పెట్టుకుని ఏడుస్తున్నది పద్మ. ఆమె స్థూలశరీరం భయంతో కంపించి పోతున్నది.

"అక్కా, నీకు నేను వున్నాను. నాకు మద్రాసులో ఎవరూలేనపుడు, దిక్కులేనప్పుడు మీ యింట్లో పెట్టుకున్నావ్ - అది మర్చిపోను. నాలాంటి పిల్లలకి నువ్వు ఎంతమందికి సాయంచేశావో నీకు తెలియదు."

"నాదేంలేదే ఆయన తెచ్చి పడేసేవారు. ఎవరువచ్చినా వద్దనేవారుకాదు. ఎంతమందికి పెట్టినా ఊరుకునేవారు" అంది పద్మ కళ్ళు తుడుచుకుంటూ.

భర్త ఊరుకున్నా ఎంతమందికి భార్యలు, వయసులో ఉన్న ఆడపిల్లలకి ఇంట్లో ఆశ్రయమిస్తున్నారు? అందులోనూ పద్మలత చేసుకున్న భార్యకాదు, సినిమాల్లో అవకాశాలకని వచ్చిన పిల్లలు, ఆటుపోటులు పడిన పిల్లలకి పద్మలత ఆశ్రయం యిచ్చేదీ అంటే, ఆమె గొప్పతనం ఆమెకి తెలియదు. ఎందరో పెద్దవాళ్ళకి లేని విశాల హృదయం, జాలీ యీ పిచ్చిదానికి వున్నాయి. తనలోని మంచితనాన్ని, ఆ చచ్చిపోయినవాడి హృదయంలో చూసుకుంటున్నది.

"అక్కా, నీకు యిల్లు వుండేదిట కదూ!"

"మొన్నటిదాకా నా యిల్లు, నా మనిషి అన్నీ వుండేవి. ఈ రోజు ఏమీలేవు."

"అదిసరే, నీ యిల్లు అమ్మానన్నావు, ఆ డబ్బు ఏంచేశావ్?"

"అన్నీ మీ బావే చూసుకునేవారు. ఈ ఆడయారు యిల్లు కొనాలని - ఆయన కారు అమ్మారు."

"అదిసర్లే - నీ యిల్లూ, మీ అమ్మగారి నగలు."

"అన్నీ ఆ యింటికే పెట్టాము. గేదెలమ్మిన డబ్బుకూడా అందులోనే పడింది. మీ బావ ఎంత మంచివారనుకున్నావ్? మా అమ్మ చచ్చిపోయాక నాలుగు గేదెలమ్మారు. అందులో పైసా ముట్టుకోలేదు. అంతా నా పేరన బ్యాంకిలోనే వేశారు. పాసుబుక్కు చదవడం కూడా రానిదాన్ని, మరొకళ్ళయితే ఆ డబ్బు నాకిద్దురా?"

"నువ్వు చెప్పింది బాగానే వుంది. మరి ఆ డబ్బు."

"అదే - ఆడయారు యింటికి పెట్టాము. తక్కువయితేవేశాం."

"ఆ యిల్లు ఎవరిపేరున కొన్నారో - నీకు తెలుసా?" అడిగింది సుజాత.

"తెలియదు."

"అడగలేదా?"

"ఏమని?"

"నీ పేర కొనమని."

"ఆయనమీద నా కెప్పుడూ నమ్మకమేనే - ఏది మంచో, ఏది చెడో ఆయనకి తెలుసే!"

"నా మొహంలా వుంది. నీ డబ్బు పెట్టి బావ ఆ ఇల్లుకొన్నారు. తనపేరన కొనుక్కున్నాడు. ఇప్పుడేమో ఆ పెళ్ళాంవాళ్ళు వచ్చి ఆ యిల్లు మాదంటున్నారు." అంది సుజాత.

ఈ విషయం అర్థంచేసుకునేందుకు ప్రయత్నిస్తున్నది పద్మలత.

"అయితే - నా కక్కడ ఏమీ లేదంటావా?"

"లేదుట. అందుకనే గేట్లకి తాళంకూడా పెట్టేశారు."

"నా మంచం, బీరువా, అమ్మ యిచ్చిన పాత్రసామానూ అన్నీ అక్కడే వున్నాయి. బీరువాలో గొలుసూ, గాజులుకూడా వున్నాయి."

"అదే నేను చెప్పేది. నీవేం లేవుట. అన్నీ వాళ్ళవేనట. పూచిక పుల్లకూడా ముట్టుకోడానికి వీల్లేదుట. అర్థంఅయిందా?" సుజాత చిన్నపిల్లకి బోధించినట్లు అడుగుతున్నది.

పద్మలత మూఢురాలిలా చూస్తున్నది. సుజాత చెప్పింది బుర్రలోకి జొరబడినట్లు, "అయితే ఏమీ ఇవ్వరా? నా సామాన్లు, బట్టలూ ఏవీ యివ్వరా?"

"ఇవ్వరుట."

"ఎల్లా- నేను ఎల్లా బతకను."

"అదే అడుగుతున్నాను. చెప్పు, నీ రోజులు ఎల్లావెళ్తాయి?"

"అందుకే నేను చచ్చిపోతానన్నది - నేను ఎవరికీ అక్కర్లేదు. నా మనిషి వెళ్లిపోయాడు - నేనూ పోతాను, నన్ను ఆపకు" పద్మలత పూనకం వచ్చినట్లు లేచింది. సుజాత గభాలున గదితలుపు వేసింది.

"నువ్వు ఎక్కడికీ వెళ్ళడానికి వీల్లేదు. నేను అడిగిన ప్రశ్నలకి జవాబు చెప్పు."

పద్మలత ఒకటోక్లాసు పిల్లలాగా తలకాయ వూపింది.

"బావ పోయేముందు నీకేమన్నా చెప్పారా?" అడిగింది సుజాత.

"నన్ను వాళ్ళు వెళ్ళనివ్వలేదు. ఆఖరికి చూడనుకూడా చూడనివ్వలేదు. మేడమెట్లు ఎక్కకూడదన్నారు. మూడురోజులు అల్లాపడివున్నాను. ఎవరికీ కనికరం రాలేదు." ఏడ్చింది పద్మ.

"ఇదిగో నువ్వు ఏడుపు కట్టిపెట్టు." గట్టిగా అరిచింది సుజాత. ఆమెకి ఈ లోకంమీద, పద్మమీద, రామచంద్రంమీద, అందరిమీద కోపంగా వుంది. మనుషులెందుకు యింత నిర్దయగా ప్రవర్తిస్తారు? ఒకపక్క - ఏమీ తెలియని యీ వెర్రిబాగుల్ది - మరోపక్క అన్ని వ్యవహారాల్లో రాటుదేలిన రవణమ్మావాళ్ళు. ఈ మనిషి యింత అమాయకంగానూ, ఆ మనుషులు అంత క్రూరులుగానూ ఎలా పుట్టారు? సుజాతకి రక్తం వుడికిపోతున్నది.

"అక్కా ! మీ యిల్లు ఎంతకి అమ్మావ్?" అడిగింది సుజాత.

"ఇరవైవేలు వచ్చాయని చెప్పారే..."

"బావ ఎవరికి అమ్మారో తెలుసా?"

"నాకంత జ్ఞాపకం లేదు. ఆ రోజు రిజిస్ట్రారు ఆఫీసుకి రమ్మన్నారు. వెంటపెట్టుకెళ్ళి సంతకం పెట్టమన్నారు - పెట్టాను" అంది పద్మ.

"నీ బొందా- నా బొందాను" అనుకుంది విసుగ్గా సుజాత.

"మీ అమ్మ నగలో?"

"నాలుగుపేటల గొలుసూ, పదిజతల గాజులూను. అందులో నావి నాలుగు జతలు. నాకు నగలంటే యిష్టంలేదని అమ్మే చేతికి వేసుకునేది.

"ఏడవలేకపోయింది" అనుకుంది మనసులోనే సుజాత.

"ఆ నగలు ఎంతకమ్మాడో తెలుసా?"

"తెలియదు - ఏదో ఆరువేలో ఏడువేలో అని చెప్పిన గుర్తు"

"అంటే, మొత్తం ముఫ్ఫయి రెండువేలదాకా బావకి నువ్వు అప్పిచ్చావన్నమాట!"

"అప్పు అన్నమాట మా మధ్యన ఎప్పుడూ వుండేది కాదు. నా డబ్బూ, ఆయన డబ్బూ అని తేడా ఎరగమే. ఆరేళ్ళపాటు నన్ను పోషించారే..." కళ్ళనీళ్ళు నిండుగా తిరుగుతున్నాయి పద్మలతకి.

"ఉద్ధరించాడు. వంటచేసి పెట్టావు, అన్ని సుఖాలు యిచ్చావు పెళ్ళాంకంటే ప్రేమగా వున్నావు. తిండి పెట్టడం కూడా గొప్పేనా?"

"అలా అనకు. ఆయన నన్నో మనిషిని చేశారు. నాకు గౌరవం, మర్యాదా యిచ్చారు. ఎక్కడో కోడంబాకంలో తిరిగే బజారుదాన్ని..."

"ఇంక ఆపు. యీ సినిమా ఏడుపులు ఏడవకు. ఏమిటి చేసింది? నీ దగ్గిర ముప్ఫయివేలు తీసుకుని యిల్లు కొనుక్కున్న మనిషి - ఆరేళ్ళపాటు నీనుంచి సమస్త సుఖాలు పొందిన మనిషి - తను పోయాక నీ గతి ఏమిటో ఆలోచించాడా? ఆలోచిస్తే, నీ బ్రతుకు యిలా అయేదా?" అడిగింది విసురుగా సుజాత.

"ఆయన బతికుండి-నేను బజారుపాలయినా బాధపడేదాన్ని కాదే. ఆయనంత మనిషి పోయాక....."

"అక్కా నోరుమూస్తావా లేదా? ముయ్యి ముందు. నువ్వు పెద్దదానివయినా అనక తప్పడంలేదు. ఒక విషయం చెపుతాను విను. బావ తన సుఖం తాను చూసుకున్నాడు. బతికినన్నాళ్ళు తన గురించి ఆలోచించాడు. నీ గురించి ఒక్కరోజు కూడా ఆలోచించలేదు. ఆయినకాడికి పాడిగొడ్డులాగా పాలు పిండుకుని. వొట్టిపోయిన పశువుని తోలినట్లు నిన్ను లోకంమీదకి తోలారు. మొగవాళ్ళంతా యింతే ! ఉత్త స్వార్ధపరులు. వాళ్ళని ఏం చేసినా పాపంలేదు." పళ్ళు పటపటా కొరకుతున్నది సుజాత.

సుజాత కోపం పద్మకి అర్ధంకావటంలేదు. తనకన్నా ఒక దశ వెనుక పుట్టిన సుజాత, స్కూలుఫైనలుదాకా చదువుకుని, సినిమాల్లోకి వచ్చిన సుజాత, మాట్లాడే మాటల అర్ధం చేసుకోలేకుండా వుంది. స్త్రీ స్వాతంత్ర్యం, మొగవాడి స్వార్ధం యీ మాటలు పద్మలత బుర్రలోకి ఎక్కటం లేదు.

"నువ్వు యివన్నీ ఓ కాగితంమీద రాసి సంతకం పెట్టియివ్వు"

"ఏవి?"

"ఇల్లు అమ్మగా వచ్చిందీ, గేదెలు అమ్మిన డబ్బూ వగైరా."

"దేనికి?"

"నలుగురికీ చూపించి నీకేమన్నా యిచ్చే ఏర్పాటు చేయిస్తాను."

"నాకేం వొద్దు"

"ఎట్లా బతుకుతావ్? నాకు మటుకు స్వార్ధం లేదనుకున్నావా? ఎల్లకాలం పెట్టి పోషిస్తాననుకున్నావా? రేపు పెద్ద స్టార్‌నయితే నా కళ్ళు నెత్తికొస్తాయి. ఈ వేషాలు దొరక్కపోతే, తిండికి మళ్లీ డింకీలు కొట్టాలి, కాబట్టి నువ్వు నా మీద ఆధారపడకూడదు. నీ డబ్బుతో నువ్వు బతకాలి."

"నాకు డబ్బులేదుగా?"

"వచ్చే మార్గం ఏమన్నా వుందేమో చూస్తాను. నువ్వూ మీ అమ్మలాగా నాలుగు గేదెలు కొనుక్కుని బతుకుదువుగాని" అంది సుజాత ముక్కుమీద గుద్దినట్లు.

"రాసియ్యి. ఎలా - ఎలా ఎంత డబ్బు వచ్చిందీ" గద్దించింది సుజాత.

"నాకు రాయడం రాదే. ఒకే ఒక్కసారి మీ బావకి ఉత్తరం పంపాను. అందులో మూడు తప్పులున్నాయని వెక్కిరించేవారు" భోరుమంది పద్మలత.

"భగవంతుడా యీ నిర్భాగ్యురాలిని - నువ్వు ఎందుకు మర్చిపోయావు?" అని బాధపడింది సుజాత

సుజాత పద్మలత చెప్పిన వివరాలన్నీ కాయితం మీద రాసుకుంది. యూనియన్‌కి ఒక ఉత్తరం రాసింది యీ వివరాల్తో - పద్మలత రాసినట్లు. కింద పద్మలతచేత సంతకం చేయించింది.

"ఇదిగో యిన్నాళ్ళూ బావ చెప్పినట్లు విన్నానన్నావు, ఇకనుంచీ నేను చెప్పినట్లు వినాలి. తెలిసిందా? లేచి నీళ్ళు పోసుకో - నీ చీరెలు తెచ్చాను. స్నానం చేసిరా, భోంచేద్దాం." అంటూ లేపింది - పద్మలతని చాపమీంచి.

సుజాత పద్మలత యిచ్చిన వివరాలు తీసుకుని ముందు రామభద్రానికి చూపించింది. అతనొక్కడే అనాడు పద్మలతపైన సానుభూతి చూపించింది. సినిమా ప్రపంచంలో పై తళుకుల వెనుక. ఎటువంటి శిలా హృదయాలు వుంటాయో, కరడుగట్టిన ఎన్ని హృదయాలు వుంటాయో సుజాతకి అర్ధమవుతున్నది. ఒకళ్ళిద్దరు పెద్ద తారలకి కూడా చెప్పింది పద్మలతకి జరిగిన అన్యాయాన్ని.

అందరూ సానుభూతి చూపించారు. అప్పుడే రామచంద్రం స్మృతి పథంలోంచి జారిపోతున్నాడు. అతను చేస్తున్న సినిమాలని, అతని అసిస్టెంట్లు అందిపుచ్చుకున్నారు. సినిమా ప్రపంచంలో అతని నిష్క్రమణ ఒక్క పద్మలతకి తప్ప మరెవరికీ పెద్ద లోటుగా కనిపించడంలేదు. సుజాత రామభద్రం ద్వారా పద్మలతకి జరిగిన అన్యాయాన్ని యూనియన్‌దాకా తీసుకెళ్లింది. యూనియన్‌లో పద్మలత విషయం - సుజాత కదపబోతున్నది అన్న విషయం, ఆడయార్లోకి కొద్దికొద్దిగా పాకింది.

రవణమ్మ శివం ఎత్తినట్లు చిందులు తొక్కుతున్నది. ఒకరోజు రాత్రంతా కూచుని - రెండు గాడ్రేజ్ బీరువాలు గాలించింది. పద్మలత

పాసుబుక్కులో యిరవై రూపాయిలకంటే లేవు. ఆరువేలు విత్ డ్రా చేసినట్లు వుంది. రవణమ్మ ఆ పాసుబుక్కు దాచేసింది-ఎందుకైనా మంచిదని.

ఇంటిని కిందనించి పైదాకా గాలించి, పద్మలత తాలూకు చిహ్నాలు లేకుండా జాగ్రత్తపడింది. తాయారు యిచ్చిన గిన్నెలూ చెంబులూవంటివి యిత్తడివి మార్చేసింది. పాతకాయితాలు కొనేవాడు ఆప్తమిత్రుడిలా యీ కష్టంలో రవణమ్మని ఆదుకుని, పద్మలత యిత్తడి సామానూ, పేర్లు వున్న స్టీలుగిన్నెలు పూర్తిగా అమ్మించి, డబ్బు తెచ్చిచ్చాడు పువ్వుల్లో పెట్టి.

రామచంద్రం యిన్సూరెన్స్ చేశాడేమోనని - కాయితాలు వగైరా వెతికారు. అతను యిన్స్యూర్ చెయ్యలేదు. ఆడయారులో యిల్లు దస్తావేజులు తన చేతిలో వున్నాయి. పదిరోజులు ఎప్పుడు వెళ్లిపోతాయా - ఈ యిల్లు ఎప్పుడు తనపేరన మార్చుకుందామా అని - వువ్విళ్ళూరిపోతున్నది రవణమ్మ. హైదరాబాద్‌లో తను కొన్నయిల్లు వున్న సంగతి పైకి పొక్కనివ్వకుండా జాగ్రత్తపడింది - ఈ యిల్లు ఒక్కటే తనకీ, బిడ్డలకీ ఆధారం, అని అందరూ తనమీద కనికరం చూపాలని - రోజూ పలకరించడానికి వచ్చిన వాళ్ళందరికీ చెప్పుకుని ఏడ్చేది.

రామచంద్రం తాలూకు కర్మకాండకి డబ్బేవరన్నా యిస్తారేమోనని రాజారావు ద్వారా ప్రయత్నించింది. రాజారావు విఫలుడై, తొంటిచేత్తో వెనక్కి వచ్చాడు. పై పెచ్చు యిండస్ట్రీలో రవణమ్మకి వ్యతిరేకంగా సుజాతావాళ్ళు పద్మలతకి జరిగిన అన్యాయం గురించి పుకార్లు లేవనెత్తుతున్నారని కూడా చెప్పాడు.

"అక్కా ! మనమీద సానుభూతి కలగాలంటే నువ్వు ధారాళంగా కర్మకాండకి డబ్బు ఖర్చుచెయ్యాలి." అన్నాడు రాజారావు.

"అమ్మో, అంత డబ్బెక్కడిది? నేనూ. పిల్లలూ మాడి చచ్చిపోతాం"

"నా మాట వింటావా?"

"చెప్పు"

"ఆ ప్లాస్టిక్ డబ్బాలో నగలు అమ్మెయ్యి. ఒకరోజున ఊళ్లో అందరికీ భోజనాలు పెడ్తాం."

"అమ్మో, అంతడబ్బే - అవి నా నగలురా." అంది రవణమ్మ గుండెలు బాదుకుంటూ.

"నలుగురిలో కాస్త మంచి పేరు రావాలంటే యీ పని ఉత్తమం. రేపు పదోరోజుకి అందరూ వస్తారుగా ఘనంగా అన్నీ చేద్దాం. భోజనాలు అయాక - "యూనియన్" బావకేమన్నా యిస్తుందేమో నలుగురి ముందూ అడుగుదాం ఒక్కొక్కళ్ళనే అడిగి ప్రయోజనంలేదు. నలుగురూ వున్నప్పుడయితే -గొప్పలకోసమైనా చేస్తారు." అన్నాడు రాజారావు. ఆ యింట్లో రవణమ్మ బుద్ధులని, స్వయాన పుణికిపుచ్చుకున్నాడు రాజారావు.

రవణమ్మ ప్రాణాలని యమదూతలు ఉచ్చులువేసి లాక్కుపోతున్నా, అంత బాధపడివుండేది కాదు. చేతుల్లోకి లక్ష్మీ వచ్చినట్లే వచ్చి మాయమైపోతున్నది. ఈ నగలు అమ్మిపారేస్తేనే మంచిది. రేపు ఆ రంకుముండ గుర్తులు చెప్పి అడగవచ్చు. కాని, రవణమ్మ యీ నగలు చెరిపించి కాశికాయగుళ్లు చేయించుకుందా మనివుబలాటపడింది. ఒక అయిదారు నెలలు ఆగిచేయించుకుందామనుకుంది. అది జరగకుండా యీ ఉపద్రవం వచ్చిపడింది.

పన్నెండో రోజుకి సన్నాహాలు పెద్ద ఎత్తునే చేస్తున్నారు. ఈ విషయం మహేశ్వర్రావుకి కాస్త ఆశ్చర్యం కలిగించింది. అతని పేరున వచ్చిన ప్రింటెడ్ కార్డు చూసి ఆశ్చర్యపోయాడు. రవణమ్మ ఇంత భారీగా ఎలా ఖర్చు చేస్తున్నదని!

మద్రాసుకి బయలుదేరే ముందు యశోదని చూద్దామని వెళ్ళాడు మహేశ్వర్రావు. యశోద మద్రాసులో నాలుగురోజులుండి, అయిదోరోజు తమ ఊరు వచ్చేసింది. ఆ నాలుగురోజుల్లో యశోద చాలా విచిత్రాలు చూసింది. రవణమ్మ పిసినిగొట్టుతనం ఆమెనంత బాధించలేదు. కాని, రామచంద్రం - తనవాడనుకున్న రామచంద్రం, బజారు మనిషితో కాపురం చేశాడు. ఆరేళ్ళపాటు కాపురం చేశాడు. తానేమో ఈ అపాత్రుడికి సర్వస్వం అర్పించింది. ఆఖరుకి ఉద్యోగం మానేసి అతనివద్దకు వెళ్ళిపోదామని కూడా అనుకుంటూ వుండేది ఒక్కోసారి.

రామచంద్రానికి జబ్బుగా వుందని మహేశ్వర్రావు చెప్పినప్పుడు, తను గిలగిల్లాడిపోయింది. ఎక్కడివక్కడ వొదిలేసి పరుగెత్తుకొచ్చింది. అతనికి కొంచెం నయం అవగానే తనతో తీసుకొచ్చేద్దామనుకుంది. అతన్ని కంటికి రెప్పలాగా కాపాడి బతికించుకుందామనుకుంది.

కాని, యిక్కడికొచ్చాక రామచంద్రం ఒక బజారు ఆడదానితో ఆరేళ్ళనుంచీ కాపురం చేస్తున్నాడని విన్నపుడు, యశోదకి తన విలువలూ,

జీవితమూ తల్లక్రిందులయినట్లనిపించింది. గుమ్మటంలా నలుగురిలో దండ వెయ్యడానికి వచ్చిన ఆ అపరిచితురాలిని చూస్తే పీక నొక్కి వెయ్యాలన్నంత కోపం వచ్చింది. తీవ్రమయిన కసి, అవమానం, జెలసీ అన్నీ కలిగాయి. అంతదాకా రవణమ్మమీద జాలీ, తేలికభావం వుండేది. రవణమ్మమీద యశోదకి అసూయ, కోపం కలగలేదు ఏనాడు. కాని - కాని ఆ గున్న ఏనుగుని చూస్తే భరించలేని ద్వేషం కలిగింది. ఆ గున్న ఏనుగే లేకపోతే రామచంద్రం తనకోసం వచ్చి వుండేవాడు. తనకి దూరం అయివుండేవాడు కాదు. ఒక అయోగ్యునికోసం అమూల్యమైన స్త్రీత్వాన్ని అర్పించింది. ఎందుకు? ఎందుకు చేశానాపని? అని యశోద బాధపడుతోంది. తన దేహాన్ని ముక్కలుగా నరుక్కోవాలని అనిపిస్తున్నదామెకు.

రామచంద్రం తనకి ఒక విధంగా అన్యాయం చేశాడు. అమూల్యమైన తన యవ్వనాన్ని చవిచూసి, లెక్కలేనట్లు విసిరిపారేసి వెళ్ళిపోయాడు. ముగ్గురు పిల్లల్ని కని రవణమ్మని - వదిలేశాడు. ఇందర్ని వొదులుకొని ఒక బజారుదానితో జీవితం గడిపాడు. రవణమ్మని చూస్తే జాలికంటే ఆ గున్న ఏనుగుని చూస్తే కలిగేటువంటి అసహ్యం యశోదని నిలువెల్లా దహించి వేస్తున్నది.

రామచంద్రం యిల్లు, ఆస్తీ, సర్వస్వం రవణమ్మకి రావాలి. ఆ పరాయిదానికి పూచికపుల్ల కూడా పోకూడదు. అది అరిచి చచ్చినా- ఆ యింటి ఛాయలకి రానివ్వకూడదు. ఈ మాటలు యశోద పైకి అనలేదు. రవణమ్మ పద్మలత తాలూకు వస్తువులనీ, చిహ్నాలనీ నాశనం చేస్తున్నప్పుడు యశోద మనస్ఫూర్తిగా మద్దతునిచ్చింది. ఆ యింట్లో పద్మలత జ్ఞాపకం వొక్కటికూడా లేకుండా చేయించి, రైలెక్కింది.

మహేశ్వర్రావు యశోద యింటికొచ్చాడు. అవ్వాళకు రామచంద్రంపోయి ఎనిమిది రోజులయింది. ఆ మరునాడు రైల్లో బయలుదేరి పదోరోజుకి మద్రాసు వెళ్ళాలని అతను టికెట్ కొనుక్కున్నాడు.

అతను వెళ్ళే వేళకి యశోద శూన్యంలోకి చూస్తూ కూర్చుంది. ఆమె అకస్మాత్తుగా పదేళ్ళు ఎదిగిపోయినట్లుగా కనిపించింది. ఆమె ముఖంలోని గంభీరత, నిశ్చలత మాయమైపోయాయి. వాటి స్థానాన కొంత కఠినత్వం కరుకుతనం, చోటుచేసుకున్నాయి. ఆమె కంఠం మీద సన్నని ముడతలు.

"రేపు రాత్రి బయలుదేరుతున్నాను. మీరు ఎప్పుడొస్తారు?" అడిగాడు మహేశ్వర్రావు.

"నేను రాను" అంది యశోద క్లుప్తంగా.

మహేశ్వర్రావు - ఆశ్చర్యంగా చూస్తూ వుండిపోయాడు. రామచంద్రానికి ప్రమాదంగా వుందంటే ముందు వెనుకలు చూడకుండా రైలెక్కింది. రవణమ్మని అంతగా వోదార్చింది - తను రాదట!

"ఎందుకని? మీరు పదోరోజుకి వస్తారనుకున్నాను - వాడి ఆత్మ శాంతికి."

"నాకు యిలాంటి వాటిల్లో నమ్మకం లేదు. మీరు నా పట్ల చాలా అన్యాయం చేశారు. నిర్మొహమాటంగా అంటున్నందుకు ఏమీ అనుకోకండి"

"నేనా?"

"అవును రామచంద్రంగారికి మరో స్త్రీతో సంబంధం ఉందని మీకు యిదివరకే తెలుసుకదా!" ముద్దాయిని ప్రశ్నించినట్లు అడుగుతోంది యశోద.

అతను మాట్లాడలేదు.

"మీరు తెలిసీ దాచిపెట్టారు. ఆ బజారుముండతో రామచంద్రంగారికి సంబంధం వుందని తెలిసే దాచిపెట్టారు. ఎందుకు చేశారు? ఆయనే నా సర్వస్వం అనుకున్నాను. నేను వెళ్లి ఆయన్ని బతికించుకుందామనుకున్నాను. ఆయన, ఆయన...." వెక్కి వెక్కి ఏడుస్తున్నది యశోద.

మహేశ్వర్రావు - చేష్టలుడిగి కూచుండిపోయాడు. ప్రొఫెసర్ యశోద, వైస్ ప్రిన్సిపాల్ యశోద ఎందుకిల్లా ఏడుస్తున్నది? రామచంద్రం మరణం ఆమెనింత కుంగదీస్తున్నదా?

"ఆయన, ఆయన ఆ బజారుముండతో ఆరేళ్ళు గడిపారు. ఈ ఆరేళ్లు నేను ఆయన వస్తారని, నా దగ్గిరకొస్తారని వ్యర్థంగా ఎదురుచూశాను - జీవితంలో ఆశలన్నీ ఆయనపై పెట్టుకు ఎదురు చూసాను. ఆ చదువురాంది, ఆ మొద్దు, ఆ "ఛీప్ వుమన్" అయ్ వాంట్ టు కిల్ హెర్. అది నా సర్వస్వం లాక్కుంది. దానికి ... దానికి, రామచంద్రంగారి అస్తి ఏమీ దక్కకూడదు. ఒక్క చీపురుపుల్ల కూడా దక్కకూడదు. తెలిసిందా? అంతా రవణమ్మకి రావాలి. మీరు దాని కులుకుచూసి, వెంటపడవచ్చు. మీరూ మొగవాళ్ళేగా. అది మొగాళ్ళని పిచ్చికుక్కలనిచేసి వెంటతిప్పుకుంటుంది." ఆయాసపడుతున్నది యశోద. మహేశ్వర్రావు యిబ్బందిగా కదిలాడు.

అతనికి అయోమయంగా వుంది. యశోద ఎందుకిలా ప్రవర్తిస్తున్నది? రామచంద్రానికీ యీమెకీ మధ్య స్నేహానికి మించిన అనుబంధం వుందా? - అన్న అనుమానం వచ్చింది క్షణంసేపు. వెంటనే ఆ ఆలోచన అడుక్కి నెట్టేశాడు.

"అయితే నేనూ వస్తాను." అన్నాడు మహేశ్వర్రావు.

యశోద మాట్లాడలేదు.

"అక్కడనుంచి వచ్చాక కనిపిస్తాను." అన్నాడు మహేశ్వర్రావు. అందుకు జావాబు లేదు.

పది, పదకొండు అయినాయి, పన్నెండోరోజు సినిమా పరిశ్రమ లోని పెద్దలందరికీ విందుచేశారు. ఆడయారులోని ఆవరణలో షామియానాలు కట్టి, వాటికింద టేబుల్సూ, కుర్చీలువేసి సాయంత్రం డిన్నరు యిచ్చారు.

షుమారు రెండు మూడు వందలమంది భోజనాలు చేశారు - రామచంద్రం ఆత్మశాంతికి, అందరూ అతని గుణగణాదుల గురించి చిన్న చిన్న వుపన్యాసాలవంటివి మాట్లాడారు.

భోజనాలు అయాక - రాజారావు నెమ్మదిగా యూనియన్ విషయం ఎత్తాడు నాజూగ్గా. ఆ వచ్చిన వారిలో రామచంద్రానికి వైద్యంచేసిన డాక్టర్లు అతని వ్యవహారాలు చూసే వకీలు, అతని స్నేహితుల. బంధువులు, ఫిలిమ్ పరిశ్రమలోని పెద్దలూ అంతా వున్నారు - ఒక్క పద్మలత తప్ప. ఆఖరికి రామభద్రం కూడా వున్నాడు.

విందుకు వచ్చిన పెద్దలంతా గొంతులు సవరించుకున్నారు. తగిన సహాయం చేస్తామని మాటయిచ్చారు.

అందులో ఒక వ్యక్తిమటుకు గొంతు ఆగకుండా సవరించుకుంటున్నాడు - ఆయన రామచంద్రం ఆడ్వకేట్ - అతని వ్యవహారాలు చూస్తున్న లాయరు.

"నాదో చిన్న మనవి" అన్నాడు గొంతు సవరించుకుంటూ.

"చెప్పండి" అన్నాడు రాజారావు అతి వినయంగా.

"రామచంద్రంగారు ఆరునెలలక్రితం నాకో కవరు యిచ్చిపోయారు. తను పోయాక అది నలుగురి ఎదుటా విప్పమని చెప్పారు. ఆ కవరు మీ పెద్దల సమక్షంలో విప్పుదామని తెచ్చాను." అన్నాడు గొంతు మరోసారి సవిరించుకుని. అందరూ కుతూహలంగా కుర్చీలు దగ్గరకు జరుపుకున్నారు.

కవర్లో రెండు కాగితాలున్నాయి.

ఒకటి : రామచంద్రం ఆడయారులోని యింటిని పద్మలత పేర రాసి రిజిస్టర్ చేసిన విల్లు, రెండు : మహేశ్వర్రావు పేరన ఒక కవరు. ఆ కవరు మూసి వుంది. ఆ విల్లు నిదానంగా, తాపీగా పైకి చదివాడు. అంతా నిశ్శబ్దమయిపోయింది. ఒక్కరినోటా మాట రాలేదు. వెనుకవైపు నించి రవణమ్మ

తిట్లు వినిపిస్తున్నాయి. ఆ తిట్లతో అందరూ తేలిక ప్రపంచంలోకి వచ్చారు.

మహేశ్వర్రావు ఉత్తరాన్ని పైకి చదవమని అడిగే సాహసం ఎవరికీ లేకపోయింది. విందుకొచ్చినవారు నెమ్మది, నెమ్మదిగా వెళ్ళి పోవడం మొదలుపెట్టారు.

మహేశ్వర్రావు చెట్టుకింద నల్బుని లైట్ల వెలుగులో, కవరుచించి చదవటం మొదలుపెట్టాడు.

"ఒరేయ్ , మహేశు !

ఈ మధ్య నా ఆరోగ్యం అంత బాగుంటం లేదు. ఎందుకనో చచ్చిపోతానేమోనన్న భయం పట్టుకుంది. నేను చచ్చిపోతే వీళ్ళంతా, పిచ్చి మొద్దుని వీధిలోకి తరుముతారు. దానికి ఏమీ తెలియదు. దాని యిల్లు నగలు, డబ్బు, సర్వస్వం నాకిచ్చి ఏం చేశారనికూడా అడగనంత అమాయకురాలు. ఈ యిల్లు దానికిరాసి - రిజిస్టర్ చేశాను. ఇది రహస్యంగా వుంచాను, ఎందుకో తెలుసా? మా సైతాన్ నన్ను కోర్టుకి ఈడుస్తుంది. ఈ యిల్లు పద్మ డబ్బుతో కొన్నానురా. దాన్ని భయపెట్టి, బెదిరించి రవణమ్మ వాళ్లు వెనక్కి రాయించుకోకుండా నువ్వు కాపాడాలి. దాన్ని రోడ్లమీదకి తరమకుండా నువ్వు రక్షించు. పద్మకి డబ్బు ఏం చేసుకోవాలో తెలియదు. అది పిచ్చిమొద్దు. ఈ యింట్లో ప్రతి వస్తువు దానిది. ఏవీ బయటకు పోకుండా చూసుకుంటావని యీ భారం నీ నెత్తిన వేశాను.

నీ

- రామచంద్రం."

మహేశర్వర్రావుకి కన్నీళ్లు తిరిగాయి. నర్సింగ్‌హోమ్ మెట్లకింద, లోనెక్ జాకెట్‌తో పైకి వెళ్ళనివ్వండని ప్రాధేయపడుతున్న గున్నఏనుగు రూపం కళ్ళలో మెదిలింది.

మహేశు, రామచంద్రం కోరిక తీర్చగలడా? ఏమో మీరే చెప్పాలి!

-: అయిపోయింది:-